சார்லஸ் புகோவ்ஸ்கி

ஹென்றி சார்லஸ் புகோவ்ஸ்கி (ஆகஸ்ட் 16, 1920 – மார்ச் 9, 1994) ஜெர்மனியில் பிறந்து, அமெரிக்காவில் வாழ்ந்த கவிஞர், புதினம் மற்றும் சிறுகதை எழுத்தாளர். அவர் வாழ்ந்த லாஸ் ஏஞ்சல்ஸ் நகரின் சமூக, கலாச்சார மற்றும் பொருளாதார சூழ்விளைவுகளின் பாதிப்பு அவரது படைப்புகளில் பொதிந்திருக்கும். அமெரிக்காவில் உள்ள ஏழைகளின் எளிய வாழ்வு, எழுதும் கலை, குடி, பெண்களுடனான தொடர்பு, அடிமைத் தொழில் ஆகியவற்றை அவரது படைப்புகள் பேசுகின்றன. புகோவ்ஸ்கி ஆயிரக்கணக்கான கவிதைகள், நூற்றுக்கணக்கான சிறுகதைகள் மற்றும் ஆறு புதினங்கள் எழுதியுள்ளார். அவை அறுபதுக்கும் மேற்பட்ட புத்தகங்களாக வெளிவந்துள்ளன. அமெரிக்க செய்தித்தாளான 'ஓபன் சிட்டி'யில் *இழிந்த கிழவனின் குறிப்புகள்* என்ற பெயரில் பத்தி எழுதியதைத் தொடர்ந்து, அமெரிக்க உளவுத்துறையான எஃப்.பி.ஐ. அவருக்கென தனி கோப்பு தயாரித்து கண்காணித்து வந்தது. 1986ம் ஆண்டு 'டைம்' பத்திரிக்கை புகோவ்ஸ்கியை 'அமெரிக்க கீழ்நிலை வாழ்வின் அரசவைக்கவிஞர்' என்று புகழாரம் சூட்டியது.

1971ல் வெளிவந்த செவ்விலக்கியப்படைப்பான 'போஸ்ட் ஆஃபிஸ்' என்ற இந்தப் புதினம் புகோவ்ஸ்கிக்கு தேசியப்புகழை பெற்றுத் தந்தது. பெருமை வாய்ந்த எழுத்தாளர், கவிஞர் மற்றும் 'இழிந்த கிழவரான' சார்லஸ் புகோவ்ஸ்கி மற்றும் அவரது தன்மாற்றுவடிவமான புனை கதாப்பாத்திரம் சின்னஸ்கி ஆகியோருக்கு இந்தப்புதினம் பொருத்தமான அறிமுகத்தைத் தந்தது.

இப்புதினம் புனைவு என்று குறிப்பிடப்பட்டிருந்தாலும், புகோவ்ஸ்கியின் சுயசரிதையாகவே கருதப்படுகின்றது. 'போஸ்ட் ஆஃபிஸ்' புகோவ்ஸ்கியின் சுயசரிதையின் எதிர் நாயகனான ஹென்றி சின்னஸ்கியை அறிமுகப்படுத்துவதில் துவங்குகிறது. இப்புதினம் 1952களில் துவங்கி, மூன்று ஆண்டுகள் கழித்து ஐக்கிய மாகான அஞ்சல் துறையில் இருந்து அவர் ராஜினாமா செய்வது, பின் 1958ம் ஆண்டில் மீண்டும் பணிக்குச் சேர்வது, பின் இறுதியாக 1969ல் மீண்டும் ராஜினாமா செய்வதோடு முடிகிறது. அந்தக் காலங்களில் சின்னஸ்கி (புகோவ்ஸ்கி) பல ஆண்டுகள் அஞ்சல் பட்டுவாடா செய்பவராக இருக்கிறார். முதல்முறை ராஜினாமா செய்யும் இடைப்பட்ட காலத்தில் குதிரைப்பந்தயங்களில் சூதாடி வாழ்க்கையை ஓட்டுகிறார். பின்

மீண்டும் அஞ்சல் துறையில் எழுத்தராகப் பணிக்குச் சேர்கிறார். இந்தக் காலகட்டங்களில் நடக்கும் அவரது வாழ்க்கை நிகழ்வுகளை புனைவாக எழுதியுள்ளார்.

1965ம் ஆண்டு டிசம்பர் மாதம் ‘பிளாக் ஸ்பேரோ பிரஸ்’ என்ற பதிப்பகத்தைத் துவங்கிய ஜான் மார்டின், புகோவ்ஸ்கியின் படைப்புகளை பதிப்பிக்க விரும்புவதாகவும், அதற்காக அவருக்கு வாழ்நாள் முழுமைக்கும் மாதம் 100 டாலர் வீதம் சன்மானம் வழங்குவதாகவும் உறுதியளித்தார், ஆனால் அவர் அஞ்சல் துறையில் பார்த்து வந்த பணியை ராஜினாமா செய்துவிட்டு, ‘பிளாக் ஸ்பேரோ பிரஸ்’ பதிப்பகத்திற்காக முழு நேர எழுத்தாளராக வேண்டும் என்ற நிபந்தனையோடு. அதற்கு ஒப்புக்கொண்ட புகோவ்ஸ்கி அடுத்த மூன்று வாரங்களில் எழுதி முடித்த புதினம் தான் ‘போஸ்ட் ஆஃபிஸ்’.

ழீன் பால் சார்த்தர் இவரை அமெரிக்காவின் மிகச்சிறந்த கவிஞர் எனப் புகழ்ந்துள்ளார்.

அஞ்சல் நிலையம்

சார்லஸ் புகோவ்ஸ்கி

தமிழில்

பாலகுமார் விஜயராமன்

எதிர் வெளியீடு
பொள்ளாச்சி
2004

அஞ்சல் நிலையம்
சார்லஸ் புகோவ்ஸ்கி
தமிழில்: பாலகுமார் விஜயராமன்

முதல் பதிப்பு: ஜனவரி 2016
மறுஅச்சு: பிப்ரவரி 2021

எதிர் வெளியீடு,
96, நியூ ஸ்கீம் ரோடு, பொள்ளாச்சி – 642 002
தொலைபேசி: 04259 226012, 99425 11302

விலை: ரூ.300

Post Office
Charles Bukowski
Translated by Balakumar Vijayaraman

First Edition: January 2016
1st Impression: February 2021

Published by
Ethir Veliyeedu, 96, New Scheme Road, Pollachi-2.
email: ethirveliyedu@gmail.com
www.ethirveliyedu.in

ISBN: 978-93-84646-42-4
Cover Design: Vijayan
Printed at Jothy Enterprises, Chennai.

Copyright © Charles Bukowski

All rights reserved. No part of this book may be reprinted or reproduced or utilised in any form or by any electronic, mechanical or other means, now known or hereafter invented, including Photocopying and recording, or in any information storage or retrieval system, without permission in writing from the Publisher.

இப்படைப்பு ஒரு புனைவு,
இது யாருக்கும்
சமர்ப்பணம் செய்யப்படவில்லை

அஞ்சல் அதிகாரி அலுவலகம்	ஐக்கிய மாகாண அஞ்சல் நிலையம்,	ஜனவரி 1, 1970
குறிப்பாணை	லாஸ் ஏஞ்சல்ஸ், கலி::போர்னியா,	742

ஒழுக்கவியல் செயல்விதி

அஞ்சலகக் கையேடு பகுதி எண் 742 மற்றும் ஊழியர்களின் நடத்தை தொடர்பான திட்டவரைவு பகுதி எண் 744 ஆகியவற்றில் குறிப்பிட்டுள்ளதுபடி அஞ்சல் அலுவலக ஊழியர்களுக்கான ஒழுக்கவியல் செயல்விதியின் மூலம் அனைத்து ஊழியர்களின் கவனமும் கோரப்படுகின்றது.

இத்தனை ஆண்டுகளாக அஞ்சலக ஊழியர்கள் மற்ற துறையினரால் விஞ்சமுடியாத அளவிற்கு சிறந்த பாரம்பரியமிக்க நம்பகமான சேவையை நாட்டு மக்களுக்கு வழங்கி வருகின்றனர். பாரம்பரியமும், அர்ப்பணிப்புமுள்ள இந்த சேவையை செய்வதில் ஒவ்வொரு ஊழியரும் பெருமை கொள்ள வேண்டும். பொதுநலனில் அக்கறையுடன் எதிர்கால வளர்ச்சியை மனதில் வைத்து அஞ்சலக சேவையின் தொடர்ச்சியான இயக்கத்திற்கு நாம் ஒவ்வொருவரும் நம் பயனுள்ள பங்களிப்பை வழங்க பெருமுயற்சி செய்ய வேண்டும்.

ஒவ்வொரு அஞ்சலக ஊழியரும் தடுமாறாத நேர்மையுடனும், குறையற்ற பக்தியுடனும் பொதுநலனில் அக்கறை கொண்டு செயல்பட வேண்டும். அஞ்சலக ஊழியர்கள், உயர்ந்த ஒழுக்கக் கோட்பாடுகள் கொண்டவர்களாகவும், ஐக்கிய மாகாணத்தின் சட்ட திட்டங்கள் மற்றும் அஞ்சல் அலுவலகத் துறையின் ஒழுங்குமுறை விதிகள், கொள்கைகள் ஆகியவற்றை நிலைநிறுத்துபவராகவும் இருக்க வேண்டும் என்று எதிர்பார்க்கப்படுகின்றது. ஒழுக்கவியல் நடத்தை என்று மட்டுமல்ல, அலுவலர்களும் ஊழியர்களும் அஞ்சலகக் கடமைகளை நிவர்த்தி செய்வதைத் தடுக்கக்கூடிய எந்தவொரு நடவடிக்கைகளையும் தடுப்பதில் முனைப்புடன்

செயல்பட வேண்டும். கொடுக்கப்பட்ட கடமைகள் உளச்சான்றுக்குக் கட்டுப்பட்டும், பயனுள்ள முறையிலும் முடிக்கப்பட வேண்டும். அஞ்சலக சேவைக்கு தேசத்தின் பெரும்பான்மையான குடிமக்களை அன்றாடம் நேரடியாக சந்திக்கும் ஒரு பிரத்யேக தனியுரிமை உள்ளது. மத்திய அரசாங்கத்துடனான பொதுமக்களின் நேரடித் தொடர்பு என்பது அநேகமாக தபால் சேவையின் வழியாகவே நிகழ்கிறது. எனவே, ஒவ்வொரு அஞ்சலக ஊழியரும் பொதுமக்களின் நம்பிக்கையைப் பெற, நன்மதிப்புடனும், நேர்மையுடனும் செயல்பட்டு அதன்மூலம் அஞ்சல் துறை மற்றும் ஒட்டுமொத்த மத்திய அரசாங்கம் ஆகியவற்றின் மேன்மையையும், தனிச்சிறப்பையும் பிரதிபலிக்கும் வண்ணம் அதனை மிகச்சிறந்த வாய்ப்பாக எடுத்துக் கொண்டு பொறுப்புணர்வுடன் செயல்பட வேண்டும்.

அனைத்து ஊழியர்களும் அஞ்சலகக் கையேடு பகுதி 742, ஒழுக்கநெறிமுறை நடத்தைகளின் அடிப்படை படிநிலை, ஊழியர்களின் தனிப்பட்ட பழக்கவழக்கம், அரசியல் செயல்பாடுகளின் வரையறை ஆகியவற்றை மறுசீராய்வு செய்யுமாறு கேட்டுக்கொள்ளப்படுகிறார்கள்.

பொறுப்பிலுள்ள அதிகாரி

I

1

ஒரு தவறினால் துவங்கிய நிகழ்வு அது.

கிருஸ்துமஸ் பண்டிகைக் காலம். அந்த சிறுமலையில் அக் காலங்களில் தற்காலிக பணிகளுக்காக அருகிலுள்ள யாரையாவது கூலிக்கு அழைத்துக் கொள்வர் என்பதை ஒரு குடிகாரன் மூலம் அறிந்துகொண்டு அங்கே ஆஜரானேன். அடுத்த நிமிடம், முதுகில் இந்த தோற்பையை சுமந்துகொண்டு மலையேறிக் கொண்டிருந்தேன். என்னவொரு மென்மையான வேலை என நினைத்தேன். உங்களிடம் ஒன்றிரண்டு அஞ்சல் தொகுதிகளை மட்டும் கொடுப்பார்கள். அவற்றை சரியாக விநியோகித்தால், நிரந்தரப் பணி செய்யும் தபால்காரரோ அல்லது மேற்பார்வையாளரோ மேலும் ஒரு அஞ்சல் தொகுதியைக் கொடுப்பார்கள், நீங்கள் நிதானமாக தேவையான நேரத்தை எடுத்துக்கொண்டு, கிருஸ்துமஸ் அட்டைகளை அவற்றின் முகவரியிலுள்ள அஞ்சல் பெட்டிகளில் சேர்ப்பித்தால் போதும்.

கிருஸ்துமஸ் பண்டிகைக் காலத்திற்கான தற்காலிகப் பணியாளனாக இரண்டாவது நாள் என நினைக்கிறேன், அன்று தான் அந்த பருத்த பெண்மணியை சந்தித்தேன். நான் கடிதங்களை விநியோகித்துக் கொண்டிருக்கையில் அவள் என்னருகே வந்து என்னையே சுற்றிக் கொண்டிருந்தாள். பருத்த என்று ஏன் சொன்னேன் என்றால், அவள் புட்டம், முலை என உடலில் தேவையான அனைத்துப் பாகங்களிலும் தோதாக பருத்துப் போய் இருந்தாள். முதல் பார்வைக்கு சற்று கிறுக்குத்தனம் பிடித்தவள் போல் தோன்றினாலும், நான் அதைப் பற்றியெல்லாம் கண்டுகொள்ளாமல் அவள் உடலையே பார்த்துக் கொண்டிருந்தேன்.

அவள் பேசினாள், பேசினாள், பேசிக்கொண்டே இருந்தாள். பிறகுதான் தெரிந்தது, தூர தேசத்து தீவொன்றில் அவளது கணவன் ஏதோ அதிகாரியாகப் பணியாற்றுகிறான் என்றும் இங்கு ஒரு சிறிய வீட்டில் அவள் தனிமையில்தான் இருக்கிறாள் என்றும்.

"அந்த சிறு வீடு எங்கே?" என்று கேட்டேன்.

ஒரு துண்டுக்காகிதத்தில் அவள் முகவரியை எழுதினாள்.

"நானும் தனியாகத்தான் இருக்கிறேன், நான் உன் வீட்டுக்கு வருகிறேன், பிறகு இரவு முழுதும் நாம் பேசிக்கொண்டிருக்கலாம்" என்று கூறினேன்.

நான் ஒருத்தியுடன் வாழ்ந்தவன்தான், ஆனால் எப்போதோ எங்கோ அவள் என்னை விட்டுப்போன பின் நான் தனிமையில் தான் இருந்தேன் இல்லையா. அதுவும் எனக்குப் பின்னால் நின்று கொண்டிருந்த அந்த பருத்த புட்டங்களுக்காகவே நான் தனிமையில் தான் வாழ்ந்தேன், சரிதானே!

அவள் அன்று நன்கு ஒத்துழைத்தாள், அவள் படுக்கையில் சிறந்தவள்தான், ஆனால் மூன்று நான்கு இரவுகளுக்குப் பிறகு மற்ற பெண்களைப் போலவே அவளிடமும் எனக்கு நாட்டம் குறைந்து விட்டது. அதன் பின் நான் அவளிடம் செல்லவில்லை.

ஆனால், இந்த தபால்காரன் வேலை.. யாருக்காவது தபால் கொண்டு போய் கொடுக்கவேண்டியது, அப்படியே அவர்களுடன் படுத்துவிட்டு வருவது. இந்த நினைப்பை என்னால் தவிர்க்க முடியவில்லை. கடவுளே... இதுதான் எனக்கான வேலை, ஆம் ஆம் ஆம்.

2

நான் எழுத்துத் தேர்வு எழுதினேன், வெற்றி பெற்றேன், உடல் நலத் தகுதித் தேர்விலும் வெற்றி பெற்றேன். பிறகென்ன, மாற்றுத் தபால்காரனாக பணியில் சேர்ந்தேன். ஆரம்பத்தில் சுலபமாகத் தான் இருந்தது. நான் மேற்கு அவொன் நிலையத்திற்கு அனுப்பப்பட்டேன். அங்கு வேலை கிருஸ்துமஸ்

காலத்தியது போன்றே இருந்தது. ஆனால் என்ன, யாருடனும் படுக்கைக்குத் தான் செல்ல முடியவில்லை. ஒவ்வொரு நாளும் எவளாவது கிடைப்பாள் என்ற எதிர்பார்ப்புடன் சென்று ஏமாற்றத்துடன் திரும்பினேன். ஆனால் அங்கு வேலைப்பளு மிகக்குறைவு. எனவே நான் இங்கொன்றும் அங்கொன்றுமாக வேலை செய்து ஒப்பேற்றி விட்டு நன்றாக உலாவிக் கொண்டிருந்தேன். அங்கே எனக்குச் சீருடைகூட கிடையாது, வெறும் தொப்பி மட்டும் தான். எனவே எனது வழக்கமான உடைகளையே அணிந்து கொண்டேன். எனக்கு நல்ல ஆடை வாங்கவெல்லாம் எங்கே காசிருந்தது, நான்தான் வந்த பணத்தை எல்லாம் என் பெண் தோழி பெட்டியுடன் சேர்ந்து குடிப்பதிலேயே செலவழித்து விட்டேனே.

பிறகு நான் ஓக்ஃபோர்டு நிலையத்திற்கு மாற்றம் செய்யப் பட்டேன்

அங்கு ஜோன்ஸ்டோன் என்ற மேற்பார்வையாளன் இருந்தான், சரியான முரடன். அங்கே வேலைப்பளுவும் அதிகமாகவே இருந்தது. ஜோன்ஸ்டோன் எப்போதும் கருஞ்சிவப்பு சட்டைகளையே அணிவான், அவை அபாயம், இரத்தம் ஆகியவற்றின் குறியீடு களாம். அங்கே மொத்தம் ஏழு உதவியாளர்கள் இருந்தோம் - டாம் மோட்டோ, நிக் பெலிக்ரினி, ஹெர்மன் ஸ்ட்ரட்ஃபோர்டு, ரோஸே ஆண்டர்ஸன், பாபி ஹான்ஸென், ஹரல்ட் வில்லி மற்றும் நான் ஹென்றி சின்னாஸ்கி. எங்களின் பணி துவக்க நேரம் காலை 5 மணி. அந்த ஏழு பேரில் நான் மட்டுமே குடிப்பழக்கம் உள்ளவனாக இருந்தேன். நான் எப்போதும் நள்ளிரவு வரை குடித்து விட்டு அதிகாலை ஐந்து மணிக்கு அடித்துப் பிடித்துக் கிளம்பி பணிக்கு வந்து கடிகாரத்தை பார்த்துக் கொண்டு அமர்ந்திருப்பேன். நிரந்தரப் பணியாளர்கள் உடல்நலக்குறைவினால் விடுப்பு எடுக்கும் நாட்களில்தான் அவர்களுக்கு மாற்றாக எங்களுக்கு அந்த நாளுக்கான வேலை.

நிரந்தரப்பணியாளர் பெரும்பாலும் மழை நாட்களிலோ, வெப்ப அலை அடிக்கும் பொழுதோ அல்லது விடுமுறை நாட்களுக்கு அடுத்த தினம் அஞ்சல் சுமை இரண்டு மடங்காக இருக்கும் போதோ தான் உடல்நலக்குறையென்று விடுப்பு சொல்லுவார்கள்.

அங்கே அஞ்சல் கொண்டு செல்ல வேண்டிய வழித்தடங்கள் ஏறத்தாழ 40 அல்லது 50 இருக்கும், அதைவிட அதிகமாகவும் இருக்கலாம். ஒவ்வொரு தடமும் வெவ்வேறானவை, நிச்சயம் உங்களால் நினைவில் கொள்ளவே முடியாது. பாரவண்டியில் அனுப்ப வேண்டிய அஞ்சல் பொதிகளை சுமந்து கொண்டு நீங்கள் எட்டு மணிக்குள் தயாராக இருக்க வேண்டும். இந்த விஷயத்தில் ஜோன்ஸ்டோனிடம் எந்த சாக்குப்போக்கும் செல்லாது. உதவியாளர்கள் தங்கள் வழித்தடத்தில் என்ன சிரமங்கள் மேற்கொண்டாலும், வேலைப்பளுவில் சரியாக உணவு உட்கொள்ள நேரம் இல்லாவிட்டாலும், ஏன் சாலையில் செத்துச் சுண்ணாம்பாகிக் கிடந்தாலும் கூட ஜோன்ஸ்டோனுக்கு எந்தக் கவலையுமில்லை. சிவப்பு நிற சட்டையில் ஜோன்ஸ்டோன் சுழல் நாற்காலியில் சுற்றியபடி, குறிப்பிட்ட வழித்தடங்களுக்காக உறையிட்டுக் கட்டிய அஞ்சலை அரை மணி நேரம் தாமதமாகத் தான் எங்களிடம் தருவான். "சின்னஸ்கி, நீ வழித்தடம் 539ஐ எடுத்துக் கொள்!" நாங்கள் அரை மணி நேரம் தாமதமாகத் துவங்கினாலும் குறித்த நேரத்தில் பாரவண்டியில் அஞ்சல் கட்டுகளை போட்டுவிட்டு சரியான நேரத்திற்குத் திரும்பி வந்தாக வேண்டும். அதுபோக வாரத்திற்கு ஒன்றிரண்டு தடவை இரவுப்பணியும் செய்தாக வேண்டும். ஏற்கனவே நொந்து நூலாகிப் போன நாங்கள் இரவுப்பணியில் சிறு தவறுகள் செய்யும் போது அதற்காகவும் ஜோன்ஸ்டோனிடம் வசவு வாங்க வேண்டும். பாரவண்டிகள் அவ்வளவு வேகமாக செல்லக்கூடியவை அல்ல. அதனால் தாமதமாகும் அஞ்சல் மூட்டைகளை அதற்குரிய வழித்தடங்களுக்கு விநியோகம் செய்வதற்குள் வியர்வையில் குளித்தது போல் ஆகி, முடை நாற்றம் வீசத் துவங்கி விடும். நான் எனக்கு கொடுக்கப்பட்ட வேலையைச் சரியாக செய்துகொண்டுதான் இருந்தேன், அதையே ஜோன்ஸ்டோன் என்னிடமும் செய்து கொண்டிருந்தான்.

3

உதவியாளர்கள் ஜோன்ஸ்டோனின் நிறைவேற்ற முடியாத கட்டளைகளை எல்லாம் சிரமேற்கொண்டு முடித்து அவனை வல்லவனாக்கிக் கொண்டிருந்தனர். இப்படி உயர்ந்த பதவியில் அவனைப் போன்ற ஒரு கொடூரன் எவ்வாறு நீடிக்கிறான் என்று

என்னால் நம்பவே முடியவில்லை. நிரந்தரப் பணியாளர்கள் இது பற்றியெல்லாம் கண்டுகொள்வதே இல்லை. சங்கமும் எதற்கும் லாயக்கில்லை. எனவே எனது விடுமுறை தினமொன்றில் முப்பது பக்க புகார் ஒன்றை தயார் செய்து ஒரு பிரதியை ஜோன்ஸ்டோனுக்கு அனுப்பிவிட்டு, மற்றொன்றை எடுத்துக் கொண்டு மத்திய அலுவலகத்திற்குச் சென்றேன். அங்கிருந்த எழுத்தர் புகாரை பெற்றுக்கொண்டு என்னைக் காத்திருக்கும் படி கூறினார். நான் காத்திருந்தேன், காத்திருந்தேன், காத்துக் கொண்டே இருந்தேன். சுமார் ஒன்னரை மணி நேரக் காத்திருப்புக்குப் பின் குள்ளமான நரைமுடி மனிதன் ஒருவரிடம் அழைத்துச் செல்லப்பட்டேன். அவர் கண்கள் சிகரெட் சாம்பலைப் போன்று இருந்தன. அவர் என்னை அமரக் கூட சொல்லவில்லை. கதவைத் திறந்து உள்ளே நுழையும்போதே என்னைப்பார்த்துக் கத்தத் துவங்கிவிட்டார்.

"நீ தான் வேசியின் அறிவார்ந்த மகன் இல்லையா?"

"சார், நீங்கள் என்னைத் திட்டவில்லை என்று நினைக்கிறேன்!"

"வேசியின் அறிவார்ந்த மகன், மொழிவளம் மூலம் ஜாலம் காட்டி ஆளை மயக்க நினைக்கும் வேசி மகன்களில் ஒருவன் தானே நீ!"

அவர் புகார் காகிதங்களை என் மீது தூக்கி எறிந்தபடி கத்தினார் "திரு. ஜோன்ஸ்டோன் சிறந்த மனிதர்!"

"உளறாதீர்கள் சார், அவன் வெளிப்படையான கொடூரன்!" நானும் பதில் கூறினேன்.

"அஞ்சல் அலுவலகத்தில் நீ எவ்வளவு காலம் பணிபுரிகிறாய்?"

"3 வாரங்கள்."

"திரு. ஜோன்ஸ்டோன் அஞ்சலகத்துறையில் 30 ஆண்டுகளாக பணியாற்றுகிறார்!"

"அதற்கும் இதற்கும் என்ன சம்மந்தம்?"

"நான் திரு. ஜோன்ஸ்டோன் சிறந்த மனிதர் எனக் கூறினேன். நான்…"

பாவம், அவர் என்னைக் கொலை செய்யும் ஆத்திரத்தில் இருந்தார். அவரும் ஜோன்ஸ்டோனும் ஒன்றாகப் படுத்துக் கிடந்தார்களோ என்னவோ.

"சரி சார், ஜோன்ஸ்டோன் சிறந்த மனிதர் தான். கேடுகெட்ட இந்த நிகழ்வை மறந்து விடுங்கள்" என்று கூறிவிட்டு நான் வெளியே வந்து விட்டேன். மறுநாள் விடுப்பு எடுத்துக் கொண்டேன், சம்பள இழப்புடன்தான்.

4

விடுப்பு முடிந்த மறுநாள் காலை 5 மணிக்கு ஜோன்ஸ்டோனைக் காண்கையில் அவன் சுழல் நாற்காலியில் சுற்றியபடி ஓரக் கண்ணால் என்னை முறைத்துப் பார்த்துக் கொண்டிருந்தான். அவனது முகமும் சட்டையும் ஒரே நிறத்தில் சிவந்திருந்தது. ஆனால் அவன் வாய்திறந்து எதுவும் பேசவில்லை, நானும் அவனைக் கண்டுகொள்ளவில்லை. முந்திய இரவு 2 மணி வரை நான் குடித்துக் கொண்டு பெட்டியுடன் சல்லாபித்துக் கொண்டிருந்தேன். அசதியாக இருந்ததால், நான் பின்னால் சாய்ந்து கொண்டு கண் மூடியபடி இருந்தேன்.

காலை ஏழு மணி வாக்கில் ஜோன்ஸ்டோன் மறுபடியும் ஓரக்கண்ணால் பார்த்தான். மற்ற எல்லா உதவியாளர்களுக்கும் பணி ஒதுக்கப்பட்டு அவர்கள் தங்களது பணி நிலையங்களுக்கு அனுப்பப்பட்டிருந்தனர்.

"அவ்வளவுதான், சின்னஸ்கி. இன்று உனக்கு எந்தப்பணியும் இல்லை."

அவன் என் முகத்தையே பார்த்துக் கொன்டிருந்தான். எழவு, நான் அவனைக் கண்டுகொள்ளவே இல்லை. அப்போது எனது தேவை எல்லாம், படுக்கைக்குச் சென்று நன்றாகத் தூங்க வேண்டும் என்பதுதான்.

"சரி ஸ்டோன்" என்று கூறிவிட்டு நான் வெளியேறிவிட்டேன். பணியாளர்களுக்குள் நாங்கள் அவனை ஸ்டோன் அதாவது

பாறை என்று தான் அழைத்துக் கொள்வோம். ஆனால் அவனை நேரடியாக “ஸ்டோன்” என்று நான் மட்டும் தான் அழைத்தேன்.

அலுவலகம் விட்டு வெளியேறி எனது பழைய காரைக் கிளப்பினேன். விரைவில் எனது படுக்கையில் பெட்டியுடன் கிடந்தேன்.

“ஓ கடவுளே, எவ்வளவு சுகம்!”

“ஆமாம் பேபி, நீ சொல்வது சரி தான்!” நான் அவளைத் தள்ளி இதமான அவளது பின்புறத்தில் படுத்துக் கொண்டேன், அடுத்த 45வது நொடியில் உறங்கிப் போனேன்.

5

ஆனால் அடுத்த நாள் காலையும் அதே கதை தான்:

“அவ்வளவுதான், சின்னஸ்கி. இன்று உனக்கு எந்தப்பணியும் இல்லை.”

ஒரு வாரம் அப்படியே சென்றது. தினமும் காலை 5 மணி முதல் 7 மணி வரை சும்மாவே அமர்ந்திருப்பேன். ஒரு வேலையும் ஒதுக்கப்படமாட்டாது, சம்பளமும் இல்லை. இரவு பணிக்கான தொகுப்புப் பட்டியலில் இருந்து கூட என் பெயர் நீக்கப்பட்டு இருந்தது.

பிறகு தற்காலிக பணியாளர்களில் அனுபவத்தில் மூத்தவரான பாபி ஹன்ஸென் வந்து என்னிடம் பேசினார், “இதே போல் ஒரு முறை என்னையும் அவன் பழிவாங்கினான். அவன் உன்னைப் பட்டினி போட முயற்சி செய்கிறான்.”

“எனக்கு எந்தக் கவலையும் இல்லை. நான் அவன் புட்டத்தை முத்தமிட வேண்டிய அவசியமில்லை. வேலையை விட்டுப் போகிறேன் அல்லது பட்டினி கிடந்து சாகிறேன்.”

“அதற்கு உனக்கு எந்த அவசியமும் இல்லை. நீ ஒவ்வொரு இரவும் பிரெள் நிலையத்திற்கு சென்று வருகைப்பதிவு செய்! அங்குள்ள மேற்பார்வையாளரிடம் இங்கு எந்த வேலையும்

வழங்கப்படவில்லை என்று சொல்! அங்கே சிறப்பு பட்டுவாடா தற்காலிகப் பணியாளராக நீ இருந்து கொள்ளலாம்."

"நான் அவ்வாறு செய்யலாமா? விதிமுறை மீறல் எதுவும் இல்லையா?"

"நான் எனது சம்பளக் காசோலையை இரண்டு வாரத்திற்கு ஒரு முறை பெற்றுக்கொண்டு தான் இருந்தேன்."

"நன்றி பாபி."

6

பணி துவங்கும் நேரத்தை மறந்து விட்டேன். மாலை ஆறு மணியா அல்லது ஏழு மணியா. ஏதோ ஒன்று.

அங்கே பணி மிகச்சுலபமானது தான். நீங்கள் செய்ய வேண்டியதெல்லாம், கை நிறையக் கடிதங்களை எடுத்துக் கொள்ள வேண்டும், தெருவின் வரைபடத்தைப் பார்த்து உங்கள் பட்டுவாடாவைத் துவக்க வேண்டும். அங்கே எல்லா ஓட்டுநர்களும் பட்டுவாடா செய்வதற்குரிய நேரத்தை விட அதிகமான நேரமே எடுத்துக் கொண்டனர். நானும் அவர்களை ஒத்தே நடந்து கொண்டேன். எல்லோரும் செல்லும்போது நானும் கிளம்பி விடுவேன், எல்லோரும் திரும்பிவரும் நேரத்தில் நானும் வந்து சேர்வேன்.

பிறகு அவர்கள் அடுத்த தொகுதிக்கான கட்டுகளைக் கொடுப்பார்கள். நடுவே காபி நிலையங்களில் இளைப்பாறவும், செய்தித்தாள் வாசிக்கவும்.. ஏன் உணவு உண்ணக்கூட நேரம் கிடைக்கும். கௌரவமான வேலையாகத்தான் தோன்றியது. எனக்கு எப்பொழுதெல்லாம் விடுப்பு எடுக்க வேண்டுமெனத் தோன்றியதோ என் இஷ்டம் போல எடுத்துக் கொண்டேன். நான் செல்லும் தடங்களுள் ஒன்றில் அழகிய இளம்பெண் ஒருத்திக்கு தினமும் ஒரு சிறப்புக்கடிதம் வருவது வாடிக்கையாய் இருந்தது. அவள் கவர்ச்சிகரமான ஆடைகள் மற்றும் இரவு அங்கிகள் தயாரிப்பாளராக இருந்தாள். தினம் அவள் அத்தகைய அழகிய ஆடைகளையே உடுத்தி இருப்பாள். செங்குத்தாய் இருக்கும் அவள் வீட்டு மாடிப்படிக்கட்டுகளில் ஏறி, வேகவேகமாகச்

சென்று கதவில் இருக்கும் மணியடித்து இரவு பதினோரு மணிக்கு அவளுக்கு சிறப்புக்கடிதங்களைக் கொடுத்தால், "ஊஊஊஊஊஊஊஊஊஊஊஊஃஃஃஃஃஃஃஃப்ப்ப்ப்ப்ப்ப்ப்ப்ப்ப்ப்" என்று பெருமூச்சை விட்டு, உங்களுக்கு வெகு அருகில் நின்று கொண்டு வாசிக்கத்துவங்குவாள். அவள் வாசித்து முடிக்கும் வரை உங்களை அங்கிருந்து அனுப்பமாட்டள். பின் "ஊஊஊஃஃஃப்ப்ப்ப்ப், நள்ளிரவு, நன்றி!" என்று வழியனுப்புவாள்.

நீங்கள் எருதினைப்போல விறைத்த குறியை வைத்துக் கொண்டு, "நன்றி மேடம்" என்று சொல்லிவிட்டு வர வேண்டியதுதான்.

ஆனால் அதுவும் நிலைக்கவில்லை. ஒன்றரை வார சுதந்திரத்திற்குப் பிறகு அது அஞ்சல் வடிவில் வந்தது.

"அன்புள்ள திரு. சின்னஸ்கி:

நீங்கள் உடனடியாக ஓக்ஃபோர்டு நிலையத்தில் ஆஜராக வேண்டும். மறுத்தால் ஒழுங்கு நடவடிக்கைக்கோ, வேலையிழப்புக்கோ ஆளாக நேரிடும்.

ஏ.இ.ஜோன்ஸ்டோன், கண்காணிப்பாளர், ஓக்ஃபோர்டு நிலையம்."

நான் மறுபடியும் சிலுவையில் அறையப்பட்டேன்.

7

"**சி**ன்னஸ்கி, வழித்தடம் 539ஐ எடுத்துக்கொள்!"

நிலையத்திலேயே கடினமான வழித்தடம் அது. அரைகுறையான தெளிவில்லாத எழுத்துகளைக் கொண்ட பெயர்ப்பலகைகள், அல்லது பெயர்ப்பலகைகளே இல்லாத அடுக்கக வீடுகள். அதுவும் குறைந்த ஒளியில் மின்னிக்கொண்டிருக்கும் ஒளிவிளக்குகளைக் கொண்ட இருண்ட கூடங்கள். தெரு முழுதும் உள்ள வீடுகளில் அத்தகைய இருண்ட கூடங்களில் நின்று கொண்டிருக்கும் மூதாட்டிகள் அனைவரும் ஒருவரே

போல விடாமல் ஒரே கேள்வியைத்தான் திரும்பத் திரும்ப கேட்டுக்கொண்டிருப்பர்,

"தபால்காரரே, எனக்கு ஏதாவது தபால் வந்திருக்கிறதா?"

"ஐயோ, கருமம் பிடித்தவளே, நீ யாரெனெ எனக்கு எப்படித் தெரியும். அல்லது என்னைத்தான் உனக்குத் தெரியுமா" என்று கத்த வேண்டும் போலத் தோன்றும்.

வியர்வை ஊற்றும், களைப்படையச் செய்யும், நடைமுறைக்குச் சாத்தியமில்லாத அட்டவணை, ஜோன்ஸ்டோன் அவனது பிரத்யேக சிவப்பு நிற சட்டையில்ஞ் அவன் செலவுகளைக் கட்டுப்படுத்துவதாக நடித்துக் கொண்டு என்னை சக்கையாகப் பிழிந்து கொண்டிருந்தான். அது அங்கிருந்த அனைவருக்கும் தெரிந்தே நடந்தது. ஓ, என்னவொரு சிறந்த மனிதன் அவன்! மக்கள்... மக்கள்... மற்றும் நாய்கள்!

உங்களுக்கு நான் நாய்களைப் பற்றிக் கூறுகிறேன். 100 டிகிரி வெப்பம் சுட்டெரிக்கக்கூடிய ஒரு நாளில், வாடி வதங்கிப் போய், வியர்வை ஊற்ற அஞ்சல் பட்டுவாடா செய்ய ஓடிக் கொண்டிருந்தேன். ஒரு சிறிய அடுக்ககத்தில், முன் தாழ்வாரத்தை ஒட்டி கீழே இருந்த தபால் பெட்டியை நான் வைத்திருந்த சாவியைக் கொண்டு திறக்க எத்தனித்தேன். எந்த சத்தமும் இல்லை. பின் என் கால் கவட்டைக்கு அருகில் ஏதோ உரசுவதைப் போல உணர்ந்து, சிறிது முன்நகர்ந்து சென்றேன். பார்த்தால்... முழு வளர்ச்சியடைந்த ஜெர்மன் ஷெப்பர்டு நாய் ஒன்று எனது சூ...துக்கு மிக அருகில் தனது மூக்கை வைத்த படி இருந்தது. நொடிப் பொழுதில் அது தன் தாடைகளை சிறிது அசைத்தால் போதும், என் கொட்டைகளைக் கவ்விச் சென்றிருக்கும். அம்மனிதர்கள் அன்றோ அல்லது அதற்குப் பிறகு எப்போதுமேவோ அவர்களுக்குரிய அஞ்சல்களைப் பெறப் போவதில்லை என நான் முடிவு செய்து விட்டேன். கருமம் பிடித்த அந்த நாய், அந்த இடத்தையே மோப்பம் பிடித்துக் கொண்டு இருந்தது.

தோலால் ஆன அந்த தபால் பெட்டியில் மீண்டும் கடிதங்களைப் போட்டு விட்டு, மெதுவாக மிக மெதுவாக நான் அரையடி பின்னால் நகர்ந்தேன். மூக்கும் தொடர்ந்தது. அடுத்த காலை

அரையடி பின்நகர்த்தினேன். மூக்கும் தொடர்ந்து வந்தது. பின் ஒவ்வொரு அடியாக மெதுவாக பின்நகர்த்தி வந்தேன். பிறகு அசையாமல் நின்றேன். மூக்கு தொடர்வது நின்று விட்டது. அந்த நாய் அப்படியே என்னைப் பார்த்தவாறே நின்று கொண்டிருந்தது. ஒருவேளை அத்தகைய ஒரு பொருளை அது ஒருபோதும் முகர்ந்து இருக்காது. எனவே என்ன செய்யவேண்டும் என்று அதற்குத் தெரிந்திருக்கவில்லை போலும். நான் அமைதியாக நடந்து வந்துவிட்டேன்.

8

இன்னொரு ஜெர்மன் ஷெப்பர்டு கதையும் இருக்கிறது. ஒரு கடும் கோடைக்காலத்தில் நான் வழித்தடத்தில் இருக்கும் பொழுது, பின்னால் கொல்லைப்புறத்தில் இருந்து காற்றைக் கிழித்துக் கொண்டு பாய்ந்து வந்தது. மிக மெல்லிய இடைவெளியில் அதன் கூரிய பற்களில் இருந்து என் குரல்வளச்சிரை தப்பியது.

“ஓ கிருஸ்துவே!” நான் அலறிக் கத்தினேன், “ஓ கிருஸ்துவே! கொலை! கொலை! உதவி! கொலை!”

அந்த விலங்கு திரும்பி மீண்டும் என் மீது பாய வந்தது. கடிதங்கள், சஞ்சிகைகள் எல்லாம் காற்றில் பறக்க, நான் கையில் வைத்திருந்த அஞ்சல் பொதியைக் கொண்டு அதன் தலையில் ஓங்கி அடித்தேன். அது மீண்டும் எழுந்து பாயத் தயாராகும் போது, இரண்டு பேர்... அதன் முதலாளிகள் வந்து நாயை இழுத்துப் பிடித்துக் கொண்டனர். உறுமியபடி, வெறித்த பார்வையுடன் அது என்னைப் பார்த்துக் கொண்டிருக்க, நான் சிதறிக்கிடந்த கடிதங்களையும் சஞ்சிகைகளையும் பொறுக்கிக் கொண்டு அடுத்த வீட்டுக்கு பட்டுவாடா செய்யக் கிளம்பினேன்.

“வேசி மகன்களா, உங்களுக்கென்ன பைத்தியமா, அந்த நாய் ஒரு கொலைகார சனியன். ஒன்று அதைத் தொலைத்துக் கட்டுங்கள் அல்லது தெருவில் விடாமலாவது பார்த்துக் கொள்ளுங்கள்” என்று கூறி நகர்ந்தேன்.

நான் அவர்களோடு சண்டையிட்டிருப்பேன். ஆனால் அந்த சனியன் அவர்கள் இருவருக்கும் நடுவில் இன்னும் உறுமிய படியேதான் நின்று கொண்டிருந்தது. நான் கிட்டத்தட்ட என் கைகளாலும், முழங்காலாலும் தவழ்ந்தபடி சென்று அடுத்த வீட்டுத் தாழ்வாரத்தில் இருந்த தபால் பெட்டியில் பட்டுவாடா செய்தேன்.

வழக்கம் போல, உணவு உண்ண நேரம் கிடைக்கவில்லை. இருந்தும் நான் செல்லும் போது நாற்பது நிமிடங்கள் தாமதமாகி விட்டது.

ஸ்டோன் அவன் கைக்கடிகாரத்தைப் பார்த்தான். "நீ நாப்பது நிமிடங்கள் தாமதமாக வந்திருக்கிறாய்."

"நீங்கள் ஒருபோதும் வந்ததேயில்லை", நான் அவனிடம் திடமாகக் கூறினேன்.

"இதற்கு தண்டனைக்கடிதம் தரப்படவேண்டும்?"

"நிச்சயமாக, ஸ்டோன்."

அவன் ஏற்கனவே தட்டச்சு இயந்திரத்தில் தண்டனைக் கடிதத்திற்கு உரிய படிவத்தை பொருத்தி முடித்து வைத்திருந்தான். நான் அஞ்சல்களை அடுக்கிக் கொண்டு அடுத்து செல்ல வேண்டிய வழித்தடங்களைப் பார்த்துக் கொண்டிருக்கும் போது, அவன் என்னருகே வந்து, தண்டனைக்கடிதத்தை என் முன் வீசி எறிந்தான். அவனது கடிதங்களை வாசிக்க எனக்கு மிக அயற்சியாய் இருந்தது. தலைமையகத்திற்குச் சென்று வந்த என் அனுபவத்தில் எந்த எதிர்ப்பும் பலன் தராது எனப் புரிந்து கொண்டேன். அக்கடிதத்தை வாசிக்காமலே குப்பைத் தொட்டியில் வீசியெறிந்தேன்.

9

ஒவ்வொரு வழித்தடத்திற்கும் அதற்கேயுரிய வலைப்பொறி இருக்கும். அதை வழக்கமாய் அந்த தடத்தில் செல்லும் நிரந்தரப் பணியாளர்கள் தெரிந்து வைத்திருப்பார்கள். ஒவ்வொரு நாளும் ஒரு புதுவித அனுபவமாக இருக்கும். நீங்கள்

எப்பொழுதுமே கற்பழிப்பு, கொலை, நாய்கள் இப்படி ஏதாவது கிறுக்குத்தனத்தை எதிர்நோக்கியே இருக்க வேண்டும், நிரந்தரப் பணியாளர்கள் அங்குள்ள சிறு சிறு ரகசியங்களை உங்களுக்குச் சொல்லவே மாட்டார்கள். வழித்தடங்களை மனப்பாடமாக அறிந்து வைத்திருப்பது போக அவர்களுக்கு இருக்கும் ஒரே சாதகமான விஷயம் அதுதான். புதியவன் ஒருவனுக்கு நிச்சயம் அது தலைவலி பிடித்த வேலைதான். அதுவும் இரவு முழுவதும் குடி, கூத்து, கும்மாளம், சல்லாபம் என்று இருந்து விட்டு நள்ளிரவு 2 மணிக்குத் தூங்கி, அதிகாலை 4.30க்கு எழுந்து அடித்துப் பிடித்து வேலைக்கு வருபவனுக்கு எவ்வளவு உற்சாகமாக இருக்கும் எண்ணிப்பாருங்கள்!

ஒரு நாள் வழித்தடத்தில் பட்டுவாடா செய்தபடி வந்து கொண்டிருந்தேன். புதிய வழித்தடமாக இருந்தாலும் பிரச்சனைகள் ஏதுமின்று சுமூகமாக போய்க்கொண்டிருந்தது. இந்த இரண்டு வருடத்தில் முதன்முறையாக மதிய உணவு உண்ண நேரம் கிடைக்கும் போல என்று எண்ணிக் கொண்டேன்.

இரவு போதையின் காரணமாக தீராத தலைவலி, இருந்தும் ஒரு தேவாலயம் முகவரியிட்ட கொத்து தபாலைப் பார்க்கும் வரை மற்ற பட்டுவாடா எல்லாம் சுமூகமாகவே சென்று கொண்டிருந்தது. அந்த முகவரியில் தெருப்பெயர் எதுவுமில்லை. தேவாலயத்தின் பெயரும், அது எந்த சாலையின் திசையில் இருந்தது என்ற விவரம் மட்டுமே இருந்தது. தலைவலியுடன் நான் நடந்து சென்று படியேறினேன். அங்கே தபால்பெட்டியோ வேறு யாரும் மனிதர்களோ தென்படவில்லை. சில மெழுகுவர்த்திகள் எரிந்து கொண்டிருந்தன. உங்கள் விரல்களை நனைத்துக் கொள்வதற்காக சிறு குவளைகள் இருந்தன. காலியான பிரசங்க பீடம் என்னைப் பார்த்துக்கொண்டிருக்க, வெளிர் சிவப்பு, நீலம், மஞ்சள் என அனைத்து சிலைகளும் வீற்றிருக்க, வாசல் குறுக்குச் சட்டத்தினால் மூடப்பட்டிருக்க, வெறுக்கத்தக்க வெப்பமானதொரு காலைப் பொழுது.

“ஓ, இயேசு கிருஸ்துவே!” என நினைத்துக் கொண்டு, வெளியே வந்தேன்.

நான் தேவாலயத்தின் பக்கவாட்டுப் பக்கம் வருகையில், ஒரு படிக்கட்டு கீழ்நோக்கிச் செல்வதைக் கண்டேன். திறந்திருந்த கதவு வழியே நான் கீழே இறங்கினேன். அங்கே என்ன கண்டேன் என்று நினைக்கிறீர்கள்? வரிசையாக கழிப்பறை களும், குளியலறைகளும். ஆனால் அங்கே இருட்டாக இருந்தது. எல்லா விளக்குகளும் அணைந்து போய் இருந்தது. இந்த கரும் இருட்டில் ஒரு தபால்காரனால் எப்படித் தபால்பெட்டியைத் தேட முடியுமெனத் தெரியவில்லை. அங்கே விளக்குக்கான நிலைமாற்றியைப் பார்த்தேன். அதை அழுத்தியதும், தேவாலயத்தின் உட்புறம் வெளிப்புறம் என அனைத்து விளக்குகளும் ஒளிர்ந்தன. நான் அடுத்த அறைக்குச் சென்று பார்த்தபொழுது, பாதிரியார்கள் பயன்படுத்தும் மேலங்கி ஒன்று மேஜையின் மீது விரிக்கப்பட்டிருந்தது. அங்கே ஒரு பாட்டில் ஒயினும் இருந்தது.

"இந்த உலகில் என்னைத்தவிர யார் இத்தகையதொரு விநோதமான சூழ்நிலையில் சிக்கிக்கொள்வார்" என கடவுள் ஆணையாக நினைத்துப் பார்த்தேன்.

நான் அந்த ஒயின் பாட்டிலில் இருந்து ஒரு பெரிய மடக்கை உறிஞ்சிக் கொண்டு மேலங்கியின் மீது கடிதங்களை வைத்து விட்டு, கழிவறைப்பக்கம் வந்தேன். விளக்குகளை அணைத்து விட்டு இருட்டில் கழிவறையில் சிறுநீர் கழித்து விட்டு, சிகரெட்டைப் பற்ற வைத்தேன். இங்கே ஒரு குளியலைப் போடலாம் என்று எண்ணினேன். ஆனால், "ரோமன் கத்தொலிக் தேவாலயத்தில், இயேசுவின் இரத்தத்தை புசித்ததற்காகவும், நிர்வாணமாக குளித்ததற்காகவும் தபால்காரர் கைது செய்யப்பட்டார்" என்ற தலைப்புச் செய்தி தோன்றி மறைந்ததும் அந்த எண்ணத்தைக் கைவிட்டேன்.

மதிய உணவு கூட எடுத்துக்கொள்ளாமல், ஒரு வழியாக அலுவலகம் வந்து சேர்ந்த பொழுது, குறிப்பிட்ட அட்டவணையில் இருந்து இருபத்தி மூன்று நிமிடங்கள் தாமதமாக வந்ததாக ஜோன்ஸ்டோன் குறிப்பு எழுதி வைத்திருந்தான்.

தேவாலயத்திற்குண்டான கடிதங்களை அந்தத் தெரு முனையில் இருந்த மாதா கோவிலில் கொடுக்கவேண்டும் என்று

பிற்பாடுதான் நான் தெரிந்து கொண்டேன். ஆனாலும், அந்த வட்டாரத்திற்குச் செல்லும்போது, குளியலறை, கழிப்பறையுடன் கூடிய ஒரு தனியிடம் எங்கிருக்கிறது என்று எனக்குத் தெரியும்.

10

மழைக்காலம் துவங்கியது. எனது சம்பாத்தியத்தின் பெரும் பகுதி குடிக்கே செலவாகிக் கொண்டிருந்தது. எனது காலணியின் அடிப்பகுதி பொத்தல் விழுந்து இருந்தது, மழையங்கி கிழிந்து பழையதாகி விட்டது. கனமழை நேரங்களில் கால் சட்டையும், காலுறைகளும் ஊறிப்போகும் அளவுக்குத் தொப்பலாக நனைந்து விடுவேன். அத்தகைய காலங்களில் நிரந்தரப்பணியாளர்கள் பெரும்பாலும் உடல்நலக்குறைவென விடுப்பில் சென்று விடுவர். எனவே ஓக்லாண்டிலும், அனைத்து நிலையங்களிலுமே வேலை இருந்து கொண்டே இருந்தது. சமயங்களில் தற்காலிகப் பணியாளர்கள் கூட உடல் நலக்குறைவென்று விடுப்பில் சென்று விடுவார்கள். நான் ஒருபோதும் உடல்நலக்குறைவென்று விடுப்பு சொன்னதில்லை, ஏனெனில் அவ்வாறு யோசிக்கக்கூட முடியாதவாறு நான் சோர்ந்து போயிருந்தேன். அந்த குறிப்பிட்ட நாள் காலை நான் வெண்ட்லி நிலையத்திற்கு அனுப்பப்பட்டேன். அது ஒரு பெரும் புயல் சமயம். தொடர்ந்து ஐந்து நாட்கள் தொடர்ச்சியாக மழை ஒரு பெரும் சுவரென பெய்து கொண்டிருந்தது. மொத்த நகரமுமே ஸ்தம்பித்துப் போயிருந்தது. அனைத்து இயக்கங்களும் தடைபட்டுப் போயிருந்தன. கழிவுநீர்க் குழாய்கள் மொத்த நீரையும் விழுங்கிக்கொள்ள முடியாமல், தண்ணீர் மோட்டின் மேலே சென்று கொண்டிருந்தது. சில பகுதிகளில் நடைமேடை வரையும் வீடுகளின் உள்ளேயும் கூட புகுந்துவிட்டது.

நான் வெண்ட்லி நிலையத்திற்கு அனுப்பப்பட்டேன்.

"அவர்கள் ஒரு நல்ல பணியாளன் வேண்டுமெனக் கேட்டார்கள்" நீர்ப்படுக்கையின் மீது செல்லத் தயாராகும் போது ஸ்டோன் என்னை அழைத்துக் கூறினான்.

கதவு அடைக்கப்பட்டது. எனது பழைய காரை இயக்கத்துக்கு கொண்டுவந்து, நான் வெண்ட்லி நிலையத்திற்குக் கிளம்பினேன்.

ஒருவேளை கார் ஏதாவது மக்கர் செய்திருந்தாலும் கூட, என்னை பேருந்திலாவது துரத்தியடித்திருப்பார்கள். என் பாதங்கள் ஏற்கனவே நனைந்து விட்டன.

வெண்ட்லி நிலையத்து மேற்பார்வையாளர் ஒரு மிகப்பெரிய பெட்டியின் முன் என்னை நிறுத்தினார். ஏற்கனவே நிறைந்திருந்த பெட்டியினுள் மேலும் தபால்களை அங்கிருந்த ஒரு பணியாளரின் உதவியோடு திணித்தேன். அவ்வளவு பெரிய பெட்டியை நான் அதுவரை பார்த்தது கூட இல்லை. பெட்டியில் மொத்தம் 12 அடுக்குகள் வைக்கப்பட்டிருந்தன. ஒட்டு மொத்த நகரில் பாதி தபால்கள் அந்த ஒரு பெட்டியில் அடைக்கப்பட்டிருக்கும் போல. அந்த வழித்தடம் வேறு செங்குத்தான மலைப்பகுதிகள் நிறைந்தது போலும். அந்த வழித்தடத்தில் செல்ல விதிக்கப்பட்டவன் ஒரு பைத்தியக்காரனாகத் தான் இருப்பான்.

மூட்டையைக் கட்டிக் கொண்டு, நான் கிளம்ப எத்தனிக்கையில், மேற்பார்வையாளர் என்னருகே வந்து,

“உனக்கு எந்தவொரு உதவியாளரையும் அனுப்ப இயலவில்லை” என்றார்.

“அதனால் என்ன, பரவாயில்லை” என்றேன்.

பரவாயில்லை... பிறகு தான் தெரிந்தது அவர் ஜோன்ஸ்டோனின் மிக நெருங்கிய நண்பன் என்று.

வழித்தடம் நிலையத்தில் இருந்தே துவங்கியது. பனிரெண்டில் முதல் அடுக்கு தபால்களை பட்டுவாடா செய்ய, தண்ணீரில் இறங்கி, வேலையைத் துவங்கினேன். அது நகரத்தின் வசதி குறைந்தவர்கள் வசிக்கும் பகுதி. சிலந்திகள் நிறைந்த, ஒற்றை ஆணியில் தொங்கிக் கொண்டிருந்த தபால்பெட்டிகளை உடைய சிறு வீடுகளும், முற்றங்களும் நிறைந்த பகுதி. அங்கிருந்த மூதாட்டிகள் சிகரெட்டைப் புகைத்துக் கொண்டும், புகையிலையை மென்று கொண்டும், தங்களுக்கு விருப்பமான மதுவினை ருசித்துக் கொண்டும், மழையில் தொலைந்து போய் நிற்கும் இந்த முட்டாளை வேடிக்கை பார்த்தபடி இருந்தனர்.

உங்கள் கால்சட்டை நனைந்து போகும்போது, அது கீழிறங்கி கீழிறங்கி உங்கள் புட்டத்தின் கன்னப்பகுதியை வெளிச்சம் போட்டு காட்டத் துவங்கிவிடும். ஒரு கட்டத்தில் கால்சட்டையின் விளிம்பு கால்கவட்டைக்கு அருகில் வந்து விடும். மழை சில கடிதங்களில் இருந்த எழுத்தின் மையை அழித்து விடும். சிகரெட் பற்றவைக்க முடியாது. சஞ்சிகைகளை எடுப்பதற்காக கைப்பையை அடிக்கடி துலாவ வேண்டி இருக்கும். அதுதான் முதல் அடுக்கு. நான் ஏற்கனவே சோர்ந்து போயிருந்தேன். என் காலணிகள் முழுதும் சேறப்பி கனத்த பூட்ஸ் போல காட்சியளிக்கத் துவங்கி இருந்தன. அவ்வப்பொழுது வழுக்கலான இடங்களில் காலை வைத்து கீழே விழப் போவதுமாக இருந்தது.

கதவு திறந்தது. உள்ளிருந்த மூதாட்டி, ஒரு நாளில் நான் நூறு முறை எதிர்கொள்ளும் கேள்வியைக் கேட்டார்.

"எப்பொழுதும் வரும் நிரந்தரப் பணியாளர் எங்கே?"

"மேடம், தயவு செய்து புரிந்து கொள்ளுங்கள்... எனக்கு எப்படி அது தெரியும். நான் இங்கே அனுப்பப்பட்டு இருக்கிறேன். அவர் வேறு எங்கேனும் சென்றிருப்பார்!"

"ஓ, நீ அல்லக்கையா?"

"அல்லக்கை?"

"ஆம்!"

நான் லேசாகப் புன்னகைத்து விட்டு, மழை நீர் ஊறி கனத்துப் போயிருந்த கடிதத்தை அவரது கைகளில் ஒப்படைத்து விட்டு, அடுத்த வீட்டுக்குச் சென்றேன். மேட்டுப்பகுதியில் நிலைமை சற்று மேம்பட்டு இருக்கும் என நினைத்துக் கொண்டேன்.

மற்றொரு இடத்திலிருந்த மூதாட்டி கொஞ்சம் நல்லவர். "வீட்டிற்குள் வந்து ஒரு கப் டீ சாப்பிட்டு விட்டு, ஆடைகள் உலர்ந்தவுடன் செல்கிறீர்களா?" எனக் கேட்டார்

"மேடம், எங்கள் கால்சட்டையை ஏற்றிவிட்டுக் கொள்வதற்குக் கூட நேரமில்லை என்று உங்களுக்குப் புரியவில்லையா?"

அஞ்சல் நிலையம் | 25

“கால்சட்டையை ஏற்றிவிட்டுக் கொள்வதா?”

“ஆம். கால்சட்டையை ஏற்றிவிட்டுக் கொள்வது தான்” நான் அவரிடம் கத்திக்கூறிவிட்டு மழையினூடாக நடக்கத் துவங்கினேன்.

முதல் அடுக்குத் தபால்களை முடிக்க ஒரு மணி நேரமானது. இன்னும் பதினோரு அடுக்குகள், அப்படியென்றால் இன்னும் பதினோரு மணி நேரம்.. வாய்ப்பே இல்லை. இருப்பதிலேயே கடுமையான பணியை என் தலையில் கட்டியிருக்கிறார்கள் என்று தோன்றியது.

மேட்டுப்பகுதி இன்னும் மோசமாக இருந்தது. உங்கள் எடையையும் சேர்த்து தூக்கிச் செல்ல வேண்டுமே.

மதியம் வந்து சென்றது. உணவு பற்றிய சிந்தனை கூட இல்லாமல், நான் நான்காவதோ ஐந்தாவதோ அடுக்கினை விநியோகித்துக் கொண்டிருந்தேன். மழையில்லாத காலத்தில் கூட இந்த வழித்தடம் சாத்தியமில்லாத ஒன்றாகத்தான் இருந்திருக்கும். இப்பொழுது நினைத்துப் பார்க்கவே கொடூரமானதாகத் தோன்றியது.

நான் மூழ்கிப் போனேனோ என்று எண்ணும் அளவிற்கு நனைந்து விட்டேன். சிறிது குறைவாக ஒழுகும் ஒரு தாழ்வாரத்தைக் கண்டேன். அங்கே ஒதுங்கி சிகரெட்டைப் பற்றவைத்தேன். இரண்டு மூன்று இழுப்புதான் இழுத்திருப்பேன். அதற்குள் பின்னால் இருந்து சிறிது வயது முதிர்ந்த பெண்மணி ஒருவரின் குரல் கேட்டுத் திரும்பினேன்:

“தபால்காரரே! தபால்காரரே!”

“என்ன, மேடம்?”

“உங்கள் தபால் எல்லாம் நனைகிறது.”

கைப்பையை பார்த்தால், தோலால் ஆன மேல்மூடியை திறந்த படியே விட்டிருந்திருக்கிறேன் போல. தாழ்வாரக்கூரை வழியாக ஒன்றிரண்டு துளி பையின் ஓட்டை வழியாக உள்ளிறங்கி இருந்தது.

நான் அங்கிருந்து விலகினேன். அவ்வளவு தான். நான் செய்ததைப் போல ஒரு முட்டாளால் மட்டுமே செய்ய முடியும். ஒரு தொலைபேசி இருக்குமிடத்தைக் கண்டுபிடித்து, நிலையத்திற்கு அழைத்து நான் வேலையை விட்டு விடுவதாகவும், அங்கிருந்து யாராவது வந்து மீதி தபால்களை பெற்றுச் செல்லுமாறும் கூறப்போகிறேன். ஜோன்ஸ்டோன் வென்று விட்டான்.

நான் வேலையை விட முடிவு செய்த நொடி, மிகவும் நிம்மதியாக உணர்ந்தேன். மழையினூடாக, மலையின் கீழ்ப்பகுதியில் இருந்த ஒரு கட்டடத்தில் தொலைபேசி இருப்பதைப் பார்த்தேன். நான் மலையின் பாதிதூரத்தில் இருந்தேன். கீழே சென்று பார்த்தபொழுது, அது ஒரு சிறிய சிற்றுண்டி விடுதி என்று தெரிந்தது. அங்கே அறையினை சூடேற்றும் கருவி ஓடிக் கொண்டிருந்தது. என்னைக் கொஞ்சம் உலர்த்திக் கொள்ளலாம் என நினைத்து, மழையங்கியையும் தொப்பியையும் கழற்றினேன். சுமந்து வந்த தபால் பொதியை தரையில் வீசிவிட்டு ஒரு காபி சொன்னேன்.

கருங்காபி வந்தது. அது உபயோகித்த காபிக்கொட்டைகளில் இருந்து மறுசுழற்சியில் செய்த காபி. நான் சுவைத்ததிலேயே மோசமான காபி அது தான். ஆனால் சூடாக இருந்தது. நான் மூன்று குவளைகள் குடித்தேன். நன்றாக உலரும் வரை, சுமார் ஒரு மணி நேரத்திற்கும் மேலாக அங்கேயே அமர்ந்து இருந்தேன். வெளியே எட்டிப்பார்த்தேன். மழை நன்றாக விட்டிருந்தது. மலை மீது ஏறிப் போய், மீண்டும் கடிதங்களை விநியோகிக்கத் துவங்கினேன். நிதானமாக நேரம் எடுத்துக் கொண்டு, பனிரெண்டு அடுக்குகளையும் விநியோகித்து முடித்தேன். பனிரெண்டாவது அடுக்கு முழுவதையும் இருட்டிய பிறகே கொடுத்து முடித்தேன். நிலையத்திற்கு திரும்பி வரும் பொழுது இரவாகியிருந்தது.

பணியாளர்கள் வரும் நுழைவாயில் பூட்டியிருந்தது.

தகரத்தால் ஆன கதவைத் தட்டினேன்.

சிறிய உருவமுடைய எழுத்தர் ஒருவர் வந்து கதவைத் திறந்தார்.

“என்ன எழவு, இவ்வளவு நேரமா பணி முடிக்க?” அவர் என்னைப் பார்த்துக் கத்தினார்.

நான் பெட்டியின் அருகே சென்று, திருப்பி அனுப்பப்பட்ட, தவறாக அனுப்பப்பட்ட, எடுத்துவர வேண்டிய அஞ்சல்கள் நிறைந்த ஈரமான எனது பையை அந்த பெட்டிக்குள் வீசிவிட்டு, எனது சாவியை எடுத்து அந்தப் பெட்டியைப் பூட்டினேன். நீங்கள் சாவி கொண்டு பெட்டியைத் திறக்கும் போதும், பூட்டும் போதும் கையெழுத்திட வேண்டும். நான் அதைக் கண்டுகொள்ளவில்லை. அவர் அங்கேயே நின்று கொண்டிருந்தார்.

நான் அவர் அருகில் சென்று, “குழந்தாய், இதற்கு மேல் நீ ஒரு வார்த்தை பேசினாலோ, வாய் திறந்து தும்மினாலோ கூட, கடவுள் சத்தியமாகச் சொல்கிறேன், நான் உன்னைக் கொன்றே விடுவேன்!”

குழந்தை எதுவும் சொல்லவில்லை. நான் வெளியேறி வந்து விட்டேன்.

மறுநாள் காலை, ஜோன்ஸ்டோன் வந்து ஏதாவது சொல்வான் எனக் காத்திருந்தேன். ஒன்றுமே நடக்காதது போல நடித்தான். மழை விட்டிருந்தது. நிரந்தரப் பணியாளர்கள் யாருக்கும் உடல் நோவு இல்லை போல, அனைவரும் பணிக்கு வந்திருந்தனர். என்னையும் சேர்த்து, மூன்று தற்காலிக பணியாளர்களுக்கு அன்று வேலை இல்லை என்று ஜோன்ஸ்டோன் வீட்டுக்கு அனுப்பினான். ஏனோ தெரியவில்லை, அன்று அவனை எனக்கு மிகவும் பிடித்திருந்தது.

நான் சென்று பெட்டியின் வெதுவெதுப்பான புட்டங்களில் புரண்டு எழுந்தேன்.

11

மீண்டும் மழை பெய்யத் துவங்கியது. ஞாயிறு வசூல் என்று ஏதோ சொல்லி ஜோன்ஸ்டோன் என்னை வரச் சொல்லியிருந்தான். அது தேவாலயம் தொடர்பான நிகழ்வு

என்று நினைத்தால், அந்த எண்ணத்தை மாற்றிக் கொள்ளுங்கள். மேற்குப்பக்கம் கொட்டிலில் நிற்கும் பாரவண்டியில் இருந்து அஞ்சல் பொதியையும், குறிப்பட்டையையும் எடுத்துக்கொள்ள வேண்டும். எந்தத்தெருவுக்குச் செல்ல வேண்டும், என்ன நேரத்திற்குச் செல்ல வேண்டும், அடுத்த சேகரிப்புப் பெட்டி குறித்த தகவல்கள் அனைத்தும் அந்த குறிப்பட்டையில் எழுதியிருக்கும். உதாரணமாக, பிற்பகல் 2.32 மணி, பீச்சர் மற்றும் அவலோன், எல்3, ஆர்2 (அதாவது இடது 3 தொகுதிகள், வலது 2 தொகுதிகள் என்று அர்த்தம்), பிற்பகல் 2.35 மணி. ஒரு தொகுதியில் இருந்து பெட்டியை எடுத்துக் கொண்டு, அதற்கு ஐந்து தொகுதிகள் தள்ளி இருக்கும் மற்றொரு பெட்டியில் இருந்து தபால்களை வெறும் மூன்று நிமிட நேரத்தில் எவ்வாறு சேகரிக்க முடியும் என்று உங்களுக்கு வியப்பாக இருக்கும். சில நேரங்கள் ஞாயிறன்று பெட்டி நிரம்பி தபால்களை சேகரிக்க இன்னும் அதிக நேரம் கூடப் பிடிக்கும். தெருப்பலகைகளும் தெளிவாக இருக்காது. சில சமயம் சந்தினை தெரு என்று குறிப்பிட்டு இருப்பர், சில சமயம் தெருவினை சந்து என்று குறிப்பிட்டு வைத்திருப்பர்.

விடாமல் மழை பெய்து கொண்டிருந்த பொழுதுகளில் ஒன்று. அத்தனை தீவிரமான மழையும் இல்லை. ஆனாலும் தொடர்ச்சியாக பெய்து கொண்டே இருந்தது. நான் சென்று கொண்டிருந்த பிராந்தியம் எனக்குப் பரிச்சயமற்ற ஒன்று. ஆனால் குறிப்பட்டையில் இருந்த முகவரிகளை படித்துத் தெரிந்து கொள்ளும் அளவு அங்கு வெளிச்சமிருந்தது. இருட்டத் துவங்கிய பிறகு நான் சென்ற வண்டியின் முகப்புப்பெட்டி வெளிச்சத்தில் முகவரிகளைப் படிப்பதும், சேகரிப்புப் பெட்டி களை அடையாளம் காண்பதும் சிரமமாக இருந்தது. தெருக்களில் நீர்வரத்து அதிகமாகி விட்டபடியால், பல நேரங்களில் கணுக்கால் அளவு தண்ணீரில் இறங்கி நடக்கும்படி ஆகிற்று.

பிறகு முகப்புப்பெட்டி விளக்கும் கூட அணைந்து விட்டது. என்னால் குறிப்பட்டையில் இருந்த முகவரிகளை சுத்தமாக படிக்க முடியவில்லை. குறிப்பட்டை தகவலின்றி பாலைவனத்தில் தனித்து விடப்பட்டவனைப் போல உணர்ந்தேன். ஆனால் கொஞ்சம் அதிர்ஷ்டம் இருந்தது. என்னிடம் இரண்டு தீப்பெட்டிகள் இருந்தன. ஒவ்வொரு

சேகரிப்புப் பெட்டியையும் எடுக்கச்செல்லும் பொழுது ஒரு குச்சியை கொளுத்தி குறிப்பட்டையில் இருந்த முகவரிக்கான பாதைகளை மனப்பாடம் செய்து கொண்டு வண்டியை செலுத்த ஆரம்பிப்பேன்.

ஒரு முறை நான் இந்த இடற்பாடுகளை எல்லாம் வென்று விட்டதாக குதூகலிக்கும் போது, வானத்தில் இருந்து ஜோன்ஸ்டோன் என்னை பார்த்துக் கொண்டிருப்பது போலத் தோன்றும்.

ஒரு முகவரிக்குச் சென்று என்னுடன் இருந்த தபால் பெட்டியை வண்டியில் இருந்து இறக்குவதற்காக குதித்தேன். திரும்பி வந்து பார்த்தபொழுது அங்கிருந்த குறிப்பட்டையைக் காணவில்லை.

வானத்தில் இருக்கும் ஜோன்ஸ்டோன் அவர்களே, கொஞ்சம் கருணை காட்டுங்கள். நான் மழையிலும் இருட்டிலும் தொலைந்து போய் நின்றேன். என்ன மாதிரியான முட்டாள் நான்? எனக்கும் மட்டும் இப்படியெல்லாம் நடப்பதற்கு நான்தான் காரணமா? இருக்கலாம், இருக்கலாம். நான் கொஞ்சம் இயல்பு நிலையிலிருந்து விலகியவன்தான். இருந்தாலும் இதுவரை உயிரோடு இருப்பதற்காக நான் அதிர்ஷ்டம் உடையவன் என்று எண்ணிக்கொள்ளத்தான் வேண்டும்.

குறிப்பட்டையை முகப்புப் பெட்டியில் செருகி வைத்திருந்தேன். சிறிது நேரத்திற்கு முன் கடந்து வந்த வளைவில் அது வண்டியை விட்டுப் பறந்து போயிருக்கும் என்று உணர்ந்தேன். முட்டிவரை எனது கால்சட்டையை சுருட்டிவிட்டுக் கொண்டு, பார வண்டியில் இருந்து இறங்கி, காலளவு தண்ணீரில் நடந்து சென்று குறிப்பட்டையைத் தேடத்துவங்கினேன். பயங்கர இருட்டாக இருந்தது. நான் அந்த சனியன் பிடித்த குறிப்பட்டையைத் தேடி நடந்து கொண்டிருந்தேன். அவ்வப்பொழுது தீக்குச்சிகளை உரசி உற்றுப் பார்த்துக் கொண்டே வந்தேன். ஒன்றும் அகப்படவில்லை. அது நீரில் எங்கோ மிதந்து சென்று இருக்கவேண்டும். சந்தின் முனைக்கு வந்த பிறகு, நீரோட்டம் எந்த வழி செல்கிறது என்று நோட்டமிட்டு அதனைத் தொடர்ந்தேன். அங்கே ஏதோவொரு பொருள் மிதப்பதைக் கண்டு, தீக்குச்சியைப் பொருத்தினால், ஆம் அது தான். குறிப்பட்டை அங்கே மிதந்து கொண்டிருந்தது.

பெரிய ஆச்சர்யம் தான். நான் அதனை அநேகமாக முத்தமிட்டிருப்பேன். மீண்டும் நீரினூடாக திரும்பி வந்து பாரவண்டியில் ஏறி, எனது கால்சட்டையை கீழிறக்கி சரிசெய்து விட்டு, உண்மையில் நல்ல அழுத்தமாக குறிப்பட்டையை முகப்புப் பெட்டியில் செருகி வைத்தேன். குறிப்பிட்ட அட்டவணையில் இருந்து அதிக தாமதமாகி விட்டது. இருந்தும் கருமம் பிடித்த அந்த குறிப்பட்டையை கண்டுபிடித்ததே பெரிய விஷயமாகி விட்டது. இல்லையென்றால் பெயர் தெரியாத அந்த புறநகர்ப்பகுதியில் மாட்டிக்கொண்டு முழித்துக் கொண்டிருந்திருப்பேன். இல்லையென்றால் எனது தபால்நிலையக் கொட்டிலை அடைவதற்கான வழியைக் கேட்க யாரோவொருவரின் வீட்டு மணியை அடிக்க வேண்டி இருக்கும்.

வெதுவெதுப்பான முன்னறையில் இருந்து கொண்டு யாரோ ஒரு கனவான்,

"நல்லது நீ தபால் நிலைய ஊழியன் தான் இல்லையா, உனது சொந்த அலுவலகத்திற்குச் செல்ல உனக்கு வழி தெரியவில்லை, அப்படித்தானே?" என்று என்னை வெறுப்பேற்றி இருப்பான். நல்லவேளை அதற்கு வாய்ப்பில்லாமல் போனது.

எனவே, ஒரு வழியாக தீக்குச்சிகளைப் பற்ற வைத்து, நீரின் சுழற்சிகளில் தாவிக் குதித்து, ஒரு வழியாய் ஒவ்வொரு அஞ்சல் பெட்டியாய் விநியோகித்துக் கொண்டு வந்தேன். நான் முற்றிலும் நனைந்து போய், களைப்புற்று இருந்தேன். தீராத தலைவலி வேறு. ஆனால் அது வழக்கமான ஒன்றாக மாறிவிட்டது. நான் நீரினூடாக நடப்பது போலவே களைப்பினூடாகவும் நடக்கப் பழகிக் கொண்டேன். சூடான குளியல், பெட்டியின் வழவழப்பான கால்கள், சாய்வு நாற்காலியில் நான் ஓய்வாக கையில் மதுக்கின்னத்துடன் அமர்ந்திருக்கும் சித்திரம், நாயை நடைப்பயிற்சிக்கு அழைத்துக் கொண்டும் அதன் தலையை அவ்வப்பொழுது வருடிவிடும் நிகழ்வு - இப்படி எனக்கு விருப்பமானவற்றை கற்பனை செய்து கொண்டு மகிழ்ச்சி அடைந்து கொள்வேன்.

ஆனால் பயணம் நீண்டு கொண்டே சென்றது. குறிப்பட்டையில் இருந்த நிறுத்தங்கள் முடிவில்லாதவைகளாக இருந்தன. பட்டியலில் கடைசிக்கு வந்ததும் "முற்றும்" என்று இருந்தது.

எதற்கும் சந்தேகத்திற்கு பின்பக்கம் ஏதேனும் பாக்கி இருக்கிறதா என குறிப்பட்டையை திருப்பிப் பார்த்துக் கொண்டேன். அப்பாடா, இது தான் கடைசி.

கடைசி நிறுத்தத்துடன் எனது தீப்பெட்டிகளும் தீர்ந்து போய்விட்டன. அங்கே சென்று குறிப்பிட்ட நிலையத்தில் எனது தபால்மூட்டையை ஒப்படைத்துவிட்டு மேற்குப்பக்க கொட்டிலுக்கு வண்டியைச் செலுத்தத் துவங்கினேன். அந்த நிலையம் நகரத்தின் மேற்கு மூலையில் இருந்தது. கழிவுநீர்க்கால்வாய்கள் சரிவர இயங்கவில்லை. அங்கே நிலம் சமன் தரையாக இருந்ததால், எப்பொழுதும் ஒரு சிறிய அளவு மழை பெய்தால் கூட "வெள்ளம்" சூழ்ந்து கொள்ளும். ஆம் வெள்ளம் என்பது தான் சரியான பிரயோகம்.

வண்டியோட்டிக் கொண்டு நான் நிலையத்தை நெருங்க நெருங்க, நீர்மட்டம் உயர்ந்து கொண்டே வந்தது. இயக்கமற்றுப் போய் நிறுத்தப்பட்டிருந்த கார்களை வழியெங்கும் பார்த்தேன். மோசமான நிலைமைதான். எனக்கு அப்பொழுது தேவைப்பட்டதெல்லாம் ஒன்றே ஒன்றுதான். கையில் ஸ்காட்ச் குவளையை ஏந்திக்கொண்டு நாற்காலியில் அமர்ந்தபடி, பெட்டியின் புட்டம் அறை முழுவதும் நர்த்தனமாடிக் கொண்டிருப்பதை ரசிக்க வேண்டும், அவ்வளவுதான். வழியில் ஜோன்ஸ்டோனின் மற்றொரு தற்காலப் பணியாளரான டாம் மோட்டோவை ஒரு சிக்னலில் சந்தித்தேன்.

"எந்த வழியாகச் செல்கிறாய்?" என அவர் வினவினார்.

"இரு இடங்களுக்கிடையேயான குறைவான தூரம் ஒரு நேர்கோடு என்றுதான் நான் கற்பிக்கப்பட்டிருக்கிறேன்" என்று பதில் சொன்னேன்.

"நீ அவ்வழி செல்லாது இருப்பது நல்லது. அங்கே சமுத்திரம் போல நீர் ஓடிக் கொண்டிருக்கிறது."

"அடக்கருமமே, கொஞ்சம் துணிவிருந்தால் முயன்று பார்க்கலாம், தீப்பெட்டி இருக்கிறதா?"

நான் பற்றவைத்துக் கொண்டு, சிக்னலைக் கடந்து சென்றேன்.

பெட்டி பேபி, நான் வந்து கொண்டிருக்கிறேன்.

ஆம்.

நீர்மட்டம் உயர்ந்து கொண்டே சென்றது. ஆனாலும் பார வண்டிகள் தரைமட்டத்தில் இருந்து நல்ல உயரத்தில் இருப்பது போல தயாரிக்கப்பட்டவை. அருகில் இருந்த குடியிருப்புப் பகுதி குறுக்குப்பாதை வழியாக முழு வேகத்தில் வண்டியை செலுத்தினேன். நாலாபுறமும் தண்ணீர் சிதறியது. மழை மேலும் தீவிரமடைந்தது. சுற்று வட்டாரத்தில் ஒரு காரும் இயக்கப்படவில்லை. அங்கே என் வண்டி மட்டுமே ஒரே நகரும் வண்டி.

பெட்டி பேபி, நான் வருகிறேன்.

முன் தாழ்வாரங்களில் நின்று கொண்டிருந்த சிலர் என்னைப் பார்த்துச் சிரித்தனர். "அஞ்சல் வண்டி எப்பொழுதும் சென்று கொண்டே இருக்க வேண்டும்" என்று கூச்சலிட்டனர்.

நான் அவர்களைத் திட்டி விட்டு, நடுவிரலைக் காட்டியபடி சென்றேன்.

வண்டியின் அடிப்பாகத்தையும் தாண்டி நீர்வரத்து உயர்ந்து, என் காலணிகளை நனைப்பதை உணர்ந்தேன். ஆனாலும் தொடர்ந்து வண்டியைச் செலுத்திக் கொண்டே இருந்தேன். நிலையத்தை அடைய இன்னும் மூன்று தொகுதிகள் மட்டுமே தாண்ட வேண்டும்.

ஆனால் வண்டி நின்று விட்டது.

ஓ, ஓ, கருமமே.

நான் மீண்டும் மீண்டும் வண்டியை உயிர்ப்பிக்க முயற்சித்தேன். ஒரு முறை இயக்கத்துக்கு வந்தது. பின் ஒரேயடியாய் படுத்துவிட்டது. தண்ணீரைப் பார்த்தபடியே சிறிது நேரம் அமர்ந்திருந்தேன். எப்படியும் இரண்டடி ஆழம் இருக்கும். நான் என்ன செய்ய வேண்டும். மீட்புப் படை வரும் வரை அப்படியே அமர்ந்திருக்க வேண்டுமா?

தபால்துறை கையேடு என்ன சொல்கிறது? முதலில் அது எங்கே இருக்கிறது? அதைப் பார்த்த ஒருவர் கூட இருப்பதாகத் தெரியவில்லை.

கிழிந்தது.

பாரவண்டியை பூட்டி, சாவிகளை என் பாக்கெட்டில் போட்டுக்கொண்டு, தண்ணீரில் நடக்கத்துவங்கினேன். தண்ணீர் என் இடுப்பளவுக்கு வந்திருந்தது. மழை இன்னும் பெய்து கொண்டுதான் இருந்தது. திடீரென தண்ணீர் மேலும் ஒரு *3, 4* இன்ச் ஏறியது. நடைமேடையைத் தாண்டி வீடுகளின் முன்முற்றத்தில் நடந்தேன். பாரவண்டி யாருடைய வீட்டின் முன்னோ நின்று கொண்டிருந்தது.

ஒரு கணம், நடப்பதைவிட நீந்திச் செல்வது சுலபமாக இருக்குமோவென எண்ணினேன். பின் அது நகைப்பிற்குரியதாய் இருக்குமென எண்ணி அந்த நினைப்பைக் கைவிட்டேன். ஒரு வழியாக கொட்டிலை அடைந்து விடுக்கை அலுவலரை அடைந்தேன். முற்றிலுமாக நனைந்து போயிருந்த என்னை அவர் பார்த்தார்.

ஒரு துண்டுக்காகித்தை எடுத்து "*3435*, மௌண்ட்வியூ பகுதி" என்று எழுதினேன்.

"உங்கள் பாரவண்டி இந்த இடத்தில் நிற்கிறது. போய் எடுத்துக் கொள்ளுங்கள்."

"நீ வண்டியை அங்கேயே விட்டு விட்டு வந்துவிட்டாயா?"

"புரியவில்லையா, ஆம் நான் வண்டியை அங்கேயே விட்டு விட்டு வந்துவிட்டேன்."

நான் அங்கிருந்து நகர்ந்து வருகைப் பதிவேட்டில் ஒப்பமிட்டு விட்டு, என் ஆடைகளைக் களைந்து உலர்த்தப் போட்டு விட்டு, உள்ளாடைகளுடன் அறையினை சூடேற்றும் கருவி முன் நின்றேன். அங்கே அந்த அறையில் மற்றொரு சூடேற்றும் கருவியின் முன் மோட்டோவும் அவரது உள்ளாடைகளுடன் நிற்பதைக் கண்டேன்.

நாங்கள் இருவரும் சிரித்துக் கொண்டோம்.

"இது ஒரு நரகம், இல்லையா?" அவர் கேட்டார்.

"கற்பனை செய்து பார்க்க முடியாத அளவுக்கு."

"ஸ்டோன் வேண்டுமென்றே அந்தப்பணியை உனக்குக் கொடுத்தான் என நினைக்கிறாயா?"

"நிச்சயமா, மழையைக் கூட அவன்தான் வரவைத்திருப்பான்."

"பாதி வழியில் நின்று விட்டாயா."

"ஆம்."

"நானும் தான்."

"இங்கே பார், என் காருக்கு 12 வயது ஆகிறது. உன்னுடையது புத்தம் புதியது. நிச்சயம் எனது வண்டி இயக்கத்திற்கு வராது. உனது வண்டியின் மூலம் உந்தித் தள்ளி எனக்கு உதவுவாயா?"

"நிச்சயமாக."

நாங்கள் ஆடைகளை அணிந்துகொண்டு வெளியே வந்தோம். மோட்டோ மூன்று வாரங்களுக்கு முன் தான் புதிய ரக கார் வாங்கியிருந்தான். அவனது கார் எஞ்சின் இயக்கத்திற்கு வருவதற்காகக் காத்திருந்தேன். ஒரு சத்தத்தையும் காணவில்லை.

ஓ... கடவுளே என நினைத்துக்கொண்டேன். நடைமேடை வரை நீர் சென்றுகொண்டிருந்தது. மோட்டோ காரில் இருந்து இறங்கினார்.

"இல்லை, அது உயிரை விட்டு விட்டது."

எந்த நம்பிக்கையுமின்றி நான் எனது வண்டியை இயக்கிப் பார்த்தேன். பேட்டரியில் ஏதோ உயிர் இருப்பது போலத் தோன்றியது. சிறு பொறி கிளம்பியது. நான் மீண்டும் முயற்சித்தேன். வெற்றி. எஞ்சினை இயக்கத்திற்கு கொண்டு வந்து நன்றாக சூடாக்கிக் கொண்டேன். பிறகு மோட்டோவின் புதிய காரை உந்தித் தள்ளியவாறு கிளப்பினேன். சுமார் ஒரு மைல் தூரத்திற்கு அவரது காரை எனது கார் தள்ளிக் கொண்டே சென்றது. வழியில் ஒரு கொட்டிலில் அவரை விட்டுவிட்டு,

நெடுஞ்சாலையைப் பிடித்து, வேகமெடுத்து, பெட்டியின் புட்டத்தில் தஞ்சமடையக் கிளம்பினேன்.

12

ஸ்டோனுக்கு மிகப்பிடித்தமான தபால்காரர் மேத்யூ பேட்டில்ஸ். பேட்டில்ஸின் சட்டை ஒருநாளும் சுருங்கி இருக்காது. சொல்லப்போனால், காலணிகள், சட்டை, கால்சட்டை, தொப்பி என அவர் உடுத்தி வருவது அனைத்துமே புதியது போலவே தோன்றும். அவரது காலணிகள் எப்போதும் மின்னும். அவர் உடைகள் சலவைக்கு போட்டு வந்தது போலவே இல்லாமல், புதியதாகவே இருக்கும். ஆடைகளில் சிறிது அழுக்குப் பட்டாலும் கூட அதனைத் தூக்கி வீசி எறிந்து விடுவாரென நினைக்கிறேன்.

மேத்யூ எங்களை கடந்து போக நேர்கையில் ஸ்டோன் அடிக்கடி கூறுவான்:

"அங்கே பாருங்கள், உண்மையான தபால்காரர் செல்கிறார்."

ஸ்டோன் அவ்வாறு சொல்லும்போது ஆத்மார்த்தமாகச் சொல்வான். அவனது கண்களில் காதல் பொங்கி வழிந்து கொண்டிருக்கும்.

மேத்யூ அவருக்குண்டான அஞ்சல் பொதியின் முன் நன்கு உற்சாகமான மனநிலையில், காலணிகள் வெற்றிப் புன்னகையுடன் ஜொலிஜொலிக்க, பளிச்சிடும் உடைகளில் அவரது அஞ்சல்களைப் பிரிக்க ஆரம்பிப்பார்.

"நீங்கள் தான் உண்மையான தபால்காரர் மேத்யூ."

"மிக்க நன்றி திரு. ஜோன்ஸ்டோன் அவர்களே!"

ஒரு நாள் வழக்கம் போல காலை ஐந்து மணிக்கு பணிக்குச் சென்று ஸ்டோனுக்குப் பின்னால் அமர்ந்து காத்துக் கொண்டிருந்தேன். அவன் அன்று அவனது சிவப்பு சட்டையினுள் ஏனோ மந்தமாக இருப்பவனைப்போலத் தோன்றினான்.

எனக்கு அடுத்து மோட்டோ அமர்ந்திருந்தார். "நேற்று மேத்யூவை வேலையில் இருந்து தூக்கி விட்டார்கள், தெரியுமா?" என்றார் அவர்.

"என்ன தூக்கிவிட்டார்களா, ஏன்?"

"ஆம், அவன் சில அஞ்சல்களைத் திருடியிருக்கிறான். நேகாலேய்லா கோயிலுக்கு வந்த அஞ்சல்களைத் திறந்து அதிலிருந்த பணத்தைத் திருடியிருக்கிறான். அதுவும் பணிக்குச் சேர்ந்து பதினைந்தாண்டுகளுக்குப் பிறகு!"

"எப்படி அவன் மாட்டினான், எவ்வாறு கண்டுபிடித்தார்கள்?"

"மூதாட்டிகள் தான். சில மூதாட்டிகள் பணம் நிறைந்த அஞ்சல்களை நேகாலேய்லாவிற்கு அனுப்பி வந்திருக்கின்றனர். அவை எதற்கும் நன்றியறிவிப்போ, பதில் கடிதமோ வராததால் சந்தேகம் அடைந்து புகார் அளித்திருக்கிறார்கள். அதன் அடிப்படையில் நேகாலேய்லா தலைமை அலுவலகத்திற்குத் தகவல் தெரிவிக்க, அவர்கள் மேத்யூஸின் மீது ஒரு கண் வைத்திருக்கிறார்கள். அவன் தபால்பையிலிருந்து கடிதங்களைப் பிரித்து பணத்தை எடுப்பதைக் கண்டுபிடித்து பிடித்திருக்கிறார்கள்."

"அடக்கருமமே!"

"கருமம் தான், அதுவும் கையும் களவுமாக பிடிப்பது எவ்வளவு அசிங்கம்."

நான் சாய்ந்து உட்கார்ந்தேன்.

நேகாலேய்லா இந்த பெரிய கோயிலை நிர்மாணித்து, வெறுப்பூட்டும் பச்சை வண்ண சுவர்ப்பூச்சு அடித்து வைத்திருந்தார். ஒரு வேளை அந்தப் பச்சை வண்ணம் அவருக்கு பணத்தை நினைவூட்டுவதாக இருந்திருக்கலாம். அங்கே சுமார் 30, 40 பேர் வேலை பார்த்துக் கொண்டிருந்தனர். அவர்களின் வேலையே, அங்கு வரும் தபால்களைப் பிரித்து உள்ளிருக்கும் காசோலையையும், பணத்தையும் எடுப்பது, தொகை, செலுத்தியவர் பெயர், தேதி முதலியவற்றை பதிவு செய்து வைப்பது அவ்வளவு தான். மற்றவர்கள் நேகாலேய்லா

எழுதிய புத்தகங்களையும், துண்டுப்பிரசுரங்களையும் தபாலில் அனுப்பி வைப்பதில் ஈடுபட்டிருப்பர். பாதிரியார்கள் அணியக் கூடிய மேலங்கியுடனும், தாடியுடனும் காட்சியளிக்கும் நேகாலேய்லாவின் பெரிய புகைப்படம் மற்றும் அவரது பெரிய சித்திரம் ஆகியவை அலுவலகத்தைக் கண்காணிப்பது போல சுவரில் மாட்டப்பட்டிருக்கும்.

நேகாலேய்லா ஒருமுறை பாலைவனத்தில் சென்று கொண்டிருந்த பொழுது, அவர் இயேசு கிருஸ்துவை சந்தித்ததாகவும், இயேசு அவருக்கு அனைத்து விஷயங்களையும் போதித்ததாகவும் கூறுவார். அவர்கள் இருவரும் பாறை மீது அமர்ந்திருக்கும் போது இயேசு அவரிடம் இரகசியங்களை பகிர்ந்ததாகக் கூறுவார். அந்த இரகசியங்களை அவர் இப்பொழுது இயன்றவர்களிடம் சொல்வதாகவும் கூறுவார். ஒவ்வொரு ஞாயிறன்றும் அவர் தொண்டூழியம் செய்வார். அவரது உதவியாளர்களும், தொண்டர்களுமானவர்கள் நேரம் காலம் பார்க்காமல் அவருக்காக உழைத்துக் கொண்டிருந்தனர்.

"யாராவது ஸ்டோனிடன் ஏதாவது கூறினார்களா?"

"என்ன, விளையாடுகிறாயா?"

நாங்கள் சுமார் ஒரு மணி நேரமாய் உட்கார்ந்திருந்தோம். மேத்யூஸின் பெட்டிக்கு மற்றொரு தற்காலிக பணியாளர் நியமிக்கப்பட்டார். என்னைத் தவிர மற்ற அனைத்து தற்காலிக பணியாளர்களுக்கும் பணி வழங்கப்பட்டது. நான் மட்டும் தனியே ஸ்டோனின் பின்னால் அமர்ந்திருந்தேன். நான் எழுந்து அவனது மேஜைக்கு முன் சென்றேன்.

"திரு. ஜோன்ஸ்டோன்?"

"சொல்லுங்கள், சின்னஸ்கி?"

"மேத்யூஸ் எங்கே காணவில்லை, உடல்நலக்குறைவா?"

ஸ்டோனின் தலை தொங்கியது. அவன் தன் கையில் இருந்த காகிதத்தை பார்த்துக்கொண்டே, வாசிப்பதுபோல பாவலா செய்து கொண்டிருந்தான். நான் திரும்பி வந்து அமர்ந்து கொண்டேன்.

ஏழு மணிக்கு, ஸ்டோன் என்னிடம் திரும்பி:

"இன்று உனக்குப் பணியில்லை, சின்னஸ்கி" என்றான்.

நான் எழுந்து, கதவருகே சென்றேன். கதவுக்கு அருகில் நின்று கொண்டு, "காலை வணக்கம், திரு. ஜோன்ஸ்டோன் அவர்களே, இந்த நாள் இனிய நாளாகட்டும்" என்று கூறினேன்.

அவன் பதிலேதும் கூறவில்லை. பின் மதுக்கடைக்குச் சென்று, எனது காலை உணவிற்காக அரை பிண்ட் அளவு க்ராண்டாட் மது வாங்கிக் கொண்டேன்.

13

மக்களின் குரல் எல்லா இடங்களிலும் ஒரே மாதிரிதான் இருந்தது. நீங்கள் எங்கே அஞ்சல் எடுத்துச் சென்றாலும், ஒரே கேள்விகளைத் தான் திரும்பத் திரும்ப கேட்க வேண்டியிருக்கும்.

"ஏன் தாமதமாக வந்தாய்?"

"வழக்கமாய் வரும் நிரந்தர பணியாளர் எங்கே?"

"ஹல்லோ, அங்கிள் சாம்!"

"தபால்காரரே, தபால்காரரே, இது இங்கே சேர வேண்டியது இல்லை!"

தெருக்கள் முழுதும் பைத்தியக்காரர்களாகவும், தளர்ச்சியுற்றவர்களாகவும் சுற்றிக்கொண்டிருந்தனர். ஆனால் அவர்கள் அனைவரும் நல்ல வசதியான வீடுகளில் வசித்தனர், ஒருவரும் எந்த வேலைக்கும் செல்வது போலத் தோன்றவில்லை. எப்படித் தான் சமாளிக்கிறார்களோ என்று வியந்து போனேன். ஒருவன் இருந்தான். எப்பொழுதும் அவனுக்கு வரும் கடிதத்தை தபால்பெட்டியில் போடவே அனுமதிக்க மாட்டான். அவன் வீட்டிற்கு இரண்டு மூன்று தொகுதிகள் தள்ளி தபால் விநியோ கித்துக் கொண்டிருக்கும் போதே, நடைபாதையில் நின்று கொண்டு உங்களை கவனித்துக் கொண்டே இருப்பான். அருகில் வந்ததும் கைகளால் உங்களை மறித்து நிறுத்துவான்.

அந்த வழித்தடத்திற்கு தபால் எடுத்துச் செல்லும் வேறு சிலரிடம் அவனைப் பற்றி விசாரித்தேன்.

"அவனுக்கு என்ன பிரச்சனை. ஏன் தபாலை பெட்டியில் போடவிடாமல் தடுக்கிறான்?"

எல்லோரும் ஒரே மாதிரியாய், "யார் அப்படி, கைகளை மறித்துக் கொண்டு தபால்பெட்டியில் இடுவதைத் தடுப்பது?" என்று என்னிடமே பதில் கேள்வி கேட்டார்கள்.

ஒரு நாள் நான் அந்த வழித்தடத்தில் தபால் கொண்டு சென்ற போது, அவன்தான், பெட்டியில் போட விடாமல் தடுத்து நிறுத்துபவன், அவனது பக்கத்து வீட்டுக்காரருடன் பேசிக்கொண்டிருந்தான். நான் வருவதைக் கண்ணுற்ற அவன், நான் ஒரு தொகுதி தாண்டி வருவதற்குள் நடந்து வந்து தபால் பெட்டியில் போட விடாமல் தடுத்து கைகளில் வாங்கிக்கொள்ள போதிய நேரம் இருக்கும் என்பதை உணர்ந்தான். அவன் எனக்கு முதுகைக் காட்டி திரும்பிய அடுத்த நொடி, நான் ஓட்டமெடுக்கத் துவங்கினேன். என் வாழ்நாளில் அவ்வளவு வேகமாக ஓடி தபால் பட்டுவாடா செய்ய ஒரு நாளும் முயன்றதில்லை. நிற்காமல், கண்மூடித்தனமாக ஓடி தபால்பெட்டியை அடைய எத்தனித்தேன். அவன் என்னைப் பார்க்கும் பொழுது கிட்டத்தட்ட பாதி கடிதத்தை தபால்பெட்டியில் திணித்து விட்டேன். பதறிப்போன அவன்,

"ஓ, வேண்டாம், வேண்டாம். பெட்டியில் போட்டு விடாதீர்கள்!" என்று அலறத்துவங்கினான்.

பாதம் கூட தரையில் படாமல், தெருவில் இறங்கி மிக வேகமாக என்னை நோக்கி ஓடி வந்தான். நூறு அடி தூரத்தை 9.2ல் கடக்கும் ஓட்டப்பந்தய வீரன் தோற்றான்.

நான் கடிதத்தை அவன் கைகளில் ஒப்படைத்தேன். நான் அவன் அதைப் பிரித்தபடி, முன் தாழ்வாரம் வழியாக, கதவைத் திறந்து வீட்டுக்குள் செல்வதை பார்த்தபடி நின்றிருந்தேன். அவன் ஏன் அவ்வாறு நடந்து கொண்டான் என்று யாராவது விளக்கிச் சொன்னால் எனக்கு சற்று ஆறுதலாய் இருக்கும்.

14

மீண்டுமொரு புதிய வழித்தடத்திற்கு அனுப்பப்பட்டேன். ஸ்டோன் எப்போதும் கடுமையான வழித்தடங்களுக்கே அனுப்பிக் கொண்டிருந்தான், இருந்தும் சந்தர்ப்ப சூழ்நிலையால் சில சமயம் சற்று குறைவான கொலைகாரத்தன்மை உள்ள வழித்தடத்திற்கு அனுப்ப வேண்டிய நிர்பந்தம் அவனுக்கு. வழித்தடம் 511 அவ்வாறான ஒன்று. எப்பொழுதும் இல்லாத வழக்கமாய் அன்று மதிய உணவு எடுத்துக் கொள்ளலாம் போல என்று தோன்றும் அளவுக்கு பணிச்சுமை குறைவாக இருந்தது.

மத்திய வர்கத்தினர் தங்கியிருந்த குடியிருப்புப் பகுதியது. அடுக்கக வீடுகள் எதுவுமில்லை. நன்கு பராமரிக்கப்பட்ட புல்வெளிகளுடன் இடைவெளி விட்டுக் கட்டப்பட்ட வீடுகள். எனக்கு அவ்வழித்தடம் புதியது என்பதால் எங்கு சிக்கல் காத்திருக்கிறதோ என்று வியந்தபடி சென்று கொண்டிருந்தேன். வானிலை கூட அன்று நன்றாக இருந்தது.

கடவுளே, ஒரு வழியாக தபால் அனைத்தையும் முடிக்கப் போகிறேன். மதிய உணவு எடுத்துவிட்டு சென்றால் கூட குறித்த நேர அட்டவணைக்குள் சென்று விடலாம். ஒரு வழியாக வாழ்க்கை சமாளிக்கக்கூடிய அளவுக்கு வந்துவிட்டது.

அங்குள்ள மக்கள் நாய்கள் வளர்ப்பதில்லை போல. யாரும் வாசலில் நின்றபடி தபாலுக்காக காத்துக் கொண்டிருக்கவில்லை. பல மணிநேரங்களாக ஒரு மனிதக்குரலைக்கூட நான் கேட்கவில்லை. ஒருவேளை நான் என் அஞ்சல்துறை வேலையின் நிறை முதிர்ச்சியை எய்துவிட்டேனோ என்னவோ. எதுவாய் இருந்தால் என்ன, நான் நிதானமாகவும், திறனுடனும், அர்ப்பணிப்புடனும் உலாவுவது போல் உணர்ந்தேன்.

ஒரு முறை பணியாளர்களில் மூத்தவர் ஒருவர் தன் இதயத்தைத் தொட்டு, என்னிடம் சொன்னதை நினைவு கூர்ந்தேன், "சின்னஸ்கி, ஒரு நாள் இல்லை ஒரு நாள் நீ இந்த நிலைக்கு வந்து சேர்வாய்!"

"என்ன மார்பு வலியா?"

"சேவையின் அர்ப்பணிப்பு. அன்று உன்னை நினைத்து நீயே பெருமை கொள்வாய்."

"அட போங்கய்யா."

ஆனால் அவர் பணிக்காலம் முழுவதும் அர்ப்பணிப்புடன் தான் இருந்தார்.

நான் நடந்து செல்லும்போது அவரை நினைத்துக் கொண்டேன்.

என் கையில் பதிலுறையுடன் கூடிய பதிவுத்தபால் இருந்தது.

நான் அந்த முகவரியை அடைந்து, கதவு மணியை அடித்தேன். கதவில் இருந்த சிறு சாளரம் திறக்கப்பட்டது. உள்ளிருப்பவரின் முகத்தைப் பார்க்க முடியவில்லை.

"பதிவுத் தபால் வந்திருக்கிறது!"

"அங்கேயே நில்லுங்கள்!" ஒரு பெண்ணின் குரல் கேட்டது. "கொஞ்சம் பின்னே தள்ளி நில்லுங்கள். நான் உங்கள் முகத்தைப் பார்க்க வேண்டும்!"

மற்றுமோர் கிறுக்கு என நினைத்துக் கொண்டேன்.

"மேடம்!, நீங்கள் என் முகத்தைப் பார்க்க வேண்டிய எந்த அவசியமும் இல்லை. நான் இந்த குறிப்பை உங்கள் தபால் பெட்டியில் இட்டுவிட்டுச் செல்கிறேன். நீங்கள் தபால் நிலையத்திற்கு வந்து உங்கள் கடிதத்தைப் பெற்றுக் கொள்ளலாம். வரும் போது மறக்காமல் அடையாளச்சான்றைக் கொண்டு வாருங்கள்."

நான் அஞ்சல் குறிப்பை பெட்டியில் இட்டுவிட்டு, முன் முற்றத்தை விட்டு நடக்கத் துவங்கினேன்

கதவு திறந்தது. அவள் வெளியே ஓடி வந்தாள். அவள் மிக மெல்லிய துணியாலான இரவாடை அணிந்திருந்தாள். மார்புக்கச்சை கூட இல்லை. உள்ளே அடர் நீல பேண்டி மட்டும் தான். அவள் தலைமுடி சரியாக வாரப்படாமல், சிக்கலடைந்து அவளை விட்டு பறந்து செல்வது போலக்கிடந்தது. ஏதோ ஒரு வகையான பூச்சு அவள் முகத்தில், பெரும்பகுதி கண்களின் கீழ் இடப்பட்டிருந்தது. அவளது மேனி சூரிய வெளிச்சத்தையே

காணாதது போல வெள்ளையாக இருந்தது. அவளது முகம் ஆரோக்கியமற்ற வெளிர் தன்மை கொண்டதாக இருந்தது. லேசாக உதட்டுச்சாயம் பூசியிருந்தாள். அவள் என்னை நோக்கி வந்த நொடிப்பொழுதில், பதிவுத்தபாலை என் கைப்பையில் திருப்பி வைத்தபடி, அவளது மொத்த அமைப்பையும் பார்வையால் அளந்தேன்.

அவள் "என் கடிதத்தை என்னிடம் கொடு" என்று அலறினாள்.

"மேடம், நீங்கள் கடிதத்தைப் பெற கையெழுத்து..."

சொல்லி முடிப்பதற்குள், கடிதத்தைப் பிடுங்கிக்கொண்டு, கதவை நெருங்கி, திறந்து, உள்ளே ஓடினாள்.

ஐயோ! கடவுளே... பதிவுத் தபாலோ, கையெழுத்தோ இல்லாமல் நீங்கள் திரும்பிச் செல்ல முடியாது. ஒவ்வொரு பரிவர்த்தனைக்கும் கையெழுத்து அவ்வளவு முக்கியம்.

"ஏய்!"

நான் அவள் பின்னால் வேகமாக ஓடி, மூடப்பட்டுக் கொண்டிருந்த கதவின் இடுக்கில் சரியான நேரத்தில் என் காலை நுழைத்தேன்.

"அடக்கடவுளே, என்ன இது!"

"தள்ளிப் போ! தள்ளிப் போ! நீ ஒரு சாத்தான்!"

"இங்கே பாருங்கள் மேடம்! புரிந்துகொள்ள முயற்சி செய்யுங்கள்! அந்த கடிதத்தைப் பெற நீங்கள் கையெழுத்திட வேண்டும்! அப்படியே நான் உங்களிடம் அதைத் தர முடியாது! நீங்கள் ஐக்கிய மாகாணத்தின் அஞ்சலை கொள்ளையடித்துச் செல்கிறீர்கள்!"

"தள்ளிப் போ, சாத்தானே!"

"இங்கே பாருங்கள், நான் சொல்வதைக் கேளுங்கள்!"

பலம் கொண்ட மட்டும் கதவைத் தள்ளி, அறைக்குள் நுழைந்தேன். உள்ளே இருட்டாக இருந்தது. எல்லா விளக்குகளும் அணைந்திருந்தது. வீட்டில் சிறு வெளிச்சம் கூட இல்லை.

“உனக்கு என் வீட்டில் நுழைய எந்த உரிமையும் இல்லை, வெளியே போ!”

“அஞ்சல்களை கொள்ளையடிக்க உங்களுக்கும் எந்த உரிமையும் இல்லை. மரியாதையாக கடிதத்தைத் திருப்பிக் கொடுங்கள், அல்லது கையெழுத்திடுங்கள். பிறகு நான் செல்கிறேன்.”

“சரி, சரி, நான் கையெழுத்திடுகிறேன்.”

நான் எங்கே கையெழுத்திட வேண்டும் என்று அவளிடம் கூறி, பேனாவைத் தந்தேன். நான் அவளது முலைகளையும், மற்ற பாகங்களையும் நோட்டம் விட்டேன். கருமம், கருமம். சரியான கிறுக்குப்பிடித்த பெண்ணாய் இருப்பாள் போல என நினைத்துக் கொண்டேன்.

அவள் கையெழுத்திட்டு விட்டு, பேனாவை திருப்பித் தந்தாள். கையெழுத்து வெறும் கிறுக்கலாக இருந்தது. நான் திரும்பி வெளியேற எத்தனிக்கையில் அவள் கடிதத்தை பிரித்து படிக்கத் துவங்கினாள்.

அவள் திடீரென கதவை மறித்து நின்று கொண்டு, என்னைத் தடுத்தாள். கடிதம் கீழே தரையில் கிடந்தது.

“சாத்தான், சாத்தான், சாத்தானே! நீ என்னைக் கற்பழிக்கவே இங்கே வந்திருக்கிறாய்!”

“இங்கே பாருங்கள், என்னை...”

“உன் முகமெங்கும் சாத்தான் களை எழுதியிருக்கிறது!”

“நீங்கள் என்னை என்னவென்று நினைத்தீர்கள். நான் போக வேண்டும், வழிவிடுங்கள்.”

ஒரு கையால் அவளை விலக்கித் தள்ள முயற்சித்தேன். அவள் என் கன்னத்தில் நகத்தால் ஆழமாகக் கீறினாள். என் பை, தொப்பி அனைத்தும் கீழே விழுந்தது. கன்னத்தில் வழிந்த இரத்தத்தை கைக்குட்டையால் துடைத்தவாறு, திரும்பினேன்.

“அடி வேசை, உனக்கு என்னதான் பிரச்சனை!”

“பார்த்தாயா? பார்த்தாயா? நீ ஒரு சாத்தான் தான்!”

சொல்லிக்கொண்டே அவள் என் மீது பாய்ந்தாள். நான் அவளது புட்டத்தை இடுப்போடு சேர்த்து பிடித்து, வாயோடு வாய் வைத்து அழுத்தி முத்தம் கொடுத்தேன். அவளது முலைகள் என் உடலை அழுத்தியபடி இருந்தது. அவளை முழுவதுமாக ஆக்கிரமித்தேன். அவள் தலையை பின் இழுத்து, விலகிச் செல்ல முயன்றாள்.

"பொறுக்கி, பொறுக்கி, கற்பைச் சூறையாடும் பொறுக்கி சாத்தானே!"

நான் எனது வாய் மூலம் அவளது ஒரு முலையை சுவைத்தேன். பின் அடுத்த முலையை சுவைக்கத் துவங்கினேன்.

"ஐயோ என்னைக் கற்பழிக்கிறான், என்னைக் கற்பழிக்கிறான்!"

சரி தான். நான் கால்சட்டையைக் கீழிறக்கி, எனது குறியை வெளியே எடுத்து, அவளுள் செலுத்தினேன். அப்படியே அவளை பின்னால் தள்ளிச் சென்று, படுக்கையில் கிடத்தினேன். இருவரும் மெத்தையில் படுத்தோம்.

"கற்பழிப்பு" என்று அலறிக்கொண்டே அவள் கால்களை உயர்த்தினாள்.

நான் அவளை முடித்து விட்டு, குறியை உள்ளிழுத்து, கால் சட்டையை ஏற்றி விட்டு, எனது அஞ்சல் பையை எடுத்துக் கொண்டு வெளியேறிச் செல்வதை அவள் விட்டத்தை வெறித்தபடி பார்த்துக் கொண்டிருந்தாள்.

மதிய உணவு எடுத்துக் கொள்ள நேரமில்லை. இருந்தும் குறித்த அட்டவணைக்குள் செல்ல முடியவில்லை.

"நீ பதினைந்து நிமிடம் தாமதமாக வந்திருக்கிறாய்!" ஸ்டோன் என்னை நோக்கிக் கத்தினான். நான் ஒன்றும் பதில் சொல்லவில்லை.

ஸ்டோன் என்னை உற்றுப் பார்த்தவாறு, "ஓ கடவுளே, உன் முகத்துக்கு என்ன ஆகிவிட்டது?" என்று நக்கலாகக் கேட்டான்.

"ஏன் உங்கள் முகத்துக்கு என்ன ஆகிவிட்டது?" என்று நானும் பதிலுக்கு ஒன்று கொடுத்தேன்.

"என்ன சொன்னாய்?"

"ஒன்றுமில்லை, விட்டுவிடுங்கள்."

15

தலைவலி தொடர்ந்து கொண்டிருந்தது. மற்றுமொரு கோடைக் காலம். வெப்ப அலை அடிக்கும் 100 டிகிரி பகல் கொண்ட வாரம். ஒவ்வொரு இரவும் குடியுடனும், ஒவ்வொரு அதிகாலையும் ஸ்டோனுடனும், சாத்தியமில்லாத காரியங்களுடனும் சென்று கொண்டிருந்தன.

பணியாளர்களில் சிலர் ஆஃப்ரிக்கன் குளிர் தலைகவசங்களும், கண்ணாடியும் அணிந்து வந்தனர். மழையானாலும், வெயிலானாலும் என் நிலைமை ஒன்றுதான். கிழிந்த உடைகளுடனும், நைந்த காலணிகளுடனும். காலணியில் உள்ளிருந்த ஆணிகள் என் பாதங்களை பதம் பார்த்துக் கொண்டிருந்தன. சிறு அட்டைத் துண்டுகளை காலணிக்குள் செருகி வைத்திருந்தேன். ஆனாலும் அவை தற்காலிகமாகத் தான் உதவின. விரைவில் ஆணிகள் என் பாதங்களைப் பதம் பார்க்கத் துவங்கின.

நான் குடித்த விஸ்கியும் பீரும் வியர்வையாய் ஊற்றெடுத்து, கக்கத்தில் வழிந்தபடி ஓடியது. சூரியனின் அருகில் பற்றவைத்தது போல, தள்ளாடியபடி, அஞ்சல் பொதிகளை சிலுவைபோல முதுகில் சுமந்து கொண்டு, ஆயிரக்கணக்கான கடிதங்களையும் சஞ்சிகைகளையும் தள்ளாடியபடி விநியோகித்து வந்தேன்.

யாரோவொரு பெண் என்னை நோக்கிக் கத்தினாள்:

"தபால்காரரே, இந்த தபால் இங்கே சேர வேண்டியது கிடையாது!"

அவள் ஒரு தொகுதி தள்ளி இருந்தாள். நான் ஏற்கனவே குறிப்பிட்ட அட்டவணையில் இருந்து பின் தங்கியிருந்தேன்.

"இங்கே பாருங்கள் மேடம், அந்த கடிதத்தை உங்கள் தபால் பெட்டியில் போட்டு வையுங்கள். நாளை வரும் போது எடுத்துக் கொள்கிறோம்!"

"இல்லை! இல்லை! நீங்கள் இதை இப்பொழுதே எடுத்துச் செல்ல வேண்டும்!"

அவள் அந்த கடிதத்தை காற்றில் ஆட்டியபடி காட்டினாள்.

"மேடம்!"

"வந்து எடுத்துச் செல்லுங்கள்! இது இங்கே சேர வேண்டியது இல்லை!"

ஓ கடவுளே!

நான் என் பொதியை கீழே வைத்தேன். எனது தொப்பியை கழற்றி அருகில் புல்வெளியில் வீசினேன். அது தெருவில் போய் விழுந்தது. நான் அதை அங்கேயே விட்டு விட்டு அந்தப் பெண்மணியை நோக்கி நடந்தேன். இன்னும் பாதி தொகுதி தூரம்.

நான் அவளருகே சென்று, அக்கடிதத்தை அவள் கையில் இருந்து பறித்துக் கொண்டு, திரும்பி நடந்தேன்.

"அது ஒரு விளம்பர அஞ்சல். நான்காம் நிலை அஞ்சல். ஏதோ பாதி விலையில் துணி விற்பனை குறித்த விளம்பரம்."

தெருவில் கிடந்த தொப்பியை எடுத்து என் தலையில் மாட்டிக்கொண்டேன். எனது குறுக்கெலும்பின் இடப்பக்கத்தில் அஞ்சல் பொதியை சுமந்தபடி 100 டிகிரி வெயிலில் நடக்கத் துவங்கினேன்.

ஒரு வீட்டைக் கடக்கையில் அங்கிருந்து ஒரு பெண்மணி வேகமாக என் பின்னால் ஓடி வந்தாள்.

"தபால்காரரே! தபால்காரரே! எனக்கு ஏதும் கடிதங்கள் இல்லையா?"

"மேடம், நான் உங்களது அஞ்சல்பெட்டியில் அஞ்சல் ஏதும் இடவில்லையென்றால், உங்களுக்கு கடிதம் வரவில்லை என்று தான் அர்த்தம்."

"ஆனால், நீங்கள் எனக்குக் கடிதம் கொண்டு வந்திருக்கிறீர்கள் என எனக்குத் தெரியும்!"

"ஏன் அப்படி சொல்கிறீர்கள்?"

"ஏனென்றால், என் சகோதரி எனக்கு தொலைபேசியில் அழைத்து கடிதம் எழுதப்போவதாகக் கூறியிருக்கிறாள்."

"மேடம், உங்களுக்கு எந்தக்கடிதமும் வரவில்லை."

"எனக்குத் தெரியும், எனக்குத் தெரியும். எனக்கு கடிதம் வந்திருக்கிறது."

அவள் என் கைகளில் இருந்த கடிதங்களை கிளறத் துவங்கினாள்.

"ஐக்கிய மாகாணங்களின் அஞ்சல்களைத் தொடாதீர்கள், மேடம். இன்று உங்களுக்கு எந்தக்கடிதமும் வரவில்லை!"

நான் திரும்பி நடக்கத் துவங்கினேன்.

"எனக்குக் கண்டிப்பாகத் தெரியும், நிச்சயம் எனக்குக் கடிதம் வந்திருக்கிறது!"

இன்னொரு பெண்மணி அவரது முன் முற்றத்தில் நின்று கொண்டிருந்தார்.

"நீங்கள் இன்று தாமதமாக வருகிறீர்கள்."

"ஆம், மேடம்."

"வழக்கமாய் வரும் நிரந்தர பணியாளர் எங்கே?"

"அவர் புற்றுநோயினால் இறந்து கொண்டிருக்கிறார்."

"என்னது புற்றுநோயா, ஹாரோல்டுக்கு புற்றுநோயா?"

"ஆமாம்."

நான் அவருக்குரிய தபாலை அவரிடம் கொடுத்தேன்.

"சீட்டுகள், சீட்டுகள், சீட்டுகள்! இந்த சீட்டுகளைத் தான் உன்னால் கொண்டு வர முடிந்ததா?"

"ஆமாம் மேடம், இவை தான் உங்களுக்கு வந்திருப்பவை."

நான் திரும்பி நடக்கத் துவங்கினேன்.

அவர்கள் தொலைபேசி, கேஸ், ஆடம்பர விளக்குகள் என்று அனைத்தையும் கடனுக்கு வாங்கி அனுபவிப்பது என் குற்றமா என்ன? பிறகு தவனைக்கான சீட்டு வரும் போது ஏதோ நான் தான் அவர்களை தொலைபேசியும், 350 டாலர் தொலைக் காட்சியும் வாங்கி உபயோகிக்கச் சொன்னது போல, என் மீது எரிந்து விழுந்தால் என்ன செய்ய?

அடுத்து சென்றது, புதியதாய்க் கட்டப்பட்ட, ஒரு பத்து பனிரெண்டு வீடுகள் கொண்ட சிறிய இரண்டடுக்கு மாடிக் குடியிருப்பு. தபால் பெட்டி முன் தாழ்வாரத்திற்குக் கீழே இருந்தது. அப்பாடா, கொஞ்சம் நிழல் என்று நினைத்தவாறு சாவியை செலுத்தி, பெட்டியைத் திறந்தேன்.

"ஹல்லோ அங்கிள் சாம், இன்று எவ்வாறு இருக்கிறீர்கள்" நான் சற்றும் எதிர்பார்க்காத போது, பின்னாலிருந்து ஒருவன் சத்தமாகக் கூப்பிட்டான். ஏற்கனவே தலைவலியில் இருந்த எனக்கு அவனது அலறலைக்கேட்டு படபடப்பாகிவிட்டது. அதிர்ச்சியில் கொஞ்சம் உறைந்து விட்டேன். பின் சுதாகரித்து சாவியை எடுத்துக் கொண்டு, திரும்பினேன். அங்கே நான் கண்டதெல்லாம், கதவுச்சீலை மட்டுமே. யாரோ கத்தி விட்டு, குளிரூட்டப்பட்ட அறைக்குள் சென்று விட்டார் போல.

"மரியாதையாகச் சொல்கிறேன். என்னை அங்கிள் சாம் என்று அழைக்காதீர்கள். நான் அங்கிள் சாம் இல்லை."

"ஓ, உனக்கு என்ன, பெரிய அறிவாளி என்று நினைப்பா? இரண்டு செண்ட்களுக்காக வெளியே வந்து உன் புட்டத்தை நக்க வேண்டுமா!"

எனது கைப்பையை எடுத்துத் தரையில் வீசினேன். சஞ்சிகைகளும், கடிதங்களும் சிதறின. அதனை மறுபடியும் சீராக்க முழுவதுமாக அடுக்க வேண்டும். எனது தொப்பியை கழற்றி காரையில் தூக்கி எறிந்தேன்.

"வெளியே வா, வேசி மகனே! மகாகனம் பொருந்திய கனவானே, மரியாதையாக வெளியே வா! வெளியே வா!"

நான் அவனைக்கொல்லும் அளவுக்கு வெறியாய் இருந்தேன்.

ஒருவரும் வெளியே வரவில்லை. ஒரு சத்தமும் இல்லை. கதவுச்சீலை வழி பார்த்தேன். ஒருவரும் இல்லை. மொத்த அடுக்ககமே காலியானது போல இருந்தது. ஒரு நொடி அப்படியே சென்று விடலாம் என்று தோன்றியது. பின் திரும்பி, மண்டியிட்டு அனைத்துக் கடிதங்களையும், சஞ்சிகைகளையும் பிரித்து அடுக்கத் துவங்கினேன். தேவையில்லாத வேலை. இருபது நிமிடங்களுக்குப் பிறகு, சில கடிதங்களை தபால்பெட்டியில் இட்டுவிட்டு, சஞ்சிகைகளை திண்ணையில் போட்டு விட்டு, தபால்பெட்டியை மூடிவிட்டு, மீண்டும் கதவுச்சீலையைப் பார்த்தேன். ஒரு சத்தமும் இல்லை.

அந்த வழித்தடத்தை முடித்துவிட்டு, நடந்து வரும்போது நினைத்துக் கொண்டேன், அவன் எப்படியும் ஜோன்ஸ்டோனுக்கு தொலைபேசியில் அழைத்து, நான் அவனை மிரட்டியதாகக் கூறியிருப்பான். எதற்கும் மோசமான சூழ்நிலையை எதிர்கொள்ளத் தயாராக இருக்க வேண்டும்.

நான் கதவைத் தள்ளியபடி உள்ளே நுழைந்தேன். ஸ்டோன் அவனது மேஜையில் அமர்ந்தபடி எதையோ வாசித்துக் கொண்டிருந்தான்.

நான் அவனைப் பார்த்தபடி நின்று, அவன் திட்டுவதற்காக காத்துக்கொண்டிருந்தேன்.

ஸ்டோன் என்னைப் பார்த்து விட்டு, மீண்டும் வாசிப்பதைத் தொடர்ந்தான்.

நான் அங்கேயே நின்றபடி காத்துக்கொண்டிருந்தேன்.

அவன் தொடர்ந்து வாசித்துக் கொண்டே இருந்தான்.

"சரி, என்னவாயிற்று சொல்லுங்கள்?"

"என்ன, என்னவாயிற்று?" அவன் என்னைப் பார்த்துக் கேட்டான்.

"அதான். அந்த தொலைபேசி அழைப்பு பற்றி. சொல்லுங்கள். சும்மா உட்கார்ந்திருக்காதீர்கள்."

"எந்த தொலைபேசி அழைப்பு?"

"என்னைப் பற்றிய தொலைபேசி அழைப்பு ஏதும் வரவில்லையா?"

"தொலைபேசி அழைப்பா, என்ன ஆயிற்று உனக்கு? அங்கே போய் என்ன செய்தாய்? என்ன செய்தாய், சொல்?"

"ஒன்றுமில்லை."

நான் அங்கிருந்து நகர்ந்து, எனது பொருட்களை சரி பார்த்தேன்.

அவன் தொலைபேசியில் அழைக்கவில்லை போலும். எதிர்பார்த்தது போலில்லையே. தொலைபேசியில் அழைத்து புகார் அளித்தால் நான் மீண்டும் நேராக வந்து விடுவேன் என்று பயந்துவிட்டான் போலும்.

நான் ஸ்டோனைக் கடந்து எனது பெட்டி இருந்த இடத்துக்குத் திரும்பினேன்.

"போன இடத்தில் என்ன செய்தாய் சின்னஸ்கி?"

"ஒன்றுமில்லையே."

எனது நடவடிக்கைகள் ஸ்டோனை மிகவும் குழப்பியிருக்கும் போல. அன்று நான் 30 நிமிடம் தாமதமாக வந்தது பற்றி எந்த எச்சரிக்கையோ அல்லது தண்டனைக்குறிப்போ கூட அவன் எழுதவில்லை.

16

ஒரு நாள் அதிகாலை நான் ஜி.ஜி.க்கு அருகில் பெட்டியில் அஞ்சல்களை சரிபார்த்துக்கொண்டிருந்தேன். அவரை எல்லோரும் அப்படித்தான் அழைப்பார்கள்: ஜி.ஜி. அவரது உண்மையான பெயர் ஜார்ஜ் கிரீனே. பல வருடங்களாக அவர் ஜி.ஜி. என்று தான் அழைக்கப்பட்டார். காலப்போக்கில் அவர் ஜி.ஜி.யாகவே மாறிவிட்டார். அவர் தனது இருபது வயதுகளின் துவக்கத்தில் இருந்தே தபால்காரராக இருக்கிறார். இப்பொழுது அறுபதுகளின் கடைசியில் இருக்கிறார். அவரது குரல் சுத்தமாகப் போய்விட்டது. அவர் பேசுவதில்லை, மாறாக ஒரு விதமான கரகரப்பன ஒலியெழுப்புவார். அவ்வாறு செய்வதால்

அவரால் அதிகமாக பேசமுடிவதில்லை. அவர் யாராலும் விரும்பப்படவுமில்லை அதேசமயம் வெறுக்கப்படவுமில்லை. அவர் தன் பாட்டுக்கு தன் வேலையை செய்து கொண்டிருந்தார், அவ்வளவு தான். அவரது முகம் விநோதமான கோடுகளாலும், சுருக்கங்களாலும், சதை தொங்கிப் போய் ஒளியின்றியும் பொலிவிழந்தும் இருந்தது. தன் வேலையை செய்து கொண்டிருக்கும் ஒரு முதிய பழைய நண்பர் ஜி.ஜி. அவரது கண்கள் பெட்டிகளுக்குள் கிடந்த இரண்டு காய்ந்த களிமண் உருண்டைகளைப் போல இருந்தன. அவரைப் பற்றி நினைக்காமல் இருப்பதும், அவரைப் பார்க்காமல் இருப்பதுமே உங்களுக்கு நல்லது.

இத்தனை வருட பணி நேர்மையின் காரணமாக அவருக்கு, வளமான மாவட்டத்தில் புறநகர்ப்பகுதியில் மிக எளிதான வழித்தடமே கிடைத்திருந்தது. அங்கே வீடுகள் பழையனவாக இருந்தாலும், பெரியதாகவும் பெரும்பான்மையானவை இரண்டடுக்கு கட்டிடங்களாகவும் இருந்தன. நன்கு சமன்செய்யப்பட்ட அகன்ற புல்வெளிகளும் அவற்றைப் பராமரிக்க ஜப்பானிய தோட் டக்காரர்களும் இருந்தனர். சில சினிமா நட்சத்திரங்களும், புகழ் பெற்ற கேலிச்சித்திரக்காரரும், பிரபலமான எழுத்தாளரும், முன்னாள் கவர்னர்களும் அங்கே வசித்தனர். அந்தப்பகுதியில் ஒருவரும் உங்களிடம் வந்து பேசப்போவதில்லை. அந்த வழித்தடத்தில் மக்கள் உங்களுடன் பேசுவார்கள் என்றால், அது வசதி குறைந்தவர்கள் வாழும் முகப்புப் பகுதியைச் சேர்ந்தவர்கள் தாம். அதுவும் அங்குள்ள குழந்தைகளின் நச்சரிப்பு கொஞ்சம் அதிகம் தான். என்ன சொல்கிறேன் என்றால், ஜி.ஜி. ஒரு பிரம்மச்சாரி. அவர் ஒரு விசில் வைத்திருந்தார். வழித்தடத்தின் முகப்பில் ஜி.ஜி. நேராக நின்றபடி, அந்த பெரிய விசிலை எடுத்து, எல்லா திசைகளிலும் எச்சில் தெறிக்க ஊதுவார். அங்கிருந்த குழந்தைகளுக்கு அவர் வந்திருக்கிறார் என்று அறிவிக்கவே இந்த ஏற்பாடு. அவர் குழந்தைகளுக்காக மிட்டாய் கொண்டு செல்வார். அவர்கள் அவரை நோக்கி வந்ததும், தெரு வழியே சென்றபடி அந்த மிட்டாய்களை அவர்களுக்கு விநியோகித்துச் செல்வார். நல்ல முதிய ஜி.ஜி.

நான் அந்த வழித்தடத்திற்கு முதன்முறையாக சென்ற பொழுதுதான், மிட்டாய் சமாச்சாரத்தை தெரிந்து கொண்டேன். ஸ்டோன் எனக்கு இலகுவான வழித்தடத்தைக் கொடுக்க எப்பொழுதும் விரும்பமாட்டான், இருந்தாலும் சில சமயங்களில் வேறு வழியின்றி அவ்வாறு நடந்து விடுவதுண்டு. நான் அவ்வாறு ஒரு நாள் அந்த வழித்தடத்தில் சென்று கொண்டிருந்த பொழுது ஒரு சிறுவன் வந்து,

"ஏய், என்னுடைய மிட்டாய் எங்கே?"

"எந்த மிட்டாய் பையா?" என்று கேட்டேன்.

"எனது மிட்டாய். என் மிட்டாய் எனக்கு வேண்டும்" என்று அவன் அடம்பிடிக்கத் துவங்கினான்.

"உனக்கு என்ன பைத்தியமா? உன் அம்மா என்ன, இப்படி சாலையில் அவிழ்த்துவிட்டு விட்டாளா?" என்று அதட்டினேன்.

அந்த சிறுவன் என்னை விநோதமாகப் பார்த்தான்.

ஆனால் ஒரு நாள் இதை இட்டே ஜி.ஜி.க்கு பெரும் பிரச்சனை. நல்ல முதிய ஜி.ஜி. அந்த வட்டாரத்தில் புதிய சிறுமி ஒருத்தியை அவர் கண்டிருக்கிறார். அவளுக்குச் சில மிட்டாய்களைக் கொடுத்து விட்டு, "அழகிய இளம் சிறுமியே, நான் உன்னைச் சொந்தமாக்கிக் கொள்ளட்டுமா. நீ என்னுடனே வந்து விடுகிறாயா?" என்று விளையாட்டாய் கேட்டிருக்கிறார்.

வீட்டின் சாளரம் வழியாக அதை கவனித்துக் கொண்டிருந்த அந்த சிறுமியின் தாய், வெளியே வந்து அலறியபடி, ஜி.ஜி. அந்த சிறுமிக்கு பாலியல் தொந்தரவு கொடுப்பதாக புகார் கூற ஆரம்பித்தார். அவள் ஜி.ஜியை அறிந்திருக்கவில்லை. எனவே அவர் சிறுமியிடம் மிட்டாயைக் கொடுத்துவிட்டு அந்த வார்த்தைகளைக் கூறியவுடன், அவளால் பொறுத்துக்கொள்ள முடியவில்லை.

அந்த முதிய ஜி.ஜி. பாலியல் தொந்தரவு புகாரில் சிக்கிக் கொண்டார்.

நான் வந்து பார்த்த பொழுது, ஜி.ஜி ஒரு மரியாதைக்குரிய மனிதர் என்று ஸ்டோன் தொலைபேசியில், அந்த சிறுமியின்

தாயிடம் விளக்க முயன்று கொண்டிருந்தான். ஜி.ஜி அவரது அஞ்சல் பொதியின் முன் அசைவற்று நிலைகுத்தி அமர்ந்திருந்தார்.

ஸ்டோன் பேசி முடித்து தொலைபேசியை வைத்ததும், நான் அவனை நோக்கி:

“நீங்கள் அந்தப் பெண்ணிடம் கெஞ்சிக் கொண்டிருக்கக் கூடாது. அவள் அழுக்கு மனம் படைத்தவள். அமெரிக்காவில் உள்ள பாதிக்கும் மேற்பட்ட தாய்மார்கள், தங்கள் பொக்கிஷமான பெரிய யோனிகளையும், பொக்கிஷமான சிறிய மகள்களையும் வைத்துக்கொண்டு அழுக்கு மனம் படைத்தவர்களாகத் தான் இருக்கிறார்கள். நீங்கள் அவளைக் கொஞ்சம் அடக்கி வாசிக்கச் சொல்லுங்கள். ஜி.ஜியால் தன் குறியை விரைப்பாக்கக் கூட முடியாது. அது உங்களுக்கும் தெரியும்.”

ஸ்டோன் மறுப்பாகத் தலையை ஆட்டினான். “இல்லை, பொதுமக்கள் வெடிகுண்டைப் போன்றவர்கள். வெடிகுண்டு!”

அவனால் அவ்வளவு தான் பேச முடிந்தது. இதற்கு முன்னும் நான் பார்த்திருக்கிறேன். தொலைபேசியில் அழைத்து எது எதற்காகவோ புகார் அளிக்கும் பைத்தியங்களிடம் எல்லாம் ஸ்டோன் மன்றாடி, கெஞ்சிக் கூத்தாடி விளக்கம் அளித்துக் கொண்டிருப்பான்.

ஜி.ஜி.க்கு அடுத்து நின்றபடி, வழித்தடம் 501க்கான அஞ்சல் பொதியை அடுக்கிக் கொண்டிருந்தேன். அந்த வழித்தடம் அவ்வளவு மோசமில்லை. அஞ்சல்களைக் குறித்த நேரத்தில் அடுக்குவதற்காக நான் போராடிக் கொண்டிருந்தேன். இருந்தும் முடித்து விடமுடியும் என்ற நம்பிக்கையிருந்தது.

ஜி.ஜி.க்கு அவரது வழித்தடத்தின் விவரங்கள் தலைகீழாய் மனப்பாடமாய்த் தெரிந்தாலும், அவரது கைகள் மெதுவாக செயல்பட்டுக் கொண்டிருந்தன. அவர் வாழ்வில் எத்தனை அஞ்சல் மூட்டைகளைப் பார்த்திருப்பார். உணர்வு செத்துப்போன அவரது உடல் இறுதியாக கிளர்ச்சி செய்யத்துவங்கிவிட்டது போல. அந்த ஒரு நாளிலேயே அவர் பலமுறை தடுமாறுவதைக் கவனித்தேன். அவர் அவ்வப்போது தள்ளாடுவதும், நினைவிழந்தது போல மயங்குவதும் பின்

மேலும் சில கடிதங்களை அடுக்குவதுமாக கஷ்டப்பட்டுக் கொண்டிருந்தார். அவர் அவ்வாறு செய்யக்கூடியவர் அல்ல. அவர் வாழ்க்கை ஒன்றும் அவ்வளவு சாகசம் நிறைந்ததாக இல்லை. ஏறத்தாழ ஒரு சதையும், மலமும் சேர்ந்த ஒரு பிண்டம் போல ஆகிவிட்டார். ஆனால் ஒவ்வொரு முறை அவர் தள்ளாடும் போதும், ஏதோ ஒன்று என்னை உந்தித் தள்ளியது. பல காலம் ஓடிய விசுவாசமான குதிரையொன்று தன் ஓட்டத்தை நிறுத்தியது போலத் தோன்றியது. அல்லது ஒரு பழைய கார், ஒரு நாள் தன் இயக்கத்தை நிறுத்தியது போல.

அஞ்சல் அதிகமாக இருந்தது. ஜி.ஜியைப் பார்த்தபொழுது அதிர்ச்சியில் உறைந்தேன். அவரது நாப்பது ஆண்டு பணிக் காலத்தில் முதல் முறையாக காலைப் பட்டுவாடாவைத் தவற விட்டு விடுவார் என்று தோன்றியது. ஜி.ஜியைப் போன்று பணியை உயிராய் நேசிக்கும், பெருமையாய் நினைக்கும் ஒருவருக்கு இது ஒரு சோகமான நிகழ்வு தான். நான் பலமுறை காலைப் பட்டுவாடாவைத் தவற விட்டிருக்கிறேன். அதை ஈடு செய்வதற்காக அந்தத் தபால்களை எனது காரில் கொண்டு சேர்ப்பித்திருக்கிறேன். ஆனால் எனது நிலைமை முற்றிலும் வேறு.

அவர் மறுபடியும் தள்ளாடினார்.

அடக்கடவுளே! என்னைத்தவிர வேறு எவரும் அவரை கவனிக்கவில்லையா என்ன?

நான் சுற்றி முற்றி பார்த்தேன். ஒருவரும் கண்டுகொண்டதாகவே தெரியவில்லை. அவர் அனைவருமே ஒரு நேரம் இல்லை மற்றொரு நேரம், ஜி.ஜி.யிடம் விருப்பமாகவே இருந்திருக்கின்றனர் - "ஜி.ஜி மிக நல்ல மனிதர்" என்ற பாராட்டுப் பத்திரம் வாசித்திருந்திருக்கிறார்கள். ஆனால் "அந்த நல்ல முதிய மனிதர்" மூழ்கிக்கொண்டிருக்கும் போது, ஒருவரும் கண்டுகொள்ளவில்லை. ஒருகட்டத்தில் என்னைக்காட்டிலும் ஜி.ஜி.யின் முன் மிக அதிகமான அஞ்சல் குவிந்திருப்பதைக் கண்டேன்.

நான் அவருக்குக் கொஞ்சம் உதவி செய்யலாம் என நினைத்தேன். ஆனால் ஒரு எழுத்தர் வந்து மேலும் அஞ்சல்களை

என் முன் போட்டுவிட்டுச் சென்றார். என் முன் இருந்த அஞ்சல் ஜி.ஜி.க்கு முன் இருந்த அளவுக்கு உயர்ந்துவிட்டது. இப்போது நானும் ஜி.ஜி.யும் கிட்டத்தட்ட ஒரே நிலையில் தான் இருந்தோம். நானும் கூட ஒரு நொடி தள்ளாடினேன். பின் சுதாரித்து, பல்லைக் கடித்துக் கொண்டு, கால்களை அகலமாக ஊன்றியபடி, ஒரு செமத்தியான குத்து வாங்கியவனைப் போல குனிந்துகொண்டு மொத்த அஞ்சல் பொதியைத் துலாவிக் கொண்டிருந்தேன்.

குறித்த நேரத்திற்கு இரண்டு நிமிடங்களுக்கு முன், நான், ஜி.ஜி இருவருமே எங்கள் அஞ்சல்கள், சஞ்சிகைகள். வானூர்தி தபால்கள் அனைத்தையும் பிரித்து முடிக்கும் தருவாயில் இருந்தோம். என் கவலை கொஞ்சம் மறைந்திருந்தது. அப்போது அங்கே ஸ்டோன் இரண்டு கட்டு சுற்றறிக்கைகளை எடுத்து வந்தான். அதில் எனக்கும் ஜி.ஜி..க்கும் என ஆளுக்கொரு கட்டினைக் கொடுத்தான்.

"இதனையும் முடித்தாக வேண்டும்" என்று கூறிச் சென்றான்.

விடுக்கை நேரத்திற்குள் எங்களால் அதை முடிக்க முடியாது என்று ஸ்டோனுக்கு நன்றாகத் தெரியும். நான் விட்டேர்த்தியாக சுற்றறிக்கைகளைச் சுற்றிக் கட்டியிருந்த சரத்தை வெட்டி விட்டு, அடுக்கத் துவங்கினேன். ஜி.ஜி. எனக்கு அடுத்து அமர்ந்தபடி சுற்றறிக்கை கட்டுகளை வெறித்துப் பார்த்துக் கொண்டிருந்தார்.

பின் அவர் தலை கவிழ்ந்தபடி, தலையைக் கைகளால் மூடியவாறு மெலிதாக அழத்துவங்கினார்.

என்னால் நம்பமுடியவில்லை.

நான் சுற்றி முற்றிப் பார்த்தேன்.

மற்ற பணியாளர்கள் யாரும் ஜி.ஜி.யை கவனித்ததாகத் தெரியவில்லை. அவர்கள் தங்களுக்குண்டான அஞ்சல்களைப் பிரித்தவாறும், அடுக்கியவாறும், அவர்களுக்குள் பேசி சிரித்தவாறும் இருந்தனர்.

"ஏய்." நான் இருமுறை கத்தினேன், "ஏய்!"

ஆனால் அவர்கள் யாரும் ஜி.ஜி.யை கவனிக்கவில்லை.

நான் அவருக்கு அருகில் சென்று, அவர் தோள்பட்டையைத் தொட்டு: "ஜி.ஜி. நான் உங்களுக்கு உதவட்டுமா?"

அவர் அஞ்சல் பொதியில் இருந்து விலகி, மாடிப்படி வழியாக அடுக்குப்பெட்டி அறைக்கு ஓடினார். நான் அவர் செல்வதைப் பார்த்துக்கொண்டிருந்தேன். மற்றவர்கள் யாரும் அதைக் கண்டுகொள்ளவில்லை. நான் மேலும் சில அஞ்சல்களை அடுக்கினேன். பின் இருப்புக்கொள்ளாமல் படிகளில் ஏறி மேலே சென்றேன்.

அங்கே அவர் ஒரு மேஜையின் மீது கைகளுக்குள் தலையை புதைத்தவாறு அமர்ந்திருந்தார். அவர் இப்பொழுது தேம்பித் தேம்பி அழுதபடி புலம்பிக் கொண்டிருந்தார். அவரது மொத்த உடலும் வலிப்பு வந்தது போல இழுத்துக் கொண்டிருந்தது. அவர் நிறுத்துவது போலத் தெரியவில்லை.

நான் வேகமாக படியிறங்கி ஓடி, எல்லாப் பணியாளர்களையும் கடந்து, ஸ்டோனின் மேஜையை அடைந்தேன்.

"ஹேய், ஹேய் ஸ்டோன்... கடவுளே... ஸ்டோன்!"

"என்னவாயிற்று?"

"ஜி.ஜி. சரிந்து கிடக்கிறார். யாரும் கண்டுகொள்ளவில்லை. அவர் மாடியில் அழுதபடி கிடக்கிறார். அவருக்கு உதவி தேவை!"

"அவரது வழித்தடத்தை யார் நிர்வகிக்கிறார்கள்?"

"யாருக்குத் தெரியும், அவர் உடல்நலக்குறைவால் அவதிப்பட்டுக் கொண்டிருக்கிறார். அவருக்கு உடனடியாக உதவி தேவை!"

"அவரது அஞ்சல் பெட்டியை நிர்வகிக்க நான் வேறு யாரையாவது தயார் செய்ய வேண்டுமே!"

ஸ்டோன் அவனது மேஜையை விட்டு எழுந்து, யாராவது உபரியாக இருக்கிறார்களா என்று தேடுவது போல் சுற்றும் முற்றும் பார்த்தான். பின் பரபரப்புடன் அவனது மேஜைக்குத் திரும்பினான்.

"இங்கே பாருங்கள் ஸ்டோன். யாராவது அவரை வீட்டுக்கு அழைத்துச் செல்ல வேண்டும். அவர் எங்கு வசிக்கிறார் என்று கூறுங்கள். நானே அவரை வீட்டில் விட்டு, பாழாய்போன உங்கள் அஞ்சல்பெட்டியை பார்த்துக்கொள்கிறேன்."

ஸ்டோன் என்னை வெறித்துப் பார்த்தான். "பிறகு உன் பெட்டியை யார் நிர்வகிப்பார்கள்?"

"ஓ. கடவுளே பெட்டியாவது ஒன்றாவது!"

"போ, சென்று ஒழுங்காக உன் வேலையைப் பார்!"

பின் அவன் மற்றொரு மேற்பார்வையாளரிடம் தொலைபேசியில் இறைந்து கொண்டிருந்தான்.

"ஹல்லோ, எட்டீ? கவனியுங்கள். கண்டிப்பாக எனக்கு இங்கு ஒரு பணியாளன் தேவைப்படுகிறான்."

அன்று குழந்தைகளுக்கு மிட்டாய் எதுவும் கிடைக்காது. நான் திரும்பி நடந்தேன். மற்ற எல்லாப் பணியாளர்களும் சென்று விட்டனர். நான் சுற்றறிக்கைகளை ஒட்டிக் கொண்டிருந்தேன். ஜி.ஜி.யின் பெட்டியின் மீது பிரிக்கப்படாத சுற்றறிக்கைக் கட்டுகள் இருந்தன. நான் மறுபடியும் அட்டவணையை விட பின் தங்கி இருந்தேன். பட்டுவாடாவை முடிக்காமல் மதியம் திரும்பி வருகையில், ஸ்டோன் எனக்கு மீண்டுமொருமுறை எச்சரிக்கை கடிதம் எழுதி வைத்திருந்தான்.

நான் மீண்டும் ஒருமுறை கூட ஜி.ஜி.யைப் பார்க்கவில்லை. அவருக்கு என்ன ஆனது என்று ஒருவருக்குக்கூட தெரியவில்லை. அவரைக் குறிப்பிட்டுக் கூட ஒருவரும் அதன் பிறகு பேசவில்லை. "நல்ல மனிதர்" அர்ப்பணிப்புள்ள மனிதர். உள்ளூர் சந்தையில் இருந்து வந்த சுற்றறிக்கை, கை நிறைய இருந்தது. தொண்டையில் கத்தியிறங்கியது போன்ற விளம்பரம் "மூன்று டாலர்களுக்கு மேற்பட்டு சரக்கு வாங்கும் ஒவ்வொருவருக்கும் பிரபல நிறுவனத்தின் சலவை சோப் ஒரு பெட்டி இலவசம்."

17

மூன்று ஆண்டுகளுக்குப் பிறகு நான் நிரந்தரப் பணியாளன் ஆக்கப்பட்டேன். அப்படியென்றால் விடுப்பு சம்பளம் (தற்காலிகப் பணியாளர்களுக்கு விடுமுறை தினங்களுக்கு சம்பளம் கிடையாது) மற்றும் வாரத்திற்கு 40 மணி நேர வேலை மற்றும் 2 நாள் விடுப்பு. ஜோன்ஸ்டோனுக்கும் என்னை ஐந்து வெவ்வேறு வழித்தடங்களுக்கு இடருதவிப் பணியாளனாக நியமிப்பது தவிர வேறு வழியில்லை. நான் பணி செய்யவேண்டியதெல்லாம் ஒரு நேரத்தில் ஐந்து வழித்தடங்கள்... அவ்வளவு தான். அஞ்சல் பொதியின் சேகரிப்பு முகவரிகள், குறுக்கு வழிகள், அதிலுள்ள இடைஞ்சல்கள் எல்லாவற்றையும் தெரிந்து வைத்திருக்க முடியும். ஒவ்வொரு நாளும் வாழ்க்கை எளிமையாகத் துவங்கியது. ஒரு மாதிரி சுகமான வாழ்க்கை வாழப் பழகினேன்.

ஆனாலும், ஏனோ அது எனக்கு மகிழ்வைத் தரவில்லை. நான் வலியைத் தேடிப்போய் ஏற்றுகொள்கிற ரகமல்ல. வேலை கூட இன்னும் கடினமாகத் தான் இருந்தது. இருந்தும் தற்காலிகப் பணியாளனாய் வேலை பார்த்த நாட்களில் இருந்த கவர்ச்சியில்லை. அடுத்து என்ன இழவு நடக்கப்போகிறது என்று தெரியாத கவர்ச்சி.

நிரந்தரப் பணியாளர்கள் சிலர் வந்து என்னிடம் கைகுலுக்கினர்.

"வாழ்த்துகள்" என்றனர்.

"ஆம்" என்றேன்.

வாழ்த்துகள் எதற்கு? நான் எதையும் சிறப்பாக சாதித்து விடவில்லை. இப்பொழுது நான் அவர்கள் குழுவில் ஒருவராகி விட்டேன். இன்னும் சில வருடங்களுக்கு நான் அங்கேயே இருக்கலாம். ஏன் எனக்கான வழித்தடத்தை கேட்டுக்கூட பெறலாம். மக்களிடம் கிருஸ்துமஸ் பரிசுகள் வாங்கலாம். நான் உடல்நலக்குறைவென்று தொலைபேசியில் சொன்னால் போதும், எனக்கு பதிலாக பணிக்குச் செல்லும் ஏதோவொரு புறம்போக்கு தற்காலப் பணியாளனிடம், "என்ன, இன்று நிரந்தரப்பணியாளர்

வரவில்லையா. நீயேன் தாமதமாக வந்தாய். அவர் எப்போதும் தாமதமாக வரமாட்டார்" என்று கடிந்து கொள்வார்கள்.

அப்படியே பழகிப்போனது. ஒரு நாள், செய்தி அறிவிப்பு வெளியீடு ஒன்று வந்தது. அலுவலகத்தின் அஞ்சல் பொதி பெட்டியின் மீது தொப்பியையோ வேறு எந்தப் பொருளையோ வைக்கக்கூடாது என்று. பெரும்பான்மையான பணியாளர்கள் தங்களது தொப்பிகளை அங்கேதான் வைத்திருப்பார்கள். அதில் யாருக்கும் எந்த இடைஞ்சலும் இல்லை. சொல்லப்போனால் ஒவ்வொரு முறையும் அடுக்குப்பெட்டி அறைக்கு சென்று வைத்து, எடுத்து வரும் நேரத்தை மிச்சப்படுத்தவே செய்தது. சுமார் மூன்று வருடங்களாக என் தொப்பியை அஞ்சல் பொதியில் வைத்துப் பழகியபின், அவ்வாறு செய்யக்கூடாது என்று உத்தரவு வந்தது.

உத்தரவு வந்த மறுநாள், வழக்கம் போல குடிபோதையின் தலைவலியோடு வந்து அமர்ந்திருந்தேன். தொப்பியை எங்கே வைக்கவேண்டும் என்ற எழவெல்லாம் நினைவில் இல்லை.

அது அஞ்சல்பொதியின் மீது தான் இருந்தது.

ஸ்டோன் எச்சரிக்கை அறிவிப்பை எடுத்துக்கொண்டு வேகமாக வந்தான். அஞ்சல் பொதியின் மீது எந்தவொரு சாதனத்தையோ பொருளையோ வைக்கக்கூடாது என்ற சட்டதிட்டத்தை மீறியதாக அதில் குறிப்பிட்டு இருந்தது. நான் அந்த எச்சரிக்கை அறிவிப்பை வாங்கி எனது சட்டைப் பையில் வைத்து விட்டு வேலையைத் தொடர்ந்தேன். ஸ்டோன் சுழல்நாற்காலியில் அமர்ந்து சுழன்றபடி என்னை நோட்டமிட்டுக் கொண்டிருந்தான். மற்ற பணியாளர்கள் அனைவரும் தொப்பியை அடுக்குப்பெட்டியில் வைத்திருந்தனர், என்னையும் இன்னொருவரையும் தவிர - மார்ட்டி... ஸ்டோன் மார்ட்டியிடம் சென்று, "உத்தரவைப் படித்தாயா, மார்ட்டி. உனது தொப்பி அஞ்சல் பொதியின் மேல் இருக்கக்கூடாது."

"ஓ, மன்னித்துக்கொள்ளுங்கள், சார். பழக்கதோஷத்தில் வைத்து விட்டேன், மன்னித்துக் கொள்ளுங்கள்" என்று கூறி விட்டு, சட்டென தொப்பியை எடுத்துக்கொண்டு, அதை

அடுக்குப்பெட்டியில் வைக்க மாடிப்படிக்கட்டில் வேகமாக ஓடினான்.

அடுத்த நாள் காலை, நான் மறுபடியும் மறந்து போனேன். ஸ்டோன் எச்சரிக்கைக் கடிதத்துடன் வந்தான். அஞ்சல் பொதியின் மீது எந்தவொரு சாதனத்தையோ பொருளையோ வைக்கக் கூடாது என்ற சட்டதிட்டத்தை மீறியதாக அதில் குறிப்பிட்டு இருந்தது. நான் அதை வாங்கி சட்டைப்பையில் வைத்து விட்டு வேலையைத் தொடர்ந்தேன்.

அதற்கும் அடுத்த நாள் காலை, நான் பணிக்கு வந்ததும், ஸ்டோன் என்னையே பார்த்துக் கொண்டிருப்பதைக் கண்டேன். அவன் என்னை நோட்டமிடுவதிலேயே குறியாய் இருந்தான். அவன் நான் தொப்பியை அஞ்சல் பொதியின் மீது வைப்பேனா என்று பார்த்துக் கொண்டே இருந்தான். நான் என் தொப்பியைக் கழற்றி, அதன் மீது தூக்கிப் போட்டேன்.

ஸ்டோன் வழக்கம் போல் எச்சரிக்கை அறிவிப்புக் கடிதத்துடன் வந்தான்.

நான் அதை வாசிக்கவே இல்லை. அதைக் குப்பைத் தொட்டியில் வீசி எறிந்துவிட்டு, தொப்பியை அங்கேயே வைத்துவிட்டு வேலையைத் தொடர்ந்தேன்.

ஸ்டோன் வேகமாகத் தட்டச்சு செய்து கொண்டிருப்பதை உணர்ந்தேன். பொத்தானை அழுத்தும் வேகத்தில் அவனது கோபம் தெறித்தது.

அவனெல்லாம் எவ்வாறு தட்டச்சு செய்யக் கற்றுக்கொண்டான் என எண்ணி வியந்தேன்.

அவன் மீண்டும் வந்தான். இரண்டாவது எச்சரிக்கைக் கடிதத்தைக் கொடுத்தான்.

நான் அவனைப் பார்த்தேன்.

“இதை நான் வாசிக்க வேண்டிய அவசியமே இல்லை. நான் முதலாவது எச்சரிக்கை கடிதத்தை வாசிக்கவில்லை என்று தானே இதில் இருக்கப்போகிறது.”

இரண்டாவது கடிதத்தையும் குப்பைப்தொட்டியில் வீசினேன்.

அவன் மீண்டும் தனது தட்டச்சு இயந்திரத்திடம் ஓடினான்.

எனக்கு மூன்றாவது எச்சரிக்கைக் கடிதத்தை வழங்கினான்.

"இதோ பாருங்கள், இதில் எல்லாம் என்ன எழுதியிருக்கிறது என்று எனக்குத் தெரியும். முதலாவது, எனது தொப்பியை பொதியின் மீது வைத்தது குறித்து. இரண்டாவது முதலாவதை வாசிக்காதது குறித்து. மூன்றாவது, முதல் இரண்டு கடிதங்களையும் வாசிக்காதது குறித்து."

நான் அவனை உற்றுப் பார்த்தேன். பிறகு அந்தக் கடிதத்தையும் வாசிக்காமலே தூக்கி குப்பையில் எறிந்தேன்.

"நீங்கள் தட்டச்சு செய்யும் வேகத்துக்கு ஈடாக நான் குப்பையில் வீசிக்கொண்டே இருப்பேன். அது மணிக்கணக்கில் நீண்டாலும் கவலையில்லை. ஒரு கட்டத்தில் நாம் இருவரில் ஒருவர் கோமாளியாக்கப்படுவோம். உங்களுக்கு வசதி எப்படி?"

ஸ்டோன் அவனது இருக்கைக்குச் சென்று அமர்ந்தான். அவன் அதன் பிறகு தட்டச்சு செய்யவில்லை. என்னை முறைத்துப் பார்த்தபடியே அமர்ந்திருந்தான்.

அடுத்த நாள் நான் வேலைக்குச் செல்லவில்லை. மதியம் வரை தூங்கினேன். தொலைபேசி செய்து விடுப்பும் சொல்லவில்லை. பின் எழுந்து கிளம்பி மத்திய அலுவலகத்திற்குச் சென்றேன்.

அங்கிருந்தவர்களிடம் எனது குறிக்கோளைச் சொன்னேன். அவர்கள் என்னை ஒரு ஒல்லியான, வயதான பெண்மணியின் மேஜையின் முன் அமரவைத்தார்கள். அவரது முடி நரைத்திருந்தது. கழுத்து நீண்டு போய் நடுவில் வளைந்து இருந்தது. அது தலையை முன்னால் தள்ளியது போல் தோற்றமளிக்க, அவர் மூக்குக்கண்ணாடியின் மேல்புறம் வழியாக என்னை உற்றுப் பார்த்தார்.

"சொல்லுங்கள்?"

"நான் ராஜினாமா செய்ய விரும்புகிறேன்."

"ராஜினாமா?"

"ஆம், ராஜினாமா."

"நீங்கள் நிரந்தரப் பணியாளரா?"

"ஆம்" என நான் கூறினேன்.

"த்ஸ்க், த்ஸ்க், த்ஸ்க், த்ஸ்க், த்ஸ்க், த்ஸ்க், த்ஸ்க்," அவர் தனது காய்ந்த உதடுகளால் இந்த சப்தத்தை ஏற்படுத்தியபடி இருந்தார்.

அவர் ராஜினாமாவிற்குரிய படிவங்களைக் கொடுத்தார்.

நான் அமர்ந்து அவற்றை நிரப்பத் துவங்கினேன்.

"நீங்கள் தபால் துறையில் எத்தனை ஆண்டுகளாகப் பணி புரிகிறீர்கள்?"

"மூன்றரை வருடங்கள்."

"த்ஸ்க், த்ஸ்க், த்ஸ்க், த்ஸ்க், த்ஸ்க், த்ஸ்க், த்ஸ்க்." அவர் மீண்டும் தொடர்ந்தார், "த்ஸ்க், த்ஸ்க், த்ஸ்க்,"

அவ்வளவு தான் முடிந்தது. நான் வீட்டுக்கு வண்டியைச் செலுத்தி, பெட்டியுடன் சேர்ந்து போத்தலைத் திறக்கத் துவங்கினேன்.

இன்னும் இரண்டு ஆண்டுகளில் நான் எழுத்தராக பதவி உயர்வு பெறுவேன் என்று எனக்குத் தெரிந்திருக்கவில்லை. எழுத்தராக ஆகி இருந்தால் கூன் விழுந்தபடி ஒரு முக்காலியில் அமர்ந்து ஒரு பனிரெண்டு வருடங்களை ஓட்டியிருக்கலாம்.

II

1

நாட்கள் கடந்தன. குதிரைப்பந்தயத்தில் எனது அதிர்ஷ்டம் நன்றாக வேலை செய்து கொண்டிருந்தது. அதன் மூலம் எனது தன்னம்பிக்கை அதிகரித்து வந்தது. ஒவ்வொரு நாளும் சுமார் 15 முதல் 40 பக்ஸ் வரை நிச்சயமான லாபம் கிடைத்தது. அதிகமாகவெல்லாம் எதிர்பார்க்கவில்லை. முதல் சில பந்தயங்களில் வெற்றி கிடைக்கவில்லையென்றால், மேலும் சிலவற்றில் பணயம் வைப்பேன். நீங்கள் பணயம் வைத்த குதிரை வென்று விட்டால் போதும், அன்றைய நாளுக்கான உங்களது லாப அளவு கிடைத்துவிடும். தொடர்ந்து நான் வந்து கொண்டிருந்தேன். வென்றேன். திரும்பிச் செல்கையில் ஊர்திப்பாதையில் காரை செலுத்தியபடி, பெட்டியுடன் அளவலாவினேன்.

பிறகு, பெட்டி தட்டச்சராகப் பணிக்குச் சேர்ந்தாள். உங்களுடனே சுற்றிக் கொண்டிருந்த ஒருவருக்கு வேலை கிடைத்தால் என்ன மாற்றங்கள் நடக்குமோ அது தான் நடந்தது. ஒவ்வொரு இரவும் நாங்கள் நன்றாகக் குடித்தோம். காலை நான் தலைவலியோடு எழுந்திருக்கும் முன்பே அவள் கிளம்பி பணிக்குச் சென்று விடுவாள். அது எப்படி இருக்கும் என்று அவள் உணர்ந்திருப்பாள் போல. நான் காலை பத்தரை மணி வாக்கில் எழுந்து, காபியும் இரண்டு முட்டைகளையும் நிதானமாக உண்டு விட்டு, நாயுடன் விளையாடிக்கொண்டு, பின்னால் வசித்து வந்த மெக்கானிக் ஒருவனின் இளம் மனைவியுடன் சல்லாபித்துக் கொண்டு, முன்னால் குடியிருந்த நடனக்காரி ஒருத்தியுடன் நட்பு வளர்த்தபடி பொழுதைப் போக்கிக் கொண்டிருந்தேன். மதியம் ஒரு மணி வாக்கில் பந்தயத்திற்குச் சென்று, லாபத்துடன் திரும்பி, பெட்டி வீடு வருவதற்காக கையில் நாயைப் பிடித்தபடி

பேருந்து நிறுத்தத்தில் காத்துக் கொண்டிருப்பேன். வாழ்க்கை சுகமாகத்தான் சென்று கொண்டிருந்தது.

ஓர் இரவு, பெட்டி எனதருமைக் காதலி. முதல் சுற்று குடியின் போது ஆரம்பித்தாள்:

"என்னால் இதைப் பொறுத்துக் கொள்ள முடியவில்லை!"

"எதைப் பொறுத்துக் கொள்ள முடியவில்லை, பேபி?"

"இந்த நிலைமையை."

"என்ன நிலைமை, பேபி?"

"நான் வேலைக்குச் செல்லும் போது, நீ படுத்துக் கிடப்பது. அக்கம்பக்கத்தினர் எல்லாரும் என் சம்பாத்யத்தில் நீ உட்கார்ந்து தின்பதாய் நினைக்கின்றனர்."

"சனியனே, நான் சம்பாதிக்கும் போது நீ படுத்துக் கிடக்கவில்லையா?"

"அது வேறு. நீ ஆண்மகன், நான் பெண்."

"ஓ, அது எனக்குத் தெரியாமல் போய்விட்டது. வேசிகளே, நீங்கள் தானே எப்போதும் சம உரிமை கேட்டு கூப்பாடு போட்டுக் கொண்டிருப்பீர்கள்?"

"இங்கு என்ன நடக்கிறது என்று எனக்குத் தெரியும். அதுதான், பின்னால் குடியிருக்கும் அந்த வெண்ணை உருண்டை தன் முலைகளை தொங்கவிட்டபடி உன்னைச் சுற்றி சுற்றி வருகிறாளே..."

"அவளது முலைகள் தொங்குகின்றனவா என்ன?"

"ஆம், அவளது முலைகள் தான், மாட்டு மடி போன்று பெருத்த முலைகள்!"

"ஆம் அவை கொஞ்சம் பெரியவை தான்."

"பார்த்தாயா, உன் புத்தியைக் காட்டுகிறாயே!"

"சனியனே, அதனால் உனக்கென்ன பிரச்சனை?"

"எனக்கும் இங்கே நண்பர்கள் இருக்கிறார்கள். என்ன நடக்கிறது என்று அவர்களும் பார்க்கிறார்கள்."

"அவர்கள் எல்லாம் நண்பர்கள் அல்ல. நேரடியாகப் பேச தைரியமின்றி புறம்பேசித் திரிபவர்கள்."

"அப்புறம், முன்னால் வசிக்கும் அந்த நடனக்கார வேசி?"

"அவள் வேசியா என்ன?"

"அவள் குறியை வைத்து எதையும் சாதித்து விடுவாள்."

"உனக்கு பைத்தியம் தான் பிடித்திருக்கிறது."

"சுற்றியிருப்பவர்கள் எல்லோரும் என் சம்பாத்தியத்தில் தான் நீ வாழ்கிறாய் என்று நினைப்பது எனக்கு சுத்தமாகப் பிடிக்கவில்லை."

கருமம் பிடித்த சுற்றியிருப்பவர்கள்... அவர்கள் என்ன நினைத்தால் நமக்கென்ன?

"நமக்குள் இப்படியொரு எண்ணம் இதற்கு முன் தோன்றியதில்லை. அது போக, நான் தான் வாடகை கொடுக்கிறேன். நான் தான் உணவுக்கும் செலவளிக்கிறேன். பந்தயத்தில் சம்பாதிக்கவே செய்கிறேன். உனது பணத்தை நீ தான் வைத்துக் கொள்கிறாய். நீ எதற்காகவாவது செலவழித்திருக்கிறாயா, என்ன?"

"இல்லை, அவ்வளவு தான். இனியும் என்னால் பொறுத்துக் கொள்ளமுடியாது!"

நான் எழுந்து அவள் அருகில் சென்றேன்.

"இதோ பார் பேபி, இன்று நீ ஏதோ எரிச்சலில் இருக்கிறாய்."

நான் அவளை அணைக்க முயன்றேன். அவள் என்னைத் தள்ளிவிட்டாள்.

"ம்ம்ம், சரி, தொலை!" என்று கூறிவிட்டு நாற்காலியில் அமர்ந்து ஊற்றி வைத்திருந்த மதுவை அருந்தினேன். இன்னொரு முறை ஊற்றிக் குடித்தேன்.

"அவ்வளவு தான், முடிந்தது. நான் இன்னொருமுறை உன்னுடன் படுக்கப் போவதில்லை" என்றாள்.

"சரி, உன் யோனியை நீயே வைத்துக் கொள். அது ஒன்றும் அவ்வளவு சிறப்பானது இல்லை."

"நீ இந்த வீட்டில் தங்கிக் கொள்ளப் போகிறாயா, இல்லை வெளியே செல்கிறாயா?"

"நீயே வசித்துக் கொள்."

"நாய்?"

"அதையும் நீயே வைத்துக் கொள்."

"அது உன்னைத் தேடும்."

"அதுவாவது என்னைத் தேடுகிறதே, சந்தோஷம்."

நான் எழுந்து சென்றேன். காரை எடுத்துக் கொண்டு கிளம்பினேன். "வாடகைக்கு விடப்படும்" என்று கண்ணில் பட்ட முதல் இடத்தில் அன்று இரவே குடி புகுந்தேன்.

நான் ஒரே நேரத்தில் மூன்று பெண்களையும் ஒரு நாயையும் இழந்திருந்தேன்.

2

எனக்குத் தெரிந்து அடுத்து நடந்த விஷயம். டெக்ஸாஸில் இருந்து வந்த ஒரு இளம்பெண் என் மடியில் அமர்ந்திருந்தாள். அவளை எப்படி சந்தித்தேன் என்ற விவரத்திற்குள் எல்லாம் செல்ல விரும்பவில்லை. எப்படியோ அது நிகழ்ந்து விட்டது. அவளுக்கு 23, எனக்கு 36.

அவளுக்கு நீளமான இளம்பொன்நிற கேசம், நல்ல வடிவான உடற்கட்டு. அவளிடம் எக்கச்சக்கமாக பணம் இருக்கும் என்று எனக்கு அப்போது தெரியவில்லை. அவள் குடிக்கவில்லை, ஆனால் நான் குடித்துக் கொண்டு தான் இருந்தேன். நாங்கள் முதலில் நிறைய சிரித்துப் பேசிக் கொண்டிருந்தோம். பின்

இருவரும் இணைந்து குதிரைப் பந்தயத்திற்குச் சென்றோம். அவள் வெறும் பார்வையாளராக அமர்ந்திருந்தாள். ஒவ்வொரு முறை நான் குதிரை ஓட்டத்தைப் பார்த்து விட்டு இருக்கைக்குத் திரும்பும் போதும், சில மூடர்கள் அவளை நெருக்கி உரசிக் கொண்டிருந்தனர். அவர்கள் மொத்தம் பத்துப் பனிரெண்டு பேர் இருந்தனர். ஜாய்ஸ் வெறுமனே அமர்ந்திருந்தாள். நான் அவர்களை இரு வழிகளில் சமாளிக்க வேண்டி இருந்தது. ஒன்று அவளைக் கூட்டிக் கொண்டு வேறு இடம் செல்வது அல்லது அந்த மூடர்களிடம்,

“இதோ பாருங்கள். இவள் எனக்குரியவள், விலகிச் செல்லுங்கள்” என்று கடிந்து கொள்வது.

ஆனால் ஓநாய்களையும் குதிரைகளையும் ஒரே நேரத்தில் சமாளிப்பது கடினமாக இருந்தது. நான் தொடர்ந்து தோற்றுக் கொண்டிருந்தேன். ஒரு தொழில் வல்லுநன் பந்தயத்திற்குத் தனியாகத் தான் செல்வான். அது எனக்கும் நன்றாகத் தெரியும். இருந்தும் நான் விதிவிலக்காகத் திகழ்வேன் என்று எண்ணிக் கொண்டேன். ஆனால் நான் விதிவிலக்கெல்லாம் இல்லை. மற்றவர்களைப் போலவே நானும் விரைவாக பணத்தை இழந்து கொண்டிருந்தேன்.

பிறகு, நாங்கள் திருமணம் செய்து கொள்ள ஜோய்ஸ் வற்புறுத்தினாள்.

“என்ன எழவு, நான் தொலைந்தேன்!” என்று நினைத்துக் கொண்டேன்.

நான் அவளை வேகாஸ்க்கு அழைத்துச் சென்று, எளிய முறையில் திருமணம் செய்து அழைத்து வந்தேன்.

எனது காரை பத்து டாலருக்கு விற்று விட்டு, டெக்ஸாஸ்க்கு பேருந்தில் ஏறிச் சென்றோம். நாங்கள் அங்கே காலடி எடுத்து வைக்கையில் என் சட்டைப் பையில் வெறும் 75 செண்ட்ஸ் மட்டுமே இருந்தது. அது ஒரு சிறிய நகரம். மொத்த மக்கள் தொகையே 2000க்குள் தான் இருக்கும். அமெரிக்காவின் மீது எதிரிகள் தாக்குதல் நடத்தினால், அவர்கள் தாக்க விரும்பும் கடைசி நகரமாக டெக்ஸாஸ் இருக்கும் என்று ஏதோவொரு

தேசிய செய்தித்தாளின் கட்டுரையில் வல்லுநர்கள் கருத்துத் தெரிவித்திருந்தார்கள். அது ஏன் என்று எனக்குப் புரிந்தது.

இத்தனை நாட்களில் என்னையும் அறியாமல் மீண்டும் அஞ்சல் பணிக்குச் செல்வது குறித்து யோசித்துக் கொண்டிருந்தேன். தாய்வீடு.

அங்கே ஜோய்ஸ்க்கு ஒரு சிறிய வீடு இருந்தது. அங்கே நாங்கள் படுத்துக் கிடந்து, சல்லாபித்து, உண்டு வந்தோம். அவள் என்னை நன்றாகப் பார்த்துக் கொண்டாள். நான் ஒரே சமயத்தில் பருமனாகவும், தளர்ச்சியாகவும் ஆவது போல உணர்ந்தேன். எனது காமம் அவளுக்குப் போதுமானதாக இல்லை. அவள் அடங்கா காமவெறி கொண்டவளாக இருந்தாள்.

நான் அவளிடமிருந்து விலகியிருக்கும் பொருட்டு, நகரத்து வீதிகளில் சிறு நடைப்பயிற்சி எடுக்கச் சென்றேன். எனது மார்பு, கழுத்து, தோள்கள் மற்றும் வேறு சில இடங்களிலும் அவளது பற்தடம் பதிந்து போய் வலியையும், கவலையையும் தந்தது. அவள் என்னை உயிருடன் தின்று கொண்டிருந்தாள்.

நகரத்து வீதிகளில் நான் தளர்ந்து போய் நடப்பதை அங்குள்ளவர்கள் வெறித்துப்பார்த்தனர். அவர்களுக்கு ஜோய்ஸின் பாலியல் வேட்கை பற்றியும், அவளது தந்தை மற்றும் தாத்தாவின் பணம், நிலங்கள், ஏரிகள், வேட்டையின் பதனிடப்பட்ட பொருட்கள் பற்றியும் அறிந்திருப்பார்கள் போல. அவர்கள் ஒரே நேரத்தில் என்னை பரிதாபத்துடனும், வெறுப்புடனும் பார்த்தனர்.

ஒரு நாள் காலை நான் படுக்கையில் இருக்கும்போது ஒரு குள்ளன் வந்து என்னை எழுப்பினான். அவன் என்னை அழைத்துக் கொண்டு ஜோய்ஸின் சொத்துகளைச் சுற்றிக் காண்பித்துச் சென்றான். அவன் வண்டி ஓட்டிக்கொண்டே, ஜோய்ஸின் தந்தை அந்த இடத்துக்குச் சொந்தக்காரர், ஜோய்ஸின் தாத்தாதான் இந்த இடத்துக்குச் சொந்தக்காரர் என்று சொல்லிக்கொண்டே வந்தான்.

பகல் முழுக்க நாங்கள் பயணித்தோம். யாரோ என்னை பயமுறுத்துவது போலத் தோன்றியது. நான் ஆர்வமிழந்தேன்.

பின்னிருக்கையில் சாய்ந்து அமர்ந்தபடி சென்றேன். நான் திட்டம் போட்டு மில்லியன் கணக்கான அந்த சொத்துக்களை அபகரிக்க வேண்டி வந்திருக்கிறேன் என்று அந்தக் குள்ளன் நினைத்துக் கொண்டான். அது ஒரு தற்செயலான விபத்து என்றும், வெறும் 75 செண்ட்களை சட்டைப்பையில் வைத்திருக்கும் ஒரு முன்னாள் தபால்காரன் நான் என்றும் அவனுக்குத் தெரிந்திருக்க வாய்ப்பில்லை.

பாவம், அந்தக் குள்ளனுக்கு நரம்புத்தளர்ச்சி நோய் இருக்கும் போல. சமயங்களில் காரை வேகமாக செலுத்தி, திடீரென குலுக்கி, வண்டியின் கட்டுப்பாட்டை இழக்கத் தெரிந்தான். வண்டி சாலையின் ஒருபுறமிருந்து இன்னொரு புறத்திற்குச் சென்று வேலியை உரசியவாறே சுமார் 100 அடிக்கு மேல் பயணப்பட்டது. பின் அவன் சுதாரித்துக் கொண்டான்.

"ஏய், பார்த்து நிதானமாகச் செல்!" என்று நான் பின்னிருக்கையில் இருந்து கத்தினேன்.

அவ்வளவு தான், புரிந்து விட்டது. அவர்கள் என்னை வீழ்த்த முயற்சிக்கிறார்கள். கண்கூடாகத் தெரிந்தது. குள்ளன் அழகான பெண்ணொருத்தியை மணமுடித்திருந்தான். அவனது மனைவி பதின்வயதில் இருக்கும்போது, கோக் போத்தல் அவளது யோனிக்குள் சிக்கிக் கொண்டு விட்டது. அதனை எடுக்க மருத்துவரிடம் செல்லவேண்டியதாகி விட்டது. எல்லா சிறு நகரங்களிலும் உள்ள பிரச்சனை தான். விஷயம் ஊர் முழுக்கத் தெரிந்து விட்டது. பாவம், அந்தப் பெண்ணை ஒருவரும் சீண்டவில்லை. கடைசியில் குள்ளன் தான் கிடைத்தான். கடைசியில் அந்த நகரத்தின் மிகச்சிறந்த யோனி அவனுக்கென்று கிடைத்து விட்டது.

ஜோய்ஸ் எனக்குக் கொடுத்திருந்த சிகரெட் ஒன்றைப் பற்ற வைத்தபடி, நான் குள்ளனை அழைத்தேன்.

"போதும், என்னைத் திருப்பிக் கொண்டு போய் விடு. மெதுவாக காரை செலுத்து. இந்த விளையாட்டு இத்தோடு முடிவுறுவதை நான் விரும்பவில்லை."

நான் திட்டம் போட்டு வந்தவன் என்ற அவனது நினைப்பை பொய்யாக்க விரும்பவில்லை.

“சரி, சார், திரு.சின்னஸ்கி. சரி சார்!”

அவன் என்னை வசீகரித்தான். ஆனால் அவன் என்னை வேசி மகன் என்று நினைத்திருக்கக்கூடும்.

நான் மீண்டும் வீடு வந்தபோது, ஜோய்ஸ் “என்ன, எல்லாவற்றையும் பார்த்தீர்களா?” என்று கேட்டாள்.

“போதுமான அளவு பார்த்தேன்.” அவர்கள் என்னை வீழ்த்த எண்ணினார்கள் என்று தெரிந்தது. ஆனால் அதற்கு ஜோய்ஸ்ம் உடந்தையா இல்லையா என்பதுதான் தெரியவில்லை.

அவள் என் உடைகளைக் களையத் துவங்கிவாறு, என்னை படுக்கையில் தள்ளினாள்.

“பொறு, ஒரு நிமிடம் பொறு பேபி! நாம் ஏற்கனவே இரண்டு முறை செய்து விட்டோம். இப்பொழுது மதியம் 2 மணி கூட ஆகவில்லை. அதற்குள்ளாகவா!”

அவள் கேலியாகச் சிரித்துவிட்டு என்னை படுக்கையில் தள்ளினாள்.

3

அவளது தந்தை என்னை முழுவதும் வெறுத்தார். நான் அவரது பணத்தை அபகரிக்கவே வந்திருக்கிறேன் என்று திடமாக நம்பினார். எனக்கு அவரது கேடுகெட்ட பணம் தேவையே இல்லை. சொல்லப்போனால் அவரது செல்ல மகள் கூட தேவையில்லை என்று தான் தோன்றியது.

நான் அவரை நேரில் பார்த்தது ஒரே ஒரு முறைதான். ஒரு நாள் காலை 10 மணிவாக்கில் நானும் ஜோய்ஸ்ம் கட்டிலில் படுத்து இளைப்பாறிக் கொண்டிருந்தபோது தான் அவர் படுக்கையறைக்குள் நுழைந்தார். நல்லவேளை, அப்போது நாங்கள் கலவியை முடித்திருந்தோம்.

நான் போர்வையின் முனை வழியாக அவரை எட்டிப் பார்த்தேன். வேறு வழியில்லை அவரைப் பார்த்து லேசாக சிரித்து விட்டு முழித்துக் கொண்டிருந்தேன்.

அவர் ஏதோ உறுமியபடியும் சாபமிட்டபடியும் அறையை விட்டு வெளியே சென்றார்.

என்னை ஒழிப்பதற்கு என்ன வழியுண்டோ அதை அவர் நிச்சயம் பார்த்துக் கொள்வார்.

அவளது தாத்தா பரவாயில்லை. எளிதாக அணுகக்கூடியவராக இருந்தார். நான் அவரது இடத்திற்குச் சென்று, அவரோடு விஸ்கி அருந்திக்கொண்டு அவரது பழைய கௌபாய் கதைகளைக் கேட்டுக்கொண்டிருப்பேன். அவரது மனைவி அலட்சியம் காட்டுகின்ற பெண்மணி. அவள் என்னை வெறுக்கவும் இல்லை, விரும்பவும் இல்லை. அவள் ஜோய்ஸ் உடன் அடிக்கடி சண்டையிடுவாள். ஓரிரு முறை அவள் பக்கம் இருந்து பேசி அவள் மனதில் இடம் பிடித்துக் கொண்டேன். ஆனால் தாத்தா ஜாலியான மனிதர். இருந்தும் அவரும் கூட்டுச் சதித் திட்டத்தில் இருப்பார் என்றே தோன்றியது.

எல்லோரும் எங்களை வெறித்தபடி பார்த்துக் கொண்டிருக்க, நாங்கள் - நான், ஜோய்ஸ், அவளது தாத்தா மற்றும் பாட்டி அனைவரும் அந்த காபி ஷாப்பிற்குச் சென்று அருந்தினோம்.

பிறகு காருக்குத் திரும்பி, வண்டியைக் கிளப்பினோம்.

"நீங்கள் எருமை மாட்டைப் பார்த்திருக்கிறீர்களா?" தாத்தா கேட்டார்.

"இல்லை, வேல்லி, நான் பார்த்ததில்லை."

நான் நெடுங்காலத்திய மதுவறை நண்பனைப் போல, அவரை வேல்லி என்றுதான் அழைத்தேன்.

"நாங்கள் அவற்றை வளர்க்கிறோம்."

"அவற்றின் இனம் அழியப்போகிறது என்றல்லவா கேள்விப் பட்டேன்."

"ஓ, இல்லை நாங்கள் டஜன் கணக்கில் வளர்க்கிறோம்."

"என்னால் நம்ப முடியவில்லை."

"அவருக்குக் காண்பியுங்கள் வேல்லி அப்பா" என்றாள் ஜோய்ஸ்.

கிறுக்கு வேசி. அவள் அவரை "அப்பா" என்று அழைத்தாள்.

அவர் எப்படி அவளுக்கு அப்பாவானார்.

"சரி."

நாங்கள் காரை ஓட்டிக் கொண்டு, வேலியிட்ட ஒரு காலி நிலத்தை வந்து அடைந்தோம்.

சரிவாய் சென்ற நிலத்தின் அடுத்த எல்லை கண்ணில் தட்டுப் படவே இல்லை.

மைல் கணக்கில் நீண்டு விரிந்திருந்தது. நிலம் முழுவதும் சிறிய பச்சைப்புல் மட்டும் படர்ந்திருந்தது.

"இங்கே எருமை எதையும் காணவில்லையே" என்றேன்.

"காற்று நன்றாக வீசுகிறதல்லவா. வேலியைக் கடந்து சிறிது தூரம் உள்ளே நடந்து செல்லுங்கள். அங்கே எருமைகளைப் பார்க்கலாம்" வேல்லி சொன்னார்.

அங்கே நிலத்தில் எதுவும் தென்படவில்லை. அவர்கள் மூவரும் ஏதோ பெரிய நகைச்சுவை சொன்னது போல் அவர்களுக்குள் சிரித்தவாறு இருந்தனர். நான் வேலியைக் கடந்து சிறிது தூரம் நடந்து சென்றேன்.

"எருமைகள் எங்கே?" நான் திரும்பிப் பார்த்து மீண்டும் கேட்டேன்.

"அங்கே தான் இருக்கின்றன. இன்னும் செல்லுங்கள்."

அடக்கடவுளே. அவர்களுக்கு என்னவாயிற்று. நான் மீண்டும் சிறிது தூரம் செல்வதைப் பார்த்து அவர்கள் மீண்டும் சிரித்தனர். சிரித்துத் தொலையட்டும். சிறிது தூரம் சென்றாலாவது

ஜோஸ்ஸிடம் இருந்து சற்று விடுதலை கிடைக்கும் என்ற நினைப்பில் நான் நடந்து சென்றேன்.

நான் விலகிச் செல்வார்கள் என்று எண்ணி, வேகமாக நடந்தேன். ஆனால் அவர்கள் நகர்ந்து செல்வது போலத் தெரியவில்லை. நான் மேலும் உள்ளே சென்று, திரும்பி கைகளைத் தட்டி, அவர்களை நோக்கி, "எங்கே, எருமைகள்?" என்று கத்தினேன்.

எனக்கான பதில் என் பின்னால் இருந்து கேட்டது. அவர்கள் கால்கள் நிலத்தில் தடதடப்பதை உணர்ந்தேன். மிகப்பெரிய அளவில் மூன்று எருமைகள், திரைப்படங்களில் பார்ப்பது போல, வேகமாக மிக வேகமாக என்னை நோக்கி வந்து கொண்டிருந்தன. அவற்றுள் ஒன்று தலைமை தாங்கி மற்ற இரண்டிற்கும் முன் வந்து கொண்டிருந்தது. அவை யாரை நோக்கி இப்படி வேகமாக வருகின்றன என்று ஒரு நொடி யோசித்தேன்.

"ஓ, கருமமே!" என்று சுதாரித்து அலறினேன்.

திரும்பி வேகமெடுத்து வேலியை நோக்கி ஓடினேன். வேலி நீண்ட தூரத்திற்கு அப்பால் இருப்பது போலத் தோன்றியது. பின்னால் திரும்பிப் பார்க்கக்கூட நேரமின்றி ஓடினேன். திரும்பிப் பார்க்கும் நேரத்தில் கதை முடிந்து விடலாம். கண்களை அகல விரித்தபடி தலை தெறிக்க ஓடினேன். ஆனாலும் அவை முன்னேறி வந்து கொண்டிருந்தன. அவை என்னை நெருங்குவதை நிலம் அதிர்வதன் மூலம் உணர்ந்தேன். அவற்றின் மூச்சுக் காற்று என் முதுகில் படுவது போலத் தோன்றியது. என் சக்தியின் பலமனைத்தையும் சேர்த்து, குனிந்து ஒரே மூச்சில் வேலியைத் தாண்டினேன். சொல்லப்போனால் நான் தாண்டவில்லை, நீந்தினேன் என்றே சொல்லவேண்டும். வேலிக்கப்பால் இருந்த ஒரு பள்ளத்தில் முதுகு படுமாறு விழுந்தேன். வேலிகளுக்கிடையில் தலையை விட்டு என்னை முறைத்துப் பார்த்துக் கொண்டிருந்தது, ஓடிவந்த எருமைகளுள் ஒன்று.

காரில் அமர்ந்தபடி, அவர்கள் மூவரும் சிரித்துக் கொண்டிருந்தனர், அவர்கள் பார்த்ததிலேயே இதுதான் மிகப்பெரிய நகைச்சுவை என்று நினைத்தனர் போலும். எல்லோரையும் விட ஜோய்ஸ் சத்தமாக சிரித்துக் கொண்டிருந்தாள்.

முட்டாள் மிருகங்கள் வட்டமடித்து, பாய்ந்து ஓடிச்சென்றன.

நான் பள்ளத்திலிருந்து எழுந்து காரினுள் ஏறினேன்.

"எருமைகளைப் பார்த்துவிட்டேன் என்ற நான் "வாருங்கள், இப்போது போய் மதுவருந்தலாம்" என்று தொடர்ந்தேன்.

செல்லும் வழியெங்கும் அவர்கள் சிரித்துக் கொண்டே வந்தனர். சில நேரம் மௌனமாய் இருப்பர். பின் திடீரென்று யாராவது ஒருவர் ஆரம்பிக்க மீண்டும் அனைவரும் சிரிக்கத் துவங்குவர். வேல்லி ஒருமுறை காரை நிறுத்த வேண்டியதாயிற்று. அவரால் வண்டியை இயக்கவே முடியவில்லை. அவர் கதவைத் திறந்து தரையில் விழுந்து புரண்டு சிரித்தார். பாட்டி கூட அவர்களது சிரிப்பில் சேர்ந்து கொண்டாள்.

அந்தக் கதை மெல்ல நகரமெங்கும் பரவியது. ஊருக்குள் தலை காட்டவே எனக்கு சங்கடமாக இருந்தது. எனக்கு முடி வெட்ட வேண்டி இருந்தது. ஜோய்ஸிடம் சொன்னேன்.

"சவரக்கடைக்கு செல்ல வேண்டியது தானே!" என்றாள்.

"நான் செல்ல முடியாது. எருமைக்கதை ஊர் முழுக்கத் தெரியுமே!"

"அதற்காக, அங்குள்ளவர்களுக்குப் பயந்து வீட்டிலேயே இருக்கப் போகிறீர்களா?"

"எருமைக் கதையாயிற்றே!" என்றேன்.

பிறகு அவளே எனக்கு முடிவெட்டி விட்டாள். அது கொடூரமாக இருந்தது.

4

ஜோய்ஸ் மீண்டும் நகரத்திற்கு குடிபெயர விரும்பினாள். முடி வெட்டுதல் உட்பட எல்லாக் குறைபாடுகளையும் தாண்டி, அந்த சிறுநகர வாழ்வு பெருநகரத்தை விட நன்றாகத்தான் இருந்தது. அமைதியான வாழ்க்கை. சொந்த வீடு வேறு. ஜோய்ஸ் என்னை

நன்றாகவே கவனித்துக் கொண்டாள். நிறைய இறைச்சி. நல்ல, ஆரோக்கியமான, நன்கு சமைக்கப்பட்ட இறைச்சி. அவளைப் பற்றி ஒன்று சொல்வேன். அவள் நன்றாகச் சமைப்பாள். உலகத்தில் எனக்குத் தெரிந்த பெண்களிலேயே நன்றாகச் சமைப்பவள் அவள் தான். உணவு நரம்புக்கும், உற்சாகத்துக்கும் நல்லது. வயிற்றிலிருந்து தான் தைரியம் பிறக்கிறது. மற்றவை அனைத்தும் அவநம்பிக்கைதான்.

ஆனால் அவள் அந்த சிறு நகரை விட்டுச் செல்ல விரும்பினாள். அவளது பாட்டி அதற்கு மறுப்பு சொல்ல இருவருக்கும் முட்டிக்கொண்டு விட்டது. நான் வழக்கம் போல் வில்லன் வேலையைச் செய்து கொண்டிருந்தேன். அந்த ஊர் ரவுடியாக இருந்த ஜோய்ஸின் ஒன்று விட்ட சகோதரன் ஒருவனை நான் வெறுப்பேற்றி வென்றேன். அந்த நகரில் "நீல ஜீன் தினம்" என்று ஒரு நாள் கொண்டாடுவார்கள். அன்று ஊரில் இருக்கும் அனைவரும் நீல நிற ஜீன் அணிந்திருக்க வேண்டும் இல்லையென்றால் ஏரியில் தூக்கி வீசப்படுவார்கள். நான் என்னிடமிருந்த ஒரே மேலங்கியையும் கழுத்துப்பட்டையையும் அணிந்து கொண்டு, "பில்லி தி கிட்"டைப் போல மெதுவாக, நகர் உலா சென்று சிகரெட் பற்ற வைப்பதற்காக நின்றேன். ஜன்னல் வழியே எல்லாக் கண்களும் என்னையே வியப்பாகப் பார்த்துக் கொண்டிருந்தன. நான் அந்த நகரத்தை ஒரு மரக்குச்சியைப் போல உடைத்து எறிந்தேன்.

பிறகு, அந்த ஊர் மருத்துவரை தெருவில் சந்தித்தேன். அவரை எனக்குப் பிடிக்கும். அவர் எப்போதும் போதையிலேயே மிதந்து கொண்டிருப்பார். நான் போதைக்காரன் இல்லை. இருந்தாலும் சில நாட்களுக்கு என்னை என்னிடமிருந்து ஒளித்துக் கொள்ள வேண்டுமென்றால் எனக்குத் தேவையானவற்றை அவரிடம் இருந்து என்னால் பெற்றுக்கொள்ள முடியும்.

அவரிடம் "நாங்கள் இங்கிருந்து செல்ல முடிவு செய்திருக்கிறோம்" என்றேன்.

"நீங்கள் இங்கேயே தங்கி இருக்க வேண்டிய ஆள்" என்ற அவர், "இங்கு நல்ல வாழ்க்கை. வேட்டையாடுவதும், மீன் பிடித்தலும் ஏராளமாய் செய்யலாம். தூய்மையான காற்று. எந்த அழுத்தமும்

இல்லை. நீங்கள் இந்த நகருக்குச் சொந்தக்காரரர் ஐயா" என்று தொடர்ந்தார்.

"ஆம் டாக்டர். எனக்குப் புரிகிறது. ஆனால் அவள் கால் சட்டையை மாட்டிக் கொண்டு தயாராக இருக்கிறாள்."

5

எனவே, பாட்டி ஜோய்ஸ்க்கு கனத்த தொகை ஒன்றுக்கு காசோலை தந்து அனுப்பினாள். நாங்கள் மலையின் மீது ஒரு சிறிய வீட்டை வாடகைக்கு அமர்த்தி குடிபுகுந்தோம். அப்பொழுது ஜோய்ஸ்க்கு முட்டாள்தனமான ஞானோதயம் பிறந்தது.

"நாம் இருவரும் வேலைக்குச் சென்றாக வேண்டும்" என்றாள். "அவர்களின் பணத்திற்காக நீ என்னுடன் இல்லை என்று நிரூபிப்பதற்காக. நாம் தன்னிறைவாகத் தான் வாழ்கிறோம் என்று நிரூபிப்பதற்காக."

"பேபி, அதெல்லாம் பால பாடம். எந்தவொரு முட்டாளாலும் கெஞ்சிக் கூத்தாடி ஏதாவது வேலைக்குச் சேர்ந்து விட முடியும். அறிவாளிகளால் மட்டுமே எந்த வேலையும் செய்யாமல் வாழ முடியும். அதைத்தான் நாங்கள் 'திறமை' என்று அழைப்போம். நான் ஒரு நல்ல திறமையாளியாகவே இருக்க விரும்புகிறேன்."

அவளுக்கு அது பிடிக்கவில்லை.

பிறகு, ஒரு மனிதனுக்கு பயணிக்க சொந்தமாக ஒரு கார் இல்லையென்றால், அவனுக்கு எந்த வேலையும் கிடைக்காது என்று விளக்கிக் கூறினேன். ஜோய்ஸ் தொலைபேசி செய்து தகவலைத் தெரிவிக்க, பாட்டி உடனே பணம் அனுப்பி விட்டாள். அடுத்த நிமிடம் நான் புத்தம்புதிய பிளைமூத் காரில் அமர்ந்திருந்தேன். அவள் விலையுயர்ந்த அழகிய மேலங்கி, 40 டாலர் காலணி என்று என்னை அலங்கரித்து அனுப்பி வைத்தாள். என்ன வாழ்க்கை இது. எப்படியும் இதை நீட்டித்துக் கொள்ள விரும்பினேன். ஏற்றுமதி குமாஸ்தாவாக ஆகலாமா என யோசித்தேன். அப்படித்தான் எனது தோற்றமிருந்தது.

உங்களுக்கு எந்தவொரு வேலையும் செய்யத்தெரியவில்லை என்றால், நீங்கள் தாராளமாக, ஏற்றுமதி குமாஸ்தாவாகவோ, இறக்குமதி குமாஸ்தாவாகவோ, கையிருப்பு காவலாளியாகவோ ஆகலாம். நான் இரண்டு விளம்பரங்களைப் பார்த்து, அந்த இடங்களுக்குச் சென்று வந்தேன். இரண்டு இடங்களிலுமே என்னைத் தேர்ந்தெடுத்தனர். முதலாவதில் ஏதோ கொஞ்சம் வேலை இருப்பது போலத் தோன்றியது. நான் இரண்டாவதைத் தேர்ந்தெடுத்தேன்.

நான் எனது பசையிடப்பட்ட ஒட்டுநாடா இயந்திரத்தோடு, வேலையிடமான கலை பண்டசாலையில் அமர்ந்திருந்தேன். வேலை மிக எளிதாகவே இருந்தது. ஒரு நாளைக்கு அதிகபட்சமாக ஒன்று அல்லது இரண்டு மணி நேரங்கள் தான் வேலை. நான் ஒட்டுப்பலகைகளைக் கொண்டு ஒரு சிறு அலுவலக அறையை உருவாக்கி அதில் ஒரு பழைய மேஜையைப் போட்டுக்கொண்டு, வானொலி கேட்டபடி, பந்தயத்துக்கான படிவங்களை வாசித்துக் கொண்டிருப்பேன். சில நேரங்களில் சலிப்பு ஏற்பட்டால், சந்து வழியே, அருகில் இருந்த காபி ஷாப்பிற்கு வந்து அமர்ந்து காபி குடித்துக் கொண்டும், பழக்கேக்கை தின்றபடியும், அங்கிருந்த பரிமாறும் பெண்களிடம் சரசமாடிக் கொண்டிருப்பேன்.

பண்டசாலையின் பாரவண்டி ஓட்டுநர்கள்:

"சின்னஸ்கி எங்கே?" என்பார்கள்.

"அவர் காபி ஷாப்பிற்கு சென்றிருக்கிறார்" என்று தகவலை தெரிந்துகொண்டு, அங்கேயே வந்து விடுவார்கள். அங்கே அவர்களோடு காபி குடித்து விட்டு மெதுவாக சந்து வழியாக நடந்து வந்து, பாரவண்டிக்குண்டான குறிப்பு அட்டைகளை மாற்றியோ, நீக்கியோ தரச்சொல்வார்கள். ஏதோ ஏற்றுமதி ஒப்பந்த சீட்டு தொடர்பான சிறு வேலைகள்.

அவர்கள் ஒருநாளும் என்னைக் கடிந்து கொண்டதில்லை. விற்பனைப் பிரதிநிதிகள் கூட என்னை விரும்பினார்கள். பின் வாசல் வழியாக அவர்கள் முதலாளியிடம் கொள்ளையடித்துக் கொண்டிருந்தார்கள். நான் எதுவும் மறுப்பு சொன்னதில்லை. அது தான் அவர்களின் சிறு விளையாட்டு. அதிலெல்லாம்

எனக்கு எந்த ஆர்வமும் இல்லை. நான் சில்லறைத் திருடனெல்லாம் இல்லை. ஒன்று உலகமே எனக்கு வேண்டும், அல்லது ஒன்றுமே வேண்டாம். அவ்வளவுதான்.

6

மலையில் அந்தப்பகுதியில் ஏதோவொரு சாவு நிகழ்ந்திருக்கும் போல. திரைச்சீலையை விலக்கி முதன்முறையாக கொல்லைப் புறம் சென்று பார்த்தேன். "ஸிங், பிங், விங்" என்று பெருஞ்சத்தம் என்னருகே கேட்டது. ஒரே நேரத்தில் 10000க்கும் மேற்பட்ட ஈக்கள் காற்றில் மேலெழும்பி மொய்க்கத்துவங்கின. கொல்லைப் புறம் முழுக்க ஈக்கள் தான். அங்கே நீண்ட பச்சைப் புற்கள் வளர்ந்திருந்தன. அவை அங்கே கூடுகட்டி வசிப்பவை போல.

ஓ... இயேசு கிருஸ்துவே! சுற்று வட்டார 5 மைல்களுக்கு ஒரு சிலந்தி கூட கண்ணில் படவில்லை. நான் நின்று கொண்டிருக்கும் போதே, 10000 ஈக்களும் வானிலிருந்து கீழிறங்கி புற்களிலும், வேலியிலும், தரையிலும், எனது முடி, கைகள் என எல்லா இடங்களிலும் அமரத் துவங்கின. தைரியமான ஒன்று என்னைக் கடிக்கவும் செய்தது.

நான் அவற்றைச் சபித்துக்கொண்டே வெளியே ஓடிச்சென்று, இருப்பதிலேயே பெரிய ஈ ஒழிப்பு தெளிப்பானை வாங்கி வந்தேன். மணிக்கணக்காக நாங்கள் - நான் மற்றும் ஈக்கள் அனைத்தும் மும்முரமாக போராடிக் கொண்டிருந்தோம். சில மணி நேரங்களுக்குப் பிறகு, எனக்கு தெளிப்பானின் மருந்து நெடியினால் இருமலும், மூச்சடைப்பும் வந்ததுதான் மிச்சம். சுற்றிப்பார்த்தால், எங்கெங்கும் ஈக்களின் பட்டாளம் தான். நான் கொன்ற ஒவ்வொரு ஈயும் இரண்டு ஈக்களை உற்பத்தி செய்து கொண்டிருந்தது போலும். நான் எனது முயற்சியைக் கைவிட்டேன்.

எங்கள் படுக்கையறையில் படுக்கையை ஒட்டி அறைத்தடுப்பு இருந்தது. அதன் மேல் சிறு பூத்தொட்டிகளும், அவற்றில் ஜெரேனியம் செடிகளும் இருந்தன. அங்கே நான் முதன்முதலாக

ஜோய்ஸ் உடன் படுத்துக் கலவி கொள்ளும் பொழுது, அந்த அறைத்தடுப்பு அசைவதையும், அதிர்வதையும் உணர்ந்தேன்.

பிறகு தொப்பென்று சத்தம்.

"ஓ, ஓ!" என்று கத்தினேன்.

"இப்பொழுது என்னவாயிற்று, எதுவானாலும் நிறுத்தாதே, எதுவானாலும் நிறுத்தாதே!" என்று முனகினாள்.

"பேபி, ஜெரேனியம் பூத்தொட்டி என் புட்டத்தில் விழுந்து விட்டது."

"பரவாயில்லை, தொடர்ந்து செய், நிறுத்தாதே!"

"சரி, சரி!"

நான் மீண்டும் வெப்பமேற்றிக்கொண்டு, இயங்கத் துவங்கினேன். நன்றாகத்தான் போய்க்கொண்டிருந்தது.

"ஓ, கருமமே!"

"என்னவாயிற்று? என்னவாயிற்று?"

"இன்னொரு ஜெரேனியம் பூத்தொட்டி. பேபி. என் முதுகில் விழுந்து, புட்டம் வரை உருண்டு பின் கீழே விழுந்து விட்டது."

"கடவுளே, இந்தப் பூத்தொட்டிகளோடு... இருந்தாலும் தொடர்ந்து செய்! தொடர்ந்து செய்!"

"ஓ, சரி!"

அன்று நாங்கள் கலவி கொள்ளும் நேரம் முழுதும் தொடர்ந்து சிறு பூத்தொட்டிகள் விழுந்துகொண்டே இருந்தன. வான்வழித்தாக்குதல் நடத்தும்போது நாங்கள் புணர்ந்து கொண்டிருந்தது போல இருந்தது. ஒருவழியாக முடிந்தது.

பிறகு நான் கூறினேன், "இதோ பார் பேபி, இந்த ஜெரேனியம் பூத்தொட்டிகளை நாம் ஏதாவது செய்தாக வேண்டும்."

"இல்லை, அவை அங்கேயே இருக்கட்டும்."

"ஏன் பேபி, ஏன்?"

"அது இன்னும் அதிகரிக்கிறது."

"அதிகரிக்கிறது?"

"ஆம்."

அவள் நக்கலாகச் சிரித்தாள். ஆனால் பெரும்பாலான நேரங்களில் அந்த பூத்தொட்டிகள் கீழே விழாமல் மேலேயே தான் இருந்தன.

7

சில நாட்களில், நான் சோகமாக வீடு திரும்பத் துவங்கினேன்.

"என்னவாயிற்று, அன்பே?"

"எல்லாம் அந்த மேலாளரால் தான். அவன் ஃப்ரட்டி. அவன் ஒரு பாடலை விசில் அடித்துப் பாடிக்கொண்டே இருப்பான். காலையில் நான் பணிக்குச் செல்லும் போது விசில் அடித்து பாடத்துவங்குபவன், நான் இரவு வீடு வரும் வரை நிறுத்துவதே இல்லை. தொடர்ந்து ஒரே பாடலை விசில் அடித்துக் கொண்டே இருக்கிறான். இது இரண்டு வாரங்களுக்கும் மேலாக தொடர்ந்து கொண்டிருக்கிறது."

"என்ன பாடல் அது?"

"அரௌண்ட் த வேர்ல்ட் இன் எய்ட்டி டேஸ், எனக்கு அந்தப்பாடல் சுத்தமாகப் பிடிப்பதில்லை."

"அப்படியென்றால், வேறு வேலை பார்த்துக் கொள்ளலாம்."

"நிச்சயமாக."

"ஆனால் இன்னொரு வேலை கிடைக்கும் வரை அங்கேயே இருங்கள். நாம் நம்மை நிரூபிக்க வேண்டும் இல்லையா..."

"சரி, சரி."

8

ஒரு நாள் மதியம், தெருவில் சென்று கொண்டிருந்த பொழுது முதிய குடிகாரன் ஒருவனைச் சந்தித்தேன். நான் பெட்டியுடன் சேர்ந்து வாழ்ந்த காலத்திலிருந்து அவனை எனக்குத் தெரியும். சமயங்களில் மதுக்கூடங்களில் ஒன்றாகக் குடித்திருக்கிறோம். அவன் தற்பொழுது அஞ்சல் துறையில் எழுத்தராக இருப்பதாகவும், அங்கு வேலைப்பளுவே இல்லையென்றும் கூறினான்.

இந்த நூற்றாண்டின் மிகப்பெரிய பொய்யாக அது எனக்குப் பட்டது. அந்த மனிதனைப் பல வருடங்களாக எனக்குத் தெரியும். உண்மையில் யாரோ சிலர் இவனிடம் வசமாக மாட்டியிருக்கிறார்கள் என்று மட்டும் புரிந்தது.

எனவே... நான் மீண்டும் குடிமைப்பணிகளுக்கான தேர்வு எழுதலாம் என்று முடிவெடுத்தேன். ஆனால் இந்த முறை கவனமாக, தபால்காரன் என்பதற்குப் பதிலாக எழுத்தர் என்று குறிப்பிட்டேன்.

பதவி ஏற்பு நிகழ்ச்சிக்கு அழைப்பு வந்த சமயத்தில், ஃப்ரட்டி "அரௌண்ட் த வேர்ல்ட் இன் எய்ட்டி டேஸ்" பாடலை விசில் அடிப்பதை நிறுத்தியிருந்தான். ஆனால் "அங்கிள் சாம்" உடனான அந்த எளிமையான பணிக்காக நான் காத்துக் கொண்டிருந்தேன்.

நான் ஃப்ரட்டியிடம், "சிறு வேலை ஒன்று இருக்கிறது. ஒரு ஒன்று அல்லது ஒன்னரை மணி நேரம் மதிய உணவு இடைவேளையில் சென்று வருகிறேன்" என்று கூறிவிட்டுக் கிளம்பினேன்.

"சரி, தோழரே!"

அந்த மதிய உணவு இடைவேளை எவ்வளவு காலம் நீளும் என்று எனக்குத் தெரியவில்லை.

9

நாங்கள் பெருங்கூட்டமாக நின்று கொண்டிருந்தோம். 150 அல்லது 200 பேர். ஏதேதோ சலிப்பூட்டுகின்ற படிவங்களை நிரப்ப வேண்டியிருந்தது. பின் அனைவரும் நேராக கொடியைப் பார்த்தவாறு நின்றோம். எங்களுக்குப் பதவிப்பிரமாணம் செய்து வைத்தவர், முன்பு எனக்கு பதவிப்பிரமாணம் செய்து வைத்த அதே நபர் தான்.

பதவி ஏற்றுக்கொண்டதும் அவர் சொற்பொழிவாற்றினார்.

"நல்லது, கவனியுங்கள். உங்களுக்கு நல்ல வேலை கிடைத்திருக்கிறது. உங்கள் மூக்கை சுத்தமாக வைத்திருங்கள். உங்கள் வாழ்க்கை முழுவதற்குமான பாதுகாப்புக்கு உத்தரவாதம் இருக்கிறது."

பாதுகாப்பு? ஜெயிலில் கூடத்தான் உங்களுக்கு சிறந்த பாதுகாப்பு கிடைக்கும். மூன்று சதுர அறை, வாடகை செலுத்தத் தேவையில்லை, பராமரிப்பு செலவு இல்லை, வருமான வரி இல்லை, குழந்தைகளுக்கான செலவு இல்லை, உரிமம் எடுக்கவேண்டியதில்லை, போக்குவரத்துப் பயணச்சீட்டுகள் தேவையில்லை, குடித்துவிட்டு வண்டியோட்ட வேண்டிய நிர்பந்தம் இல்லை, குதிரைப்பந்தயத்தில் பணத்தைத் தொலைக்க வழியில்லை, இலவச மருத்துவ கவனிப்பு, ஒத்த கருத்துடையோர்களுடன் நட்பு, தேவாலயம், இலவச சவக்குழி.

அடுத்த 12 ஆண்டுகளில் இந்த 150 அல்லது 200 பேரில் வெறும் 2 பேர் மட்டுமே மிஞ்சியிருப்பர். எவ்வாறு சிலரால் விலைமாதாகவோ, பாலியல் தரகராகவோ, துரித போதை ஏற்றுபவராகவோ ஆக முடியாதோ, அவ்வாறு தான் பெரும்பான்மையான ஆண்களாலும், பெண்களாலும் அஞ்சல்துறை எழுத்தராக ஆக முடியாது. நான் அவர்களைக் குறை கூறவில்லை. வருடங்கள் செல்லச்செல்ல, இந்த 150 அல்லது 200 பேரில் ஒவ்வொருவராய் வெளியேறி கடைசியில் ஒரு குழுவிலிருந்து இரண்டு, மூன்று அல்லது நான்கு பேர் மட்டுமே தாக்குப்பிடிக்க முடியும். பணி ஓய்வில் செல்பவர்களுக்கு மாற்றாக அத்தகைய எண்ணிக்கை போதுமானதாகவே இருக்கும்.

10

வழிகாட்டி எங்களுக்கு அந்தக் கட்டிடம் முழுவதையும் சுற்றிக் காட்டினார். அதிக எண்ணிக்கையில் இருந்ததால் நாங்கள் சிறு குழுக்களாகப் பிரிந்து கொண்டோம். சுழற்சி முறையில் மின்தூக்கியை பயன்படுத்தினோம். ஊழியர்களுக்கான உணவு விடுதி, தரைத்தளம் என சுவாரஸ்யமற்ற அனைத்தையும் தெரிந்து கொண்டோம்.

அடக்கடவுளே. இவர் கொஞ்சம் விரைவாக சொல்லி முடித்தால் நன்றாக இருக்கும் என்று நினைத்துக் கொண்டேன். ஏற்கனவே எனது மதிய உணவுக்கான நேரம் கடந்து இரண்டு மணி நேரமாகி விட்டது.

பிறகு அந்த வழிகாட்டி, எங்களுக்கான நேரக்குறிப்பு அட்டை களை வழங்கினார். நேரம் குறிப்பதற்கான கடிகாரத்தையும் காட்டினார்.

"இவ்வாறு தான் அட்டையை செலுத்தவேண்டும்."

அவர் செய்முறை விளக்கம் அளித்தார். பிறகு "நீங்கள் ஒவ்வொருவராக வருகைப் பதிவுக்காக அட்டையை செலுத்துங்கள், பார்க்கலாம்" என்றார்.

பனிரெண்டரை மணி நேரங்களுக்குப் பிறகு, மீண்டும் அட்டையை செலுத்தி நாங்கள் வெளியேறினோம். அந்த பதவி ஏற்பு நிகழ்ச்சி ஒரு நரகம் போல இருந்தது.

11

தொடர்ந்து ஒன்பது அல்லது பத்து மணி நேரம் பணி செய்ய நேர்வதால் பணியாளர்கள் மிகவும் சோர்ந்து போயினர். தூக்கக் கலக்கத்தில் பெரிய அஞ்சல் பொதிக்குள் உள்ளே விழப்போய், பின் சுதாரித்து விழித்துக் கொண்டனர். நாங்கள் வட்டார அஞ்சல்களை பிரித்துக் கொண்டிருந்தோம். அது கொஞ்சம் சுலபமான வேலைதான். ஒரு கடிதத்தில் வட்டார எண் 28

என்று இருந்தால், 28ம் எண் கொண்ட பெட்டியில் அதை இட வேண்டும். அவ்வளவுதான்.

பெரிய உருவம் கொண்ட கருநிறத்தவன் ஒருவன் விழிப்போடு இருப்பதற்காக, குதித்தபடியும், கைகளை சுழற்றியபடியும் ஆடிக் கொண்டிருந்தான். அவன் கொஞ்சம் தள்ளாடிக்கொண்டும் இருந்தான்.

"கடவுளே, என்னால் நிற்க முடியவில்லை" என்றான்.

அவன் ஆளைப் பார்த்தால் ஆஜானுபாவனாக இருந்தான். உடலின் ஒரே தசைகளை மீண்டும் மீண்டும் உபயோகித்ததில் களைப்பாய் இருந்தது. உடல் முழுவதும் வலி பின்னியெடுத்தது. மேஜையின் ஓரத்தில், மேற்பார்வையாளர் - அவனும் இன்னொரு ஸ்டோன் தான், நின்று பார்த்துக் கொண்டிருந்தான். அவனது பார்வையும் ஸ்டோன் உடையதைப்போலவே இருந்தது. கண்ணாடி முன் நின்று பயிற்சி எடுத்துக் கொள்வார்களோ என்னவோ. அவர்கள் உங்களை மனித மலக்குவியலைப் போலவே பார்ப்பார்கள். அவர்களும் எங்களைப் போன்று இருந்துதான் இந்த நிலைக்கு வந்திருப்பார்கள். ஒருவேளை எழுத்தராகவோ இல்லை தபால்காரனாகவோ தான். என்னால் இந்த மேற்பார்வையாளர்களை புரிந்து கொள்ளவே முடியவில்லை. அவர்கள் அனைவருமே தேர்ந்தெடுக்கப்பட்ட சனியன்கள்.

நீங்கள் எப்போதும் ஒரு காலைத் தரையில் ஊன்றியபடியே இருக்க வேண்டும். இன்னொரு காலை ஓய்வுத்திண்டின் மீது வைத்துக் கொள்ளலாம். ஒரு கழியின் மீது பொருத்தப்பட்ட சிறு வட்டமான மெத்தையைத்தான் ஓய்வுத்திண்டு என்று அழைத்தனர். வேலை நேரத்தில் பேச்சுக்கு இடமே இல்லை. 8 மணி நேரத்தில், நடுவே இரண்டு முறை 10 நிமிட இடைவேளை. அவர்கள் நீங்கள் செல்லும் பொழுதும், திரும்பி வரும் பொழுதும் நேரத்தைக் குறித்து வைத்துக் கொள்வர். நீங்கள் ஒரு 12 அல்லது 13 நிமிடம் கழித்து வருகிறீர்கள் என்றால் அதற்கான விளக்கம் கொடுக்க வேண்டும்.

ஆனால், சம்பளம் கலை பண்டசாலையில் கிடைத்ததைவிட அதிகமாகவே இருந்தது. இந்த சூழ்நிலைக்கு நான் பழகிக் கொள்வேன் என்று நினைத்தேன்.

ஆனால், என்னால் ஒரு பொழுதும் அந்த சூழ்நிலைக்குப் பழகிக்கொள்ளவே முடியவில்லை.

12

மேற்பார்வையாளர் எங்களைப் புதியதொரு பிரகாரத்திற்கு மாற்றினான். அங்கே பத்து மணி நேரம் வேலை செய்ய வேண்டியிருந்தது.

"நீங்கள் துவங்குவதற்கு முன்" மேற்பார்வையாளர் ஆரம்பித்தான். "நான் உங்களுக்கு ஒன்றை சொல்லிக்கொள்ள விரும்புகிறேன். ஒவ்வொரு தட்டிலும் உள்ள அஞ்சல்களை 23 நிமிடங்களுக்குள் ஒட்டி முடிக்க வேண்டும். அதுதான் தயாரிப்பு அட்டவணை. இப்பொது விளையாட்டை ஆரம்பிக்கலாம். பார்ப்போம் யாரெல்லாம் குறித்த அட்டவணைக்குள் வேலையை முடிக்கிறார்கள் என்று! ஒன்று, இரண்டு, மூன்று... துவங்குங்கள்!"

"என்ன எழவு இது?" என்று நினைத்தேன். ஏற்கனவே நான் முழுவதுமாகச் சோர்ந்து போயிருந்தேன்.

ஒவ்வொரு தட்டும் இரண்டடி நீளம் இருந்தது. ஆனால் ஒவ்வொரு தட்டிலும் வெவ்வேறு எண்ணிக்கையிலான அஞ்சல்கள் இருந்தன. கடிதங்களின் அளவைப் பொறுத்து ஒருசில தட்டுகளில், மற்றவற்றில் இருந்ததை விட, சுமார் இரண்டு, மூன்று மடங்கு அதிகமான கடிதங்கள் இருந்தன.

கைகள் நடுங்கத் துவங்கின. தோல்வி பயம்.

நான் நிதானமாக ஒட்டத்துவங்கினேன்.

"முதல் தட்டை முடித்துவிட்டீர்கள் என்றால் அடுத்ததை வேகமாக எடுங்கள்!"

மற்றவர்கள் அனைவரும் வேகமாக வேலை பார்த்துக் கொண்டிருந்தனர். சிலர் வேகமாகச் சென்று அடுத்த தட்டினைக் கைப்பற்றினர்.

மேற்பார்வையாளர் என் பின்னால் நடந்து கொண்டிருந்தான். "இதோ பாருங்கள்", அவன் என்னைச் சுட்டிக்காட்டி பேசத் துவங்கினான். "இந்த மனிதர் தயாரிப்பு அட்டவணைக்குள் வேலையை முடிக்கிறார். இவர் இரண்டாவது தட்டிலும் பாதியை முடித்து விட்டார்."

நான் முதல் தட்டைத்தான் ஒட்டிக்கொண்டிருந்தேன். அவன் என்னைச் சீண்டிப் பார்த்தானா இல்லை கவனிக்காமல் தவறாகக் கூறினானா தெரியவில்லை. ஆனால் அவன் வாயாலேயே வேகமாக வேலை செய்கிறேன் என்று சொல்லிவிட்டபடியால், நான் மேலும் சிறிது வேகத்தைக் குறைத்து மெதுவாக வேலை செய்யத் துவங்கினேன்.

13

அதிகாலை 3.30 மணிக்கு எனது பனிரெண்டு மணி நேர வேலையை முடித்து விட்டுக் கிளம்பினேன். அந்தக் காலங்களில் அதிக நேரம் வேலை பார்த்ததற்காக மிகைநேரப்படி என்றெல்லாம் ஒன்றும் தருவது கிடையாது. வேலைக்கு வந்து விட்டால், எவ்வளவு நேரமானாலும் வேலையை முடித்துவிட்டுச் செல்ல வேண்டும். அவ்வளவு தான். "நீங்கள் காலவரையறையற்ற தற்காலிகப் பணியாளராக நியமிக்கப்பட்டிருக்கிறீர்கள்."

காலை 8 மணிக்கு கலை பண்டசாலையில் இருக்க வேண்டும் என்பதற்காக அலாரம் வைத்தேன்.

"என்னவாயிற்று தோழரே, நீங்கள் ஏதேனும் வாகன விபத்தில் சிக்கிக் கொண்டீர்களோ என்று நினைத்து விட்டோம். நீங்கள் திரும்பி வருவீர்கள் என்று காத்துக் கொண்டிருந்தோம்."

"நான் வேலையை விட்டுச் செல்கிறேன்."

"வேலையை விடுகிறீர்களா?"

"ஆம், ஒரு மனிதன் இருக்கும் நிலையிலிருந்து முன்னேற நினைப்பதை தவறென்று சொல்லமாட்டீர்கள் என நம்புகிறேன்."

நான் அலுவலகத்திற்குச் சென்று, காசோலையைப் பெற்றுக் கொண்டேன். நான் மீண்டும் அஞ்சல் நிலையத்திற்குச் செல்லத் துவங்கினேன்.

14

இதனூடே ஜோய்ஸ் மற்றும் அவளது ஜெரேனியங்கள் மற்றும் இலட்சக்கணக்கான விஷயங்கள் நடந்துகொண்டுதான் இருந்தன. ஜோய்ஸ்ம், ஈக்களும், ஜெரேனியங்களும். நான் இரவில் பனிரெண்டு மணி நேரம் வேலை பார்த்துக் களைப்புடன் திரும்பினேன். பகலில் அவள் என்னை உசுப்பேற்றி பிராண்டிக் கொண்டிருந்தாள். சில நேரங்களில் நான் அசந்து தூங்கி விடுவேன். அவள் கைகள் என்னைத் தட்டுவதை உணர்ந்து எழுந்து கலவிக்குத் தயாராவேன். பைத்தியக்காரப்பெண் தான்.

ஒரு நாள் காலை பணி முடிந்து வீட்டுக்கு வந்ததும் அவள் கூறினாள், "அன்பே, நான் ஒன்று சொல்வேன், கோபப்படக் கூடாது, சரியா?"

கோபமெல்லாம் பட முடியாத அளவுக்கு நான் சோர்வாய் இருந்தேன்.

"என்ன சொல்கிறாய், பேபி?"

"நான் ஒரு நாய் வாங்கியிருக்கிறேன். சிறிய பப் இனக்குட்டி."

"சரி, நல்லது. நாய்கள் வளர்ப்பது ஒன்றும் தவறில்லை. அது எங்கே இருக்கிறது?"

"சமையலறையில். அதற்கு நான் பிக்காஸோ என்று பெயரிட்டிருக்கிறேன்."

நான் உள்ளே சென்று, அந்த நாய்க்குட்டியைப் பார்த்தேன். அதனால் கண்கள் திறந்து பார்க்கமுடியவில்லை. கண்கள் முழுவதும் முடியால் மூடப்பட்டிருந்தது. அது நடப்பதை கவனித்தேன். பாவப்பட்ட பிக்காஸோ.

"உங்களுக்குப் பிடிக்கவில்லை?"

"பிடிக்கவில்லையென்று நான் சொல்லவில்லையே. இது இயல்பு நிலைக்கு குறைந்த தன்மை உடையதாய் இருக்கிறது. இதன் ஐ.க்யூ. 12 தான் இருக்கும். ஒரு முட்டாள் நாயை உன் தலையில் கட்டியிருக்கிறார்கள்."

"உங்களுக்கு எப்படித் தெரியும்?"

"அதைப் பார்த்தவுடனேயே என்னால் சொல்லிவிட முடியும்."

பேசிக்கொண்டிருக்கும் போதே பிக்காஸோ சிறுநீர் கழிக்கத் துவங்கியது. அதன் உடல் முழுவதும் சிறுநீர் தான் இருந்திருக்கும் போல. நீண்ட மஞ்சள் அருவியைப் போல சமையலறைத் தரையெங்கும் சிறுநீர் வெள்ளம் பெருக்கெடுத்தது. சிறுநீர் கழித்து முடித்ததும், இங்குமங்கும் ஓடியது.

நான் அதைக் குனிந்து தூக்கினேன்.

"துடைப்பத்தைப் போட்டு துடை."

பிக்காஸோ மற்றுமொரு பிரச்சனையாக உருவானது.

எனது பனிரெண்டு மணி நேர கடுமையான வேலைப்பளுவிற்குப் பிறகு, வீட்டுக்கு வந்தாலும் என்னைத் தூங்க விடாமல் ஜோய்ஸ் ஜெரேனியம் பூத்தொட்டிகளுக்குக் கீழே புரட்டி எடுத்துக் கொண்டிருந்தாள். "பிக்காஸோ எங்கே?" என்றேன்.

"ஓ கடவுளே, பிக்காஸோ எங்கே?" என்று அவளும் கேட்டாள்.

என் குறி விறைத்து நிற்க, நான் படுக்கையை விட்டு எழுந்து, நிர்வாணமாகவே சென்றேன்.

"பார், நீ அவனை மீண்டும் பின்முற்றத்திலேயே விட்டு விட்டாய். பகல் பொழுதில் அவனை முற்றத்தில் விடாதே என்று உனக்கு எத்தனை முறை கூறியிருக்கிறேன்!"

ஆடை அணிந்து கொள்ள சோம்பல்பட்டு அப்படியே நிர்வாணமாக் கொல்லைப்புறத்திற்குச் சென்று பார்த்தேன். நல்ல கூண்டுதான் தயார் செய்து வைத்திருந்தோம். அங்கே சுமார் 500 ஈக்கள் மொய்க்க பிக்காஸோ பரிதாபமாக அமர்ந்திருந்தது. அந்த ஈக்களைப் பார்த்ததுமே என் குறி தளர்ந்து போய்விட்டது. அவற்றைச் சபித்துக் கொண்டேன். பிக்காஸோவின் கண்கள், முடி, காதுகள், அந்தரங்க உறுப்பு என எல்லா இடங்களிலும் ஈக்கள் அப்பிப் போய் இருந்தன. அது அப்படியே அமர்ந்தபடி என்னைப் பார்த்து சிரித்தது. ஈக்கள் கிட்டத்தட்ட அதைத் தின்று கொண்டிருந்தன. அது பிக்காஸோவிற்கே தெரிந்திருக்குமோ என்னவோ. நான் அதைத் தூக்கிக்கொண்டு, வீட்டுக்குள் வந்தேன்.

"சிறிய நாய் சின்ன சின்ன விளையாட்டைப் பார்த்துச் சிரித்தது. வட்டில் உள்ள கரண்டியைத் தூக்கிக் கொண்டு ஓடிச் சென்றது."

"கடவுளே, ஜோய்ஸ். உனக்கு நான் எத்தனை முறை கூறியிருக்கிறேன்."

"அவனை வீட்டை விட்டு வெளியே செல்லப்பழக்கியதே நீங்கள் தான். அவன் சிறுநீர் கழிக்க முற்றத்திற்குச் சென்றிருப்பான்."

"அது சரி, அவன் இருந்து முடித்ததும், பார்த்து வீட்டுக்குள் கொண்டு வர வேண்டாமா. அவனுக்குத் தானாக வீட்டுக்குள் வரத் தெரியாது அல்லவா. அதே போல சிறுநீர் கழித்ததும் நன்றாகச் சுத்தம் செய்ய வேண்டும். ஈக்களின் சொர்க்கபுரியாக இந்த வீட்டை மாற்றிக் கொண்டிருக்கிறாய்."

பிறகு தூக்கம் வந்து கண் அசர்கையில், அவளது கை வந்து என்னைத் தட்டி எழுப்பும். ம்ம்ம். அது அவ்வளவு சீக்கிரம் முடிகிற விஷயமாகத் தோன்றவில்லை.

15

உணவுக்காகக் காத்திருந்தபடி, நாற்காலியில் அரைத்தூக்கத்தில் இருந்தேன்.

ஒரு கிளாஸ் தண்ணீர் வேண்டி, சமையலறைக்குள் நுழைந்தேன். அங்கே பிக்காஸோ ஜோய்ஸை நோக்கி ஓடிச்சென்று அவளது கணுக்காலை நக்கிக்கொண்டிருந்தது. நான் வெறுங்காலுடன் இருந்தேன். நான் வருவதை அவள் கவனிக்கவில்லை. அவள் ஹைஹீல்ஸ் அணிந்திருந்தாள். அதனைப் பார்த்ததும், அவள் முகத்தில் சிறுநகரத்து வன்மம் அப்பட்டமாய் தெரிய முகம் சிவந்து போயிருந்தது. அவள் தனது காலணியின் முனை கொண்டு அதனை பலமாக எத்தித் தள்ளினாள். பாவப்பட்ட அந்த ஜீவன் சிணுங்கியபடி வட்டமாக சுருண்டு தள்ளிப்போய் விழுந்தது. அதன் மூத்திரப்பையில் இருந்து சிறுநீர் சொட்டியது. தண்ணீர் குடிப்பதற்காக சென்ற நான், கிளாஸைக் கையில் எடுத்தேன். அதில் தண்ணீர் பிடிப்பதற்கு முன்பாக, இடதுபுறம் இருந்த அலமாரியின் மீது கிளாஸை தூக்கி வீசி எறிந்தேன்.

கண்ணாடித்தூள் நாலா பக்கமும் சிதறித்தெறித்தது. ஜோய்ஸ்க்கு அவள் முகத்தை மூடிக்கொள்ள அவகாசம் இருந்தது. நான் கண்டுகொள்ளவில்லை. நாய்க்குட்டியைத் தூக்கிக் கொண்டு நான் வெளியே வந்து விட்டேன். நாற்காலியில் அமர்ந்து அதனை வருடிக்கொடுத்துக் கொண்டிருந்தேன். அது என்னைப் பார்த்து, நாக்கை வெளியே நீட்டி எனது மணிக்கட்டை நக்கியது. கூடையில் அள்ளிய மீன் துடிப்பதைப் போல அதன் வால் அசைந்து படபடத்துக் கொண்டிருந்தது.

ஜோய்ஸ் முழங்காலிட்டு அமர்ந்து, விம்மியழுதபடி, ஒரு காகிதப்பையில் சிதறிய கண்ணாடிச்சில்லுகளை சேகரித்துக் கொண்டிருந்தாள். அவள் அழுவது எனக்குத் தெரியக் கூடாதென்று மறைத்துக் கொள்ள முயற்சித்தாள். அவள் எனக்கு முதுகைக்காட்டியபடி அமர்ந்திருந்தாள். இருந்தும் குலுங்கிக் குலுங்கி தேம்பியழுவதை நான் உணர முடிந்தது.

நான் பிக்காஸோவை கீழே இறக்கிவிட்டு சமையலறைக்குச் சென்றேன்.

"பேபி, பேபி, அழாதே!"

அவளைப் பின்னால் இருந்து எழுப்பினேன். அவள் நொண்டி நடந்தாள்.

"பேபி, மன்னித்துக்கொள், மன்னித்துக்கொள்."

அவளை என்னை நோக்கி இழுத்து, அவள் நடுக்கத்தை போக்கும் பொருட்டு, எனது உள்ளங்கையை அவள் வயிற்றில் வைத்து மெதுவாகவும் இதமாகவும் தேய்த்தேன்.

"நிதானமாகுவாய் பேபி, நிதானம்."

அவள் அமைதியானாள். அவள் கூந்தலை பின்னால் இழுத்து, காதுமடல் ஓரமாய் முத்தம் கொடுத்தேன். வெதுவெதுப்பாக இருந்தது. அவள் லேசாகத் திமிறினாள். அடுத்த முறை முத்தம் கொடுக்கும் போது திமிறவில்லை. ஆழமாக மூச்சிழுத்து பின் லேசாக முனகத் துவங்கினாள். அவளை அப்படியே அள்ளியெடுத்து அடுத்த அறைக்குத் தூக்கிச் சென்று, நாற்காலியில் அமர்ந்து அவளை என் மடியில் கிடத்தினேன். அவள் என்னை நேருக்கு நேராகப் பார்க்கவில்லை. அவளது தொண்டையிலும், காதுகளிலும் முத்தமிட்டேன். ஒரு கையை அவளது கழுத்தைச் சுற்றியும் மறுகையை இடுப்பின் மீதும் படரவிட்டேன். அவள் சுவாசத்திற்கு ஏற்றவாறு எனது கையை அவளது இடுப்புக்கு மேலும் கீழும் அசைத்து அவளை உசுப்பேற்ற முயற்சி செய்தேன்.

இறுதியாக, ஒரு தளர்ந்த புன்னகையோடு அவள் என்னைப் பார்த்தாள். நான் முன்னேறி அவளது நாசியின் முனையைக் கடித்தேன்.

"பைத்தியக்கார வேசி" என்று முனுமுனுத்தேன்.

அவள் சிரித்தாள். நாங்கள் முத்தமிட்ட பொழுது எங்கள் தலைகள் முன்னும் பின்னும் ஆடியது. அவள் மீண்டும் விம்மத் துவங்கினாள்.

நான் அவளை இழுத்து, "அழாதே!" என்றேன்.

மீண்டும் முத்தமிட்டுக்கொண்டோம். பின் அவளை தூக்கியபடி படுக்கையறைக்குச் சென்றேன். அவளை மெத்தையில் கிடத்தி, எனது கால்சட்டையையும், உள்ளாடையையும், வேகமாக களைந்தேன். பின் அவளது கால்சட்டையை காலணியினூடே கீழிறக்கினேன். ஒரு காலணி கீழே விழுந்தது, மற்றொன்றை அணிந்தபடியே அவள் இருக்க, கடந்த சில மாதங்களின் சிறந்த கலவியை நான் அவளுக்கு வழங்கினேன். ஒவ்வொரு ஜெரேனியம் பூத்தொட்டியும் அதிர்வுற்றது. கலவி முடிந்தும், நான் மெல்லமாக அவளை அணைத்து, அவளது முடியை வருடி விளையாடியபடி பேசிக்கொண்டிருந்தேன். அவள் முனகிக் கொண்டிருந்தாள். முடிவில் அவள் எழுந்து குளியலறைக்குச் சென்றாள்.

அவள் மீண்டும் அறைக்கு வரவில்லை. அப்படியே சமையலறைக்குச் சென்று பாட்டுப் பாடியபடியே பாத்திரங்களை துலக்கிக் கொண்டிருந்தாள்.

கடவுள் ஆணையாகச் சொல்கிறேன், ஸ்டீவ் மெக்குயின் கூட அவ்வளவு அருமையாகப் பாட முடியாது.

என் கைகளில் இரண்டு பிக்காஸோக்கள் இருந்தனர்.

16

மதிய உணவோ, இரவு உணவோ.. ஏதோவொன்றுக்குப் பிறகு. இந்த பாழாய்ப்போன 12 மணி நேர வேலை என்னைப் பாடாய்ப் படுத்தியது.. நேரம் காலத்தை எல்லாம் என்னால் கணிக்கவே முடியவில்லை. "இதோ பார் பேபி, என்னை மன்னித்துக் கொள். இந்த வேலை என்னை எவ்வளவு அலைக்கழிக்கிறது என்று புரிகிறதா? வேலையை விட்டு விடுகிறேன். நாம் நிம்மதியாக இருப்போம், சந்தோஷமாக காதல் செய்வோம். சிறு நடைப்பயிற்சி மேற்கொள்வோம். ரகசியமாகப் பேசிக்கொள்வோம். விலங்குகள் பூங்காவிற்குச் செல்லலாம். விலங்குகளைப் பார்த்து ரசிக்கலாம். வில்வளைவுகளில் விளையாடலாம். குதிரைப் பந்தயங்களுக்குச் செல்லலாம். கலை அருங்காட்சியகத்திற்குச் செல்லலாம்.

நண்பர்களை ஏற்படுத்திக் கொள்ளலாம். நிறைய சிரிக்கலாம். இப்பொழுது வாழும் வாழ்க்கையைத்தான் எல்லோரும் வாழ்ந்து கொண்டிருக்கிறார்கள். இது நம்மைக் கொல்கிறது.”

“இல்லை அன்பே, நாம் நம்மை நிரூபித்துக் காட்ட வேண்டும், நாம் நம்மை நிரூபித்துக் காட்ட வேண்டும்.”

டெக்ஸாஸ் சிறுநகரத்துப் பெண், தனது சபதத்தை ஆரம்பித்து விட்டாள்.

இனி என்னால் ஒன்றும் செய்ய முடியாது.

17

ஒவ்வொரு இரவும் நான் வேலைக்குக் கிளம்பும் போதும், ஜோய்ஸ் எனக்கான ஆடைகளை கட்டிலில் எடுத்து வைத்திருப்பாள். அனைத்தும் மிக விலையுயர்ந்த ஆடைகள். நான் தொடர்ச்சியாக இரண்டு இரவுகள் ஒரே சட்டையையோ, கால் சட்டையையோ, காலணிகளையோ எப்பொழுதும் அணிந்ததில்லை. டஜன் கணக்கான விதவிதமான துணிமணிகள் இருந்தன. அவள் எனக்காக என்ன தேர்ந்தெடுத்து வைத்திருந்தாளோ அதையே அணிந்து செல்வேன். அம்மா மகனுக்கு வைப்பது போல.

நான் இன்னும் வளரவே இல்லை என்று நினைத்துக்கொண்டு ஆடைகளை அணிந்து செல்வேன்.

18

ஒவ்வொரு நாள் இரவும் 30 நிமிடங்களுக்கு பயிற்சி வகுப்பு என்று ஏதோவொன்றை நடத்தினார்கள். நல்ல வேளை, அந்த 30 நிமிடம் அஞ்சல்கள் ஒட்டவேண்டியதில்லை. பருத்த இத்தாலியன் ஒருவர் விரிவுரை மேடையில் ஏறி நின்று பேசத் துவங்கினார்.

“… ஒன்றைத் தெரிந்து கொள்ளுங்கள். நல்ல சுத்தமான வியர்வையை விட நல்ல மணம் எதுவுமில்லை. அதேபோல அசுத்தமான வியர்வையை விட மோசமான துர்நாற்றம் எதுவுமில்லை.”

கடவுளே, நான் சரியாகத்தான் கேட்கிறேனா? இந்த பயிற்சிக்குத் தான் அரசு அனுமதி வழங்கி இருக்கிறதா? உண்மை தானா? இந்த பருத்த மூடன் என் கக்கத்தை சுத்தம் செய்வது பற்றி வகுப்பு எடுக்கிறான். இதை ஒரு பொறியாளரிடமோ இசைவிழா நடத்துநரிடமோ சொல்ல முடியுமா. இவர்கள் எங்களை அவமானப்படுத்துகிறார்கள்.

“… எனவே தினமும் குளியுங்கள். உங்கள் தோற்றம் மற்றும் ஆக்கத்திறன் மூலமே நீங்கள் மதிக்கப்படுவீர்கள்.”

அவர் ‘சுகாதாரம்’ என்ற வார்த்தையை அடிக்கடி உபயோகிக்க விரும்பினார். ஆனால் அது அவரிடம் எங்குமே இருந்ததாகத் தெரியவில்லை.

பின் அவர் மீண்டும் விரிவுரை மேடைக்குச் சென்று ஒரு பெரிய வரைபடத்தை இழுத்தார். உண்மையில் மிகப்பெரிய வரைபடம், மேடையின் பாதி அளவை மறைக்கின்ற அளவு. ஒரு விளக்கு வரைபடத்தின் மீது ஒளிர்ந்தது. அந்த பருத்த இத்தாலியன் இலக்கணப்பள்ளிகளில் வைத்திருப்பது போன்று முனையில் சிறிய ரப்பர் மாட்டப்பட்ட சுட்டிக்கம்பை வரை படத்தின் மீது சுட்டிக்காட்டினார்.

“பாருங்கள், இங்கு பச்சை வண்ணம் முழுதும் தெரிகிறதா? இன்னும் நிறைய பச்சையாக வேண்டி இருக்கிறது, பாருங்கள்!”

அவர் சுட்டிக்கம்பியை எடுத்து பச்சை வண்ணம் இருந்த இடத்திற்கு மேலும் கீழும் தேய்த்தார்.

இப்பொழுது இருப்பதை விட அப்பொழுது ரஷ்யாவிற்கு எதிரான எண்ணம் அதிகமாகவே இருந்தது. சீனா இன்னும் தன் பலத்தை முழுமையாக காண்பித்திருக்கவில்லை. வியட்நாம் ஒரு சிறிய வானவேடிக்கை விருந்து அவ்வளவு தான். ஆனால் அவர் கூறியதெல்லாம் எனக்குக் கிறுக்குத்தனமாகப் பட்டது. பார்வையாளர்களில் ஒருவர் கூட அவர் கூறியதற்கு

ஆட்சேபம் தெரிவிக்கவில்லை. எல்லோருக்கும் வேலை தேவையாயிருந்தது. ஜோய்ஸைப் பொருத்தவரை எனக்கும் அந்த வேலை தேவையாகவே இருந்தது.

அவர் மேலும் தொடர்ந்தார், "இதோ பாருங்கள், இதுதான் அலாஸ்கா. இங்கு தான் அவர்கள் இருக்கிறார்கள். அவர்கள் இங்கிருந்து தாண்டி நம்மை அடைய எவ்வளவு நேரம் எடுக்கும். யோசித்துப் பாருங்கள்!"

"ஆம்!" முன்வரிசையில் இருந்த மூளைச் சலவை செய்யப்பட்ட சிலர் ஆமோதித்தனர்.

பிறகு அவர் வரைபடத்தை ஆணியில் இருந்து விடுவித்தார். அது போர்க்கால அடிப்படையில் விரைவாகவும் நேர்த்தியாகவும் சுருண்டு கொண்டது.

அவர் மேடைக்கு முன் வந்து சுட்டிக்கம்பை எங்களை நோக்கி நீட்டினார்.

"நீங்கள் ஒன்றை நன்றாக புரிந்து கொள்ளவேண்டும், நீங்கள் நாட்டின் பட்ஜெட்டை குறைக்கும் பொறுப்பில் இருக்கிறீர்கள். நீங்கள் அடுக்கும் ஒவ்வொரு கடிதமும் - ஒவ்வொரு நொடியும், ஒவ்வொரு நிமிடமும், ஒவ்வொரு மணி நேரமும், ஒவ்வொரு நாளும், ஒவ்வொரு வாரமும் - நீங்கள் உங்கள் பணி நேரத்தைத் தாண்டி அடுக்கும் ஒவ்வொரு கடிதமும் ரஷ்யர்களை வீழ்த்த உதவும் என்பதை மனதில் வையுங்கள்!

இன்றைக்கு அவ்வளவு தான். நீங்கள் கிளம்பும் முன் உங்களுக்கான திட்ட ஒதுக்கல் பணியைப் பெற்றுக்கொண்டு செல்லுங்கள்."

திட்ட ஒதுக்கல் பணியா, அது என்ன?

யாரோ சிலர் வந்து அந்த தாள்களைக் கொடுத்தனர்.

"சின்னஸ்கி?" என்று அவர் அழைத்தார்.

"ஆம்."

"உனக்கு வட்டாரம் 9."

"நன்றி" என்றேன்.

நான் என்ன சொன்னேன் என்று எனக்கே புரியவில்லை. அந்த நகரில் இருப்பதிலேயே வட்டாரம் 9 தான் மிகப்பெரிய நிலையம். சிலருக்கு மிகச்சிறிய வட்டாரங்கள் அமைந்தன. இரண்டடி நீளத் தட்டில் இருந்த 23 நிமிடங்களில் ஒட்டுவது போன்ற கதைதான் இதுவும். அவர்கள் அந்தத்தாளை என் மீது வீசிவிட்டுச் சென்றனர்.

19

அடுத்த நாள் இரவு அவர்கள் எங்கள் குழுவை தலைமைக் கட்டிடத்தில் இருந்து பயிற்சிக்கட்டிடத்துக்கு மாற்றினர். செல்லும் வழியில் பழைய செய்தி சேகரிப்பாளரான கஸ்ஸைப் பார்த்தேன். கஸ் ஒருகாலத்தில் மூன்றாம் நிலை பெரும்பளுப் பிரிவு குத்துச்சண்டை போட்டியாளராக இருந்தார், ஆனால் அதன் பின் பெரிய அளவில் அவரால் சாதிக்க முடியவில்லை. அவர் இடதுகை பழக்கமுள்ளவர். ஆதலால் பெரும்பாலான அவரது குத்துகள் இடது பக்கத்தில் இருந்து விழும். போட்டியாளர்கள் அநேகமாக இடதுகைக்காரர்களுடன் போட்டியிட விரும்பமாட்டார்கள். நீங்கள் அதற்காக பிரத்யேக பயிற்சி எடுத்துக் கொள்ள வேண்டும். அவர் என்னை அவரது அறைக்குள் அழைத்தார். அவரது போத்தலில் இருந்து சிறு மடக்கை கவிழ்த்துக் கொண்டு வரிசையில் இணைய விரைந்தேன்.

வாசல் கதவருகே இத்தாலியன் நின்று கொண்டிருந்தார். அவர் நான் வருவதைக் கவனித்து, முற்றத்தின் பாதி வழியிலேயே மடக்கினார்.

"சின்னஸ்கி?"

"சொல்லுங்கள்."

"நீ தாமதமாக வந்திருக்கிறாய்."

நான் எதுவும் பேசவில்லை. நாங்கள் கட்டிடத்தை நோக்கி ஒன்றாக நடந்தோம்.

“எச்சரிக்கைக் கடிதம் ஒன்றை உன் கைகளில் வீசி எறிய வேண்டும் என்று அரை மனதாய் இருந்தேன்.”

“ஓ, தயவு செய்து வேண்டாம், தயவு செய்து அவ்வாறு செய்யாதீர்கள்” நடந்துகொண்டே நான் கெஞ்சினேன்.

“சரி போ, இந்த ஒரு முறை மன்னித்து விடுகிறேன்” என்றார்.

“மிக்க நன்றி சார்” என்று சொன்னேன். இருவரும் சேர்ந்து நடந்து சென்றோம்.

உங்களுக்கு ஒன்று தெரியுமா? அந்த வேசி மகனின் உடல் நாற்றம் தாங்க முடியவில்லை.

20

எங்களது 30 நிமிடம் இப்பொழுது திட்டப்பயிற்சிக்காக ஒதுக்கப் பட்டது. எங்கள் ஒவ்வொருவருக்கும் கற்றுக்கொள்வதற்காக ஒரு கட்டு அட்டைகள் கொடுக்கப்பட்டன. திட்டத்தில் தேர்வாக எட்டு நிமிடம் அல்லது குறைவான நேரத்தில் 100 அட்டைகளை 95 சதவீத நுணுக்கத்தில் அதற்குரிய பெட்டிகளில் போடவேண்டும். மூன்று வாய்ப்புகள் உங்களுக்குக் கொடுக்கப்படும். மூன்றாம் முறையும் தோற்றுவிட்டால் அவ்வளவு தான். அதாவது வேலையை விட்டு நீக்கப்படுவீர்கள்.

“உங்களில் சிலரால் நிச்சயம் முடியாது” இத்தாலியன் கத்தினார். “அதாவது உங்களுக்காக வேறு வேலை காத்துக் கொண்டிருக்கிறது. ஒரு வேளை ஜெனெரல் மோட்டார்ஸின் இயக்குநராகக்கூட ஆகலாம்” என்று நக்கலடித்தார்.

பிறகு இத்தாலியன் சென்று விட்டு, வேறு சிறிய உருவமுடைய பயிற்றுநர் ஒருவர் வந்தார். அவர் நல்ல மனிதர். தொடர்ந்து எங்களை உற்சாகப்படுத்தி வந்தார்.

“நண்பர்களே, உங்களால் நிச்சயம் முடிக்க முடியும். நீங்கள் நினைக்கும் அளவுக்கு கடினமான பணியல்ல.”

ஒவ்வொரு குழுவுக்கும் ஒரு திட்ட பயிற்றுநர் இருந்தார்.

குழுவின் தேர்ச்சி விகிதத்தைப் பொறுத்து அவர்களுக்கும் மதிப்பீடு வழங்கப்பட்டது. எங்கள் பயிற்றுநர் தான் இருப்பதிலேயே குறைந்த மதிப்பீடுகள் வைத்திருந்தார். அவர் கவலை கொண்டிருந்தார்.

"இது பற்றியெல்லாம் பெரிதாக அலட்டிக்கொள்ள வேண்டாம், உங்கள் மனதை செலுத்தி வேலை செய்யுங்கள், வென்று விடலாம்."

சிலருக்கு கட்டில் அட்டைகள் குறைவாக இருந்தன. வழக்கம் போல இருப்பதிலேயே பெரிய கட்டு எனக்கு வந்தது.

நேர்த்தியான உடையணிந்திருந்த நான் அங்கே வெறுமனே நின்று கொண்டிருந்தேன். எனது சட்டைப்பையில் கையை நுழைத்தபடி நான் வேடிக்கை பார்த்துக் கொண்டிருந்தேன்.

பயிற்றுநர் வந்தார், "சின்னஸ்கி, என்ன பிரச்சனை. உன்னால் முடியும் என்று எனக்குத் தெரியும்."

"ஆம், ஆம், அதைத்தான் யோசித்துக் கொண்டிருக்கிறேன்."

"என்ன யோசிக்கிறாய்?"

"ஒன்றுமில்லை."

நான் அங்கிருந்து நகர்ந்தேன்.

ஒரு வாரம் கழித்து, அதே இடத்தில் எனது சட்டைப்பையில் கையை நுழைத்தபடி நின்று கொண்டிருந்தேன். ஒரு தற்காலிகப் பணியாளன் என்னிடம் வந்தான்.

"சார், அட்டைகளை அடுக்கி திட்டத்தை நிறைவேற்ற நான் தயார்."

"உறுதியாகவா?" நான் வினவினேன்.

"எனது திட்டப்பயிற்சியில் 97,98, 99 இருமுறை 100 அட்டைகள் கூட அடுக்கியிருக்கிறேன்."

"உங்களுக்குப் பயிற்சி அளிப்பதற்காக ஏராளமான பணத்தை செலவழித்திருக்கிறோம் என்பதை நீ உணர வேண்டும்.

குறித்த நேரத்தில் நீ இதை செய்து முடிக்க வேண்டும் என்று விரும்புகிறோம்.”

“சார், நிச்சயமாக. என்னால் முடியும் என்று நம்புகிறேன்.”

“சரி” என்று கூறி அவனது கைகளைக் குலுக்கி, “என் வீரனே, இதோ தொடங்கு. வாழ்த்துகள்” என்று வாழ்த்தினேன்.

“மிக்க நன்றி, சார்.”

அவன் திட்ட அறைக்குள் ஓடினான். அவர்கள் உங்களை கண்ணாடியினால் ஆன குடுவைக்குள் விட்டு, அவர்களின் தண்ணீரில் உங்களால் நீந்த முடிகிறதா என்று சோதிப்பார்கள். பாவப்பட்ட மீன். சிறுநகரத்து வில்லனாய் இருந்தவனின் நிலைமை இப்படியாகி விட்டது! நான் பயிற்சி அறைக்குள் நுழைந்து அட்டைக்கட்டுகளை முதன்முதலாகப் பார்த்தேன்.

“அடக் கருமமே” மலைப்பாகி விட்டது.

இருவர் சிரித்தனர். பின் பயிற்சி இயக்குநர் எங்களை நோக்கி, “உங்களுக்கான முப்பது நிமிடம் முடிந்து விட்டது. மீண்டும் வேலைத்தளத்திற்குச் செல்லுங்கள்.” அதாவது மீண்டுமொரு பனிரெண்டு மணி நேர வேலை.

அஞ்சல்களை குறித்த நேரத்தில் பிரித்தெடுக்க போதிய ஆட்கள் இல்லை. எனவே இருக்கும் ஆட்கள்தான் அதிக நேரம் வேலை செய்ய வேண்டி இருந்தது. அட்டவணையில் எங்களுக்கு தொடர்ச்சியாக இரண்டு வாரங்கள் வேலை என்றும் அடுத்து நான்கு நாட்கள் தொடர் விடுமுறை என்றும் குறிக்கப்பட்டிருந்தது. அது எங்களுக்கு உற்சாகத்தைக் கொடுத்தது. 4 நாட்கள் தொடர் விடுமுறை. நான்கு நாட்கள் விடுமுறையின் முதல் நாள் இரவு உள்செய்தித் தொடர்பு அழைப்பு ஒலித்தது.

“குழு எண் 409ல் உள்ள அனைத்து தற்காலிக பணியாளர்களின் கவனத்திற்கு!”.

நான் குழு எண் 409ல் தான் இருந்தேன்.

"உங்கள் நான்கு நாள் விடுமுறை ரத்து செய்யப்படுகிறது. நீங்கள் இந்த நாட்களில் பணிக்கு வருகைப்பதிவை தவறாது செலுத்த வேண்டும் என்று அறிவிக்கப்படுகிறீர்கள்!"

21

நகரத்தில் ஜோய்ஸ்க்கு வேலை கிடைத்தது. நகர காவல்துறை. நான் ஒரு காவல்துறை அதிகாரியுடன் குடும்பம் நடத்தினேன்!. குறைந்தபட்சம் பகல் நேரங்களில் அவளது சீண்டல்களில் இருந்து விடுதலையடைந்து எனக்குக் கொஞ்சம் ஓய்வு கிடைத்தது. அதிலும் ஒரு சிக்கல். ஜோய்ஸ் இரண்டு நீளவால் கிளிகளை வாங்கி வந்திருந்தாள். அவற்றிற்கு பேசவும் தெரியவில்லை. ஆனால் பகல் முழுவதும் கத்திக்கொண்டே இருந்தன.

ஜோய்ஸ்ஸும் நானும், காலை உணவு மற்றும் இரவு உணவு நேரங்களில் தான் சந்தித்துக் கொண்டோம். அந்தத் தருணங்கள் உற்சாகமாகவும் மகிழ்வாகவும் சென்றன. ஆனாலும் அவ்வப்பொழுது நேரம் கிடைக்கும் போதெல்லாம் அவள் என்னைக் கற்பழித்துக் கொண்டுதான் இருந்தாள். இந்த நீளவால் கிளிகளின் தொல்லை அதற்கும் மேல்.

"இங்கே பார், பேபி..."

"என்ன, சொல்லுங்கள்?"

"நான் இந்த ஜெரேனியம், ஈக்கள், பிக்காஸோ எல்லாவற்றிற்கும் பழகி விட்டேன். நீ ஒன்றைப் புரிந்து கொள்ளவேண்டும். நான் பனிரெண்டு மணி நேரம் வேலை செய்கிறேன். இடையில் திட்டப்பயிற்சி வேறு. நீ எனது மிச்ச சக்தியனைத்தையும் மானபங்கப்படுத்துகிறாய்."

"மானபங்கமா?"

"இல்லை, நான் தவறாகச் சொல்லிவிட்டேன். மன்னித்துக் கொள்."

"நீங்கள் என்ன சொன்னீர்கள், மானபங்கமா?"

"அதை மறந்து விடு என்றேன், விட்டு விடு... இந்த நீளவால் கிளிகள் தான்."

"இப்போது இந்தக் கிளிகளா. அவையும் உங்களை மானபங்கப் படுத்துகின்றனவா?"

"ஆம், அவை தான்."

"இதில் யார் அதிகம், நானா, கிளிகளா?"

"இதோ பார், கேலியாக பேசி, அசிங்கப்படுத்தாதே. நான் உன்னிடம் சில விஷயங்கள் பேச விரும்புகிறேன்."

"நீங்கள் தான் நான் ஏதோ செய்வதாகக் கூறினீர்கள்?"

"அடக்கருமமே, அதை விடு, நான் சொல்வதைக்கேள். உன்னிடம் தான் பணமிருக்கிறது. என்னைப்பேச விடப்போகிறாயா, இல்லையா? ஆம் அல்லது இல்லை என்று சொல்?"

"சரி, சின்ன பாப்பா: ஆம்."

"சின்ன பாப்பா சொல்வதைக் கேள்: "அம்மா! அம்மா! இந்த எழவெடுத்த கிளிகள் என் உயிரை வாங்குகின்றன!"

"சரி, அம்மாவிடம் சொல் பாப்பா, இந்த கிளிகள் எவ்வாறு உன் உயிரை எடுக்க முடியும்."

"ம்ம்ம், அதாவது அம்மா, அவை பகல் முழுதும் வெற்றுக் கூச்சலிட்டுக் கத்திக்கொண்டே இருக்கின்றன. அவை ஏதாவது பேசும் என்று நானும் காத்துக்கொண்டிருக்கிறேன். ஆனால் அவை ஒரு போதும் பேசுவதில்லை. இந்த முட்டாள்களின் கூச்சலால் என்னால் ஒரு பொட்டுக்கூட தூங்கமுடியவில்லை!"

"சின்ன பாப்பா, அவை உன் தூக்கத்தை கெடுக்கின்றன என்றால், அவற்றை வெளியே விட்டு விடு."

"வெளியே விட்டுவிடவா, அம்மா?"

"ஆம், வெளியே விடு."

“சரி, அம்மா.”

அவள் எனக்கொரு முத்தத்தைக் கொடுத்துவிட்டு, அவளது காவல்துறை வேலைக்குப் பறந்து சென்று விட்டாள்.

நான் படுக்கைக்குச் சென்று தூங்க முயன்றேன். அவை எப்படி கீச்சிட்டுக் கொண்டிருந்தன. என் உடலிலுள்ள ஒவ்வொரு தசையும் வலித்தது. இந்தப்பக்கம், அந்தப்பக்கம், குப்புறத்திரும்பி என எப்படிப் படுத்தாலும் வலியெடுத்தது. என் வயிற்றுப்பகுதி மட்டுமே வலியில்லாதது போல இருந்தது. ஆனால் அதுவும் களைத்துப் போயிருந்தது. ஒரு நிலையிலிருந்து இன்னொரு நிலைக்கு மாற இரண்டு மூன்று நிமிடங்கள் பிடித்தது.

நான் தாவி, திரும்பி, புரண்டு படுத்துப் பார்த்தேன். வலி குறையவில்லை. கொஞ்சம் சத்தம் போட்டும், சிறிது சிரித்தும், எல்லாவித கோணங்கித்தனங்களையும் செய்து பார்த்தேன். அவை கீச்சிடுவதை நிறுத்தவே இல்லை. அது என்னை ஒரு வழியாக்கியது. அந்த சிறிய கூண்டில் அவை என்ன பாடுபடுகிறதோ? முட்டைத்தலை முட்டாள்கள். வெறும் இறகுகள் தான். மூளை கொண்டை ஊசியளவு இருக்குமா?

நான் சமாளித்துக் கொண்டு, படுக்கையில் இருந்து எழுந்து, சமையலறைக்குச் சென்று, ஒரு சிறு கோப்பையில் தண்ணீர் நிரப்பிக் கொண்டு, கூண்டின் அருகே வந்து அவற்றின் மீது தண்ணீரைத் தெளித்தேன்.

“தாயோலிகளா!” என்று சபித்தேன்.

ஈர சிறகுகளுடன் அவை என்னை வெறித்துப் பார்த்தன. அவை அமைதியாகி விட்டன. பழமையான தண்ணீர் வைத்தியத்துக்கு இணையெதுவுமில்லை. மனநோய் நிபுணர்களின் புத்தகங்களில் இருந்து ஒரு பக்கத்தை நான் கடன் வாங்கிக்கொண்டேன்.

பின் பச்சை நிற உடலும், மஞ்சள் நிற மார்பும் உள்ள கிளி கூண்டுக்குள் கீழிறங்கி வந்து தன் மார்பையே லேசாகக் கொத்திக் கொண்டது. அது அருகில் இருந்த சிவப்பு உடலும் பச்சை மார்பும் கொண்ட கிளியை நெருங்கி வந்து கீச்சிட்டது.

அவ்வளவு தான், இரண்டும் மாறி மாறி மீண்டும் கத்தத்துவங்கி விட்டன.

நான் படுக்கையின் விளிம்பில் அமர்ந்து அதைக் கேட்டுக் கொண்டிருந்தேன். பிக்காஸோ வந்து எனது கணுக்காலை லேசாகக் கவ்வியது.

அவ்வளவுதான். கூண்டை வெளியே எடுத்து வந்தேன். பிக்காஸோ என்னைத் தொடர்ந்து வந்தது. 10000 ஈக்கள் மேலெழுந்து மொய்த்தன. கூண்டைத் தரையில் வைத்து, கதவை திறந்து வைத்து விட்டு, படிக்கட்டில் அமர்ந்தேன்.

இரண்டு பறவைகளும் கதவைப் பார்த்தன. என்ன செய்ய வேண்டும் என்று அவற்றிற்குப் புரியவில்லை. அவற்றின் சின்ன மனம் வேலை செய்ய முயற்சிப்பதை நான் புரிந்து கொண்டேன். உணவும் தண்ணீரும் அவற்றிற்குக் கூண்டிலேயே கிடைத்தது. பிறகு இந்த திறந்தவெளி எதற்காக?

பச்சை நிறமும் மார்பில் மஞ்சள் நிறமும் உள்ள கிளி குறுக்குக் கம்பியில் இருந்து குதித்து, முதலில் வெளியே வந்தது. அங்கு மொய்த்துக் கொண்டிருந்த ஈக்களைப் பார்த்தது. சுமார் 15 விநாடிகள் என்ன செய்வதென்று யோசித்தவாறு அங்கேயே நின்றது. பிறகு அதன் சின்ன மூளையில் ஏதோ யோசனை தோன்றியிருக்க வேண்டும். அது வானத்தில் நேராக மேலெழும்பிச் சென்றது. பறக்கவெல்லாம் இல்லை. நேராக மேலே மேலே மேலே என்று அம்பினைப் போல் பாய்ந்து சென்று மறைந்து விட்டது. நானும் பிக்காஸோவும் வேடிக்கை பார்த்தபடி இருந்தோம்.

அடுத்து, சிவப்பு நிற உடலும், பச்சை நிற மார்பும் கொண்ட கிளியின் முறை. அது நிறையத் தயங்கியபடியே நின்றது. அது பதற்றமாக கூண்டின் தரைப்பகுதியில் நடந்தபடியே இருந்தது. முடிவெடுக்கவேண்டிய தருணம். மனிதனோ, பறவைகளோ யாராகினும் முடிவுகளை எடுத்தாக வேண்டும். கடினமான விளையாட்டு தான்.

அது யோசித்தபடியே நடந்து கொண்டிருந்தது. மஞ்சள் சூரியவொளி, ரீங்காரமிடும் ஈக்கள், மனிதனும் நாயும் பார்த்துக் கொண்டிருக்கிறார்கள். வானம் முழுக்க முழுக்க திறந்திருக்கிறது.

கதவைத் தாண்டி எட்டிப்பார்த்தது. மூன்று விநாடிகள் தான்.

ஸூப்ப்ப்ப்... பறந்து விட்டது.

காலிக் கூண்டை எடுத்துக் கொண்டு, நானும் பிக்காஸோவும் வீட்டுக்குள் சென்றோம்.

கடந்த பல வாரங்களில், முதன்முறையாக அன்று நல்ல தூக்கம் வாய்த்தது. அலாரம் வைக்கக்கூட மறந்துவிட்டேன். நியூயார்க் நகரின் நெடுஞ்சாலையில் வெள்ளைக்குதிரையில் சவாரி செய்து கொண்டிருந்தேன். நான் அப்பொழுது தான் மேயராக தேர்ந்தெடுக்கப்பட்டிருந்தேன். நான் சென்று கொண்டிருக்கும் போதே யாரோ என் மீது சேறு அடித்தார்கள்... ஜோய்ஸ் என்னை உலுக்கிக் கொண்டிருந்தாள்.

"பறவைகளுக்கு என்னவாயிற்று?"

"பறவைகள் கிடக்கிறது. நான் நியூயார்க்கின் மேயர். நான்..."

"நான் உங்களிடம் பறவைகளைப் பற்றிக் கேட்டேன். கூண்டு காலியாக இருக்கிறது."

"பறவைகள்? பறவைகள்? என்ன பறவைகள்?"

"ஐயோ, முதலில் கண் விழியுங்கள்."

"அலுவலகத்தில் கடினமான வேலை. நீ ஏன் சிடுசிடுப்பாய் இருக்கிறாய்?"

"பறவைகள் எங்கே?"

"அவை என்னைத் தூங்க விடவில்லை என்றால் திறந்து விடலாம் என்று நீ தானே கூறினாய்."

"நான் அவற்றை பின்முற்றத்திலோ அல்லது வெளியேவோ கூண்டோடு வைக்கச் சொன்னேன். முட்டாள்."

“முட்டாள்?”

“ஆம், மிகப்பெரிய முட்டாள். நீங்கள் பறவைகளை கூண்டுக்கு வெளியே திறந்து விட்டு விட்டீர்களா, உண்மை தானா?”

“உண்மையைச் சொல்ல வேண்டுமென்றால், நான் அவற்றை குளியலறையிலோ, அலமாரியிலோ அடைத்து வைத்து விட்டு உன்னிடம் விளையாடவில்லை.”

“பாவம், அவை பட்டினியால் வாடும்.”

“அவை புழு பூச்சிகளைப் பிடித்துத் தின்னும், பழங்களைத் தேடி சுவைக்கும்.”

“அவற்றால் முடியாது, அவற்றிற்குப் பழக்கமில்லை. அவை சாகத்தான் போகின்றன.”

“அவை வாழப்பழகிக் கொள்ளட்டும், அல்லது சாகட்டும்” என்று கூறிவிட்டு, மெதுவாகத் திரும்பி மீண்டும் தூங்கப் போனேன். அவள் இரவு உணவை சமைப்பதும், பாத்திரத்தின் மூடி, கரண்டிகளை கீழே போடுவதும், என்னை சபிப்பதும் தெளிவில்லாமல் கேட்டது. பிக்காஸோ என்னருகில் படுத்துக் கிடந்தது. ஒரு வழியில், அவளது கூர்மையான காலணியிடமிருந்து பிக்காஸோ பத்திரமாக இருந்தது. என் கையை அதன் மேல் வைத்ததும், அது கையை நக்கியது. நான் தூங்கிப் போனேன்.

அவ்வளவு தான். கொஞ்ச நேரத்தில், நான் கொஞ்சப்பட்டுக் கொண்டு இருந்தேன். கண் திறந்து பார்த்தால், அவள் என்னை கிறக்கமாகப் பார்த்துக் கொண்டிருந்தாள். அவள் நிர்வாணமாக இருந்தாள். அவள் முலைகள் என் கண் முன் ஊஞ்சலாடியது. அவளது கேசம் என் நாசித்துவாரங்களை கூச்சமடையச் செய்தது. நான் ஒரு நொடி அவளது லட்சக்கணக்கான சொத்துக்களை நினைத்தேன். பின் அவளை அள்ளியணைத்து, அவளது பின்புறத்தை சுண்டி விட்டு, அவள் மேல் படர்ந்தேன்.

22

அவள் உண்மையில் காவல் அதிகாரி இல்லை. காவல் அதிகாரிக்கான எழுத்தர். அவள் உடன் பணிபுரியும் ஒருவரைப் பற்றி அடிக்கடி கூறத்துவங்கினாள். கழுத்துப்பட்டைக்கு நாவல் நிற அலங்காரக்குத்தி அணிந்திருப்பவர் அவர், "உண்மையான பண்பாளர்" என்று ஒரே பாராட்டு மழை.

"அவர் மிகவும் இரக்ககுணம் உடையவர்."

ஒவ்வொரு இரவும் அவரைப்பற்றிய செய்தியையே கேட்டுக் கொண்டிருந்தேன்.

"இன்று அந்த நாவல் நிறக்குத்தி எப்படி இருக்கிறது?" என்று நான் கேட்பேன்.

"ஓ, என்ன நடந்தது என்று தெரியுமா?"

"தெரியாது பேபி, அதனால் தான் கேட்கிறேன்."

"ஓ, அவர் எவ்வளவு சிறந்த பண்பாளர்."

"சரி, சரி, என்ன நடந்தது?"

"உங்களுக்குத் தெரியுமா, அவர் மிகவும் கஷ்டப்படுகிறார்."

"ஓ"

"அவர் மனைவி இறந்துவிட்டார், தெரியுமா?"

"இல்லை, எனக்குத் தெரியாதே."

"விளையாடாதீர்கள். அவரது மனைவியின் மருத்துவச்செலவு மற்றும் ஈமக்கடன்களுக்காக மொத்தம் பதினைந்தாயிரம் டாலர்கள் செலவழிந்ததாம்."

"சரி, அதனால் என்ன?"

"நான் வராண்டா வழியாக வந்து கொண்டிருந்தேன். அவர் எதிரே வந்தார். நாங்கள் சந்தித்தோம். அவர் என்னைப்பார்த்து, அவரது அழகிய துருக்கிய உச்சரிப்பில், "ஆ, நீங்கள் மிக

அழகாக இருக்கிறீர்கள்!" என்று கூறி அவர் என்ன செய்தார் தெரியுமா?"

"இல்லை பேபி, சொல், விரைவாகச் சொல்."

"அவர் மெதுவாக, மிக மெதுவாக என் நெற்றியில் முத்தமிட்டார். பின் நடந்து சென்றார்."

"நான் அவரைப்பற்றி ஒன்று சொல்லட்டுமா, பேபி. அவர் நிறைய படங்கள் பார்க்கிறார்."

"உங்களுக்கு எப்படி தெரியும்?"

"இதென்ன பிரமாதம்."

"அவர் சொந்தமாக டிரைவ்-இன் தியேட்டர் வைத்திருக்கிறார். ஒவ்வொரு இரவும் பணி முடிந்து சென்ற பின் அவர் அதை நிர்வகிக்கிறார்."

"ஓ, அது தான் கணக்கா" என்றேன்.

"ஆனால் அவர் உண்மையான பண்பாளர் தெரியுமா!" என்றாள்.

"இங்கே பார் பேபி, நான் உன்னை புன்படுத்த விரும்பவில்லை. ஆனாலும்..."

"ஆனால் என்ன?"

"பார், நீ வெளி உலகம் தெரியாமல் சிறிய நகரத்தில் வளர்ந்த பெண். நான் சுமார் ஐம்பது இடங்களுக்கு மேல் வேலை பார்த்தவன். நூறு அளவு கூட இருக்கலாம். நான் எங்கேயும் நீண்ட காலம் வேலை செய்யவில்லை. நான் என்ன சொல்ல வருகிறேன் என்றால், அமெரிக்காவில் உள்ள எல்லா அலுவலகங்களிலும் சில விளையாட்டு நடந்து கொண்டேதான் இருக்கும். மக்கள் சலிப்படைந்து விடுவார்கள், என்ன செய்வதென்று அவர்களுக்குத் தெரியாது. எனவே அலுவலக காதல் விளையாட்டுகளை ஆரம்பித்து விடுகின்றனர். பெரும்பாலான நிகழ்வுகளில் அவை வெறும் நேரப்போக்கிகளாக நின்று விடும். சில சமயங்களில் எல்லை மீறிப்போய் விடுவதும் உண்டு. இருந்தும் அவை பௌலிங்

விளையாட்டைப் போல, தொலைக்காட்சி பார்ப்பதைப்போல, புத்தாண்டு விருந்து நிகழ்ச்சியைப் போல தன்னிச்சையாய் நிகழும் ஒரு நேரம் கடத்தி. அவ்வளவு தான். அதை மீறி அவற்றிற்கு வேறு எந்த பயனும் இல்லை என்பதை நீ புரிந்துகொள்ள வேண்டும். நீ மனம் புன்படவில்லை என்று நினைக்கிறேன். நான் சொல்வது உனக்குப் புரிகிறதா?"

"திரு. பார்ட்டிஸியன் நேர்மையானவர் என்றே நம்புகிறேன்."

"நீ அந்த அலங்காரக்குத்தியிடம் மாட்டிக்கொள்ளப் போகிறாய் என்று நினைக்கிறேன். நான் சொன்னதை மறவாதே. வழுக்கி விழ வாய்ப்புகள் அதிகம். அவை பிழையானவை என்றே தோன்றுகிறது."

"அவர் பிழையானவர் அல்ல. அவர் பண்பாளர். நீங்களும் பண்பாளராக நடந்து கொள்வீர்கள் என்று நினைத்தேன்."

அதற்கு மேல் நான் ஒன்றும் சொல்லவில்லை. படுக்கையில் அமர்ந்து, எனது திட்டப்பயிற்சித்தாளை எடுத்து, பேப்காக் பௌலிவார்டு பகுதிகளை மனப்பாடம் செய்ய முயற்சித்தேன். பேப்காக் பகுதி: *14, 39, 51, 62* என்ன எழவு இது? இதை என்னால் நினைவில் வைத்துக் கொள்ள முடியாதா?

23

ஒரு வழியாக எனக்கு ஒரு நாள் விடுப்பு கிடைத்தது. அன்று என்ன செய்தேன் தெரியுமா? ஜோய்ஸ் பணியில் இருந்து திரும்புவதற்கு முன்பாகவே எழுந்து, சில பொருட்கள் வாங்குவதற்காக சந்தைக்குச் சென்றேன். அன்று ஏதோ கிறுக்குத்தனமான எண்ணம் தோன்றியது. நான் சந்தை வழியாக நடந்து சென்று, நன்கு சிவந்த இறைச்சியோ, வறுக்கத் தோதாக கோழியோ வாங்காமல், என்ன வாங்கினேன் தெரியுமா? சந்தையிலுள்ள கிழக்கத்திய பகுதிக்குச் சென்று ஆக்டோபஸ்கள், கடல் சிலந்திகள், நத்தைகள், கடல்பாசி முதலியவற்றால் என் கூடையை நிரப்பிக் கொண்டேன். அங்கிருந்த பணியாளர் என்னை விநோதமாய் பார்த்தார். அதனாலென்ன!

அன்று இரவு ஜோய்ஸ் வீடு வந்த பொழுது, அனைத்தையும் சமைத்து மேஜையில் தயார் நிலையில் வைத்திருந்தேன். சமைக்கப்பட்ட கடல்பாசி மற்றும் கடல் சிலந்தியின் கலவை, வெண்ணையால் பொன்னிறமாக வறுக்கப்பட்ட சிறிய நத்தைகள்.

நான் அவளை சமையல் அறைக்கு அழைத்துச் சென்று மேஜையில் தயாராய் வைத்திருந்த விருந்தைக் காண்பித்தேன்.

"இதை தங்களுக்காகவே சமைத்தேன், மேன்மை பொருந்தியவரே! இது நம் காதலுக்கான காணிக்கை" என்றேன்.

"என்ன கருமம் இது?" என்றாள்.

"நத்தைகள்."

"நத்தைகளா?"

"ஆம், பல நூற்றாண்டுகளாக கிழக்கத்தியர்கள் இந்த உணவுகளைத் தான் ருசித்து மகிழ்ந்திருக்கிறார்கள். அவர்களை கௌரவிக்கும் விதமாகவும், நம்மை கௌரவிக்கும் விதமாகவும் இவற்றைத் தயார் செய்தேன். இது வெண்ணையில் வறுக்கப்பட்டது."

ஜோய்ஸ் வந்து அமர்ந்தாள்.

நான் நத்தைகளை வாயில் போட்டு கடிக்கத் துவங்கினேன்.

"கடவுளே, இவை அருமையாக இருக்கின்றன, பேபி! உண்மையிலேயே!"

ஜோய்ஸ் முள்கரண்டியில் ஒன்றை எடுத்து வாயில் போட்டு விட்டு மேஜையிலிருந்த மற்றவற்றைப் பார்வையிட்டாள்.

நான் வாய் நிறைய சுவையான கடல்பாசியை சுவைத்துக் கொண்டிருந்தேன்.

"நன்றாக இருக்கிறதல்லவா, பேபி?"

அவள் நத்தையை மென்றாள்.

“பொன்நிற வெண்ணையில் வறுக்கப்பட்டது.”

நான் மேலும் சிலவற்றை என் கைகளில் அள்ளி வாயில் அமுக்கினேன்.

“நூற்றாண்டு கால சுவை, பேபி. தவறாகப்போகாது!”

அவள் ஒருவழியாக வாயில் இருந்ததை முழுங்கினாள். தட்டில் இருந்த மற்றவற்றை ஆராய்ந்தாள்.

“இவையெல்லாம் சிறிய மலவாய் போல இருக்கின்றன. கருமம், கருமம்!”

“மலவாய் போல் இருந்தால் என்ன, பேபி, அதிலென்ன கருமம்?”

அவள் கைக்குட்டையை வாய்க்குக் கொண்டு சென்றாள். எழுந்து வேகமாக குளியலறைக்கு ஓடினாள். பின் வாந்தியெடுக்கத் துவங்கினாள். நான் சமையலறையில் இருந்தபடியே எட்டிப்பார்த்தேன்.

“மலவாயினால் என்ன பிரச்சனை, பேபி? உனக்கும் தான் மலவாய் இருக்கிறது. எனக்கும் தான் மலவாய் இருக்கிறது. நீ கடைக்குச் சென்று நல்ல விலாப்பகுதி இறைச்சி வாங்குகிறாயே, அதற்கும் தான் மலவாய் இருக்கிறது. மலவாய் பூமி முழுவதும் நிறைந்திருக்கிறது. மரங்களுக்குக்கூட மலவாய் இருக்கிறது, என்ன அவற்றை உன்னால் பார்க்க முடியாது. அவை இலைகளை உதிர்த்து மலம் கழித்துக் கொள்கின்றன. உலகம் இலட்சக்கணக்கான மலவாய்களால் ஆனது. நாட்டின் அதிபருக்கும் மலவாய் இருக்கிறது. கார் கழுவும் பையனுக்கும் மலவாய் இருக்கிறது. நீதிபதி, கொலைகாரன் எல்லோருக்கும் தான் மலவாய் இருக்கிறது. ஏன் நாவல் நிற அலங்காரக்குத்திக்கும் தான் மலவாய் இருக்கிறது!”

“ஓ, நிறுத்துங்கள், நிறுத்துங்கள்!”

அவள் மீண்டும் வாந்தியெடுக்கத் துவங்கினாள். சிறு நகரத்துப் பெண். நான் மது போத்தலைத் திறந்து, ஊற்றி குடித்துக் கொண்டிருந்தேன்.

24

ஒரு வாரம் கழித்து, இரட்டிப்பு வேலைக்குப் பிறகு எனக்கு ஒரு நாள் விடுப்பு கிடைத்திருந்தது. காலை ஏழு மணியளவில், ஜோய்ஸ்ஸின் புட்டத்தோடும், மலவாயோடும், தூக்கத்தோடும், களைப்போடும் விளையாடிக்கொண்டிருந்தேன். கதவு மணியடிக்கவே, படுக்கையிலிருந்து எழுந்து யாரென்று பார்க்கச் சென்றேன்.

குள்ளமான மனிதர் ஒருவர் கழுத்துப் பட்டையணிந்து நின்று கொண்டிருந்தார். அவர் சில காகிதங்களை என் கைகளில் திணித்து விட்டு ஓடிவிட்டார்.

அவை விவாகரத்துக்கான அழைப்பாணை. அவ்வளவு தான். எனக்கான இலட்சங்கள் கை நழுவி விட்டன. ஆனால் எனக்குக் கோபம் ஏதுமில்லை. ஏனென்றால் நான் இலட்சங்களை எதிர்பார்த்துக் காத்துக் கொண்டிருக்கவில்லை.

நான் ஜோய்ஸை எழுப்பினேன்.

"என்ன இது?"

"என்னை இன்னும் கொஞ்ச நேரம் கழித்து எழுப்பி இருக்கக்கூடாதா?"

நான் அந்தக் காகிதங்களை அவளிடம் காட்டினேன்.

"என்னை மன்னித்து விடுங்கள்."

"அது பரவாயில்லை. என்னிடம் ஒரு வார்த்தை சொல்லியிருக்கலாம் அல்லவா. நானும் சம்மதித்து இருந்திருப்பேனே. நாம் இப்பொழுது தான் இரண்டுமுறை கலவி கொண்டிருக்கிறோம், சிரித்து விளையாடிக் கொண்டிருக்கிறோம். எல்லா கேளிக்கைகளையும் நிகழ்த்திக் கொண்டிருக்கிறோம். என்னால் புரிந்து கொள்ளமுடியவில்லை. உனக்கு எல்லாம் தெரியுமல்லவா. கடவுளே, இந்தப் பெண்களை எப்படித்தான் புரிந்து கொள்வதோ?"

“பாருங்கள், நமக்குள் சண்டையாய் இருந்தபொழுது நான் விண்ணப்பித்தேன். சிறிது நேரம் காத்திருக்கலாம் என்று நினைத்தால், நான் சமாதானமாகி விடுவேன். பின் ஒருபோதும் விண்ணப்பிக்க முடியாமல் போயிருக்கும்.”

“சரி, பேபி. நேர்மையான பெண்கள் என்னை எப்போதும் வசீகரிக்கிறார்கள். யாரது, அந்த நாவல் நிற அலங்காரக் குத்தியா?”

“ஆம், நாவல் நிற அலங்காரக்குத்தி தான்” என்றாள்.

நான் சிரித்தேன். அது சோகமான புன்னகை. நான் ஒத்துக் கொள்ளத்தான் வேண்டும். எனக்குக் கவலையாகத்தான் இருந்தது.

“என்னால் எளிதாக யூகிக்க முடிகிறது. உனக்கு அவருடன் பிரச்சனைகள் தான் வரப்போகிறது. உனக்கு நல்லதிர்ஷ்டம் உண்டாகட்டும். உன்னில் அநேக விஷயங்களை நான் காதலிக்கிறேன். அவை பணம் சம்பந்தப்பட்டவை மட்டுமல்ல.”

அவள் குப்புறப்படுத்து, தலையணையில் முகம் புதைத்து குலுங்கி அழத்துவங்கினாள். அவள் குழப்பத்தில் மதிமயங்கிய சிறு நகரத்து அப்பாவிப்பெண். அவளது அழுகை, கவலை எதுவுமே போலியானவை இல்லை. அவளைப் பார்க்க பாவமாய் இருந்தது.

அவள் போர்த்தியிருந்த போர்வை நழுவி கீழே விழுந்தது. அவளது வெள்ளை நிற முதுகை நான் வெறித்துப் பார்த்துக் கொண்டிருந்தேன். தோள்பட்டை தண்டுகள் தோலினைத் தாண்டி சிறகுகளாக வளரத்துடிப்பவை போல காட்சியளித்தன. சிறிய அழகுத்தண்டுகள். பாவம் அவள்.

நான் படுக்கைக்குச் சென்று, அவளை மெல்லமாகத் தட்டிக் கொடுத்து, தட்டிக்கொடுத்து சமாதானப்படுத்தினேன். அவள் மீண்டும் வெடித்து அழத்துவங்கினாள்.

“ஓ அன்பே, நான் உங்களைக் காதலிக்கிறேன். என்னை மன்னித்து விடுங்கள், தயவு செய்து என்னை மன்னித்து விடுங்கள்”

அவள் உண்மையில் சரியான குழப்பத்தில் தான் இருந்தாள்.

சிறிது நேரத்திற்குப் பிறகு, ஏதோ நான்தான் அவளை விவாகரத்து செய்துவிட்டுப் போகிறேன் என்று எண்ணத் துவங்கினேன்.

பின் இறுதியாக, மீண்டுமொரு முறை அழுத்தமாகக் கலவி கொண்டோம்.

அவளிடம் வீடு, நாய், ஈக்கள், ஜெரேனியம் எல்லாம் இருக்கிறது.

நான் என் பொருட்களை எடுத்து வைக்கையில் கூட அவள் உதவி செய்தாள். எனது கால்சட்டைகளை அழகாக மடித்து பெட்டியில் வைத்தாள். உள்ளாடைகள், சவரக்கத்தி என பார்த்துப் பார்த்து எடுத்து வைத்தாள். நான் கிளம்பத்தயார் ஆனதும் மீண்டும் அழத்துவங்கினாள். நான் அவள் காதுமடலை லேசாகக் கடித்தேன். பின் என் பொருட்களை எடுத்துக்கொண்டு படி வழியே இறங்கினேன். நான் காரில் ஏறி, தெருக்களில் மேலும் கீழும் அலைந்து “வாடகைக்கு விடப்படும்” அறிவிப்பு எங்காவது தென்படுகிறதா என்று பார்க்கத் துவங்கினேன்.

அது வழக்கத்துக்கு மாறான செயலாக ஒன்றும் தோன்றவில்லை.

III

1

நான் விவாகரத்துக்கு எதிர்வழக்குத் தொடரவில்லை. நீதிமன்றத்துக்கே கூட செல்லவில்லை. ஜோய்ஸ் நாங்கள் வைத்திருந்த காரை என்னிடம் கொடுத்துவிட்டாள். அவள் கார் ஓட்டுவதில்லை. ஒரு *3* அல்லது *4* மில்லியன் சொத்தை இழந்து விட்டேன். அதனாலென்ன, எனக்குத் தான் அஞ்சல் நிலையம் இருக்கிறதே!

ஒரு நாள் பெட்டியை வழியில் சந்தித்தேன்.

"சிறிது நாட்களுக்கு முன் உன்னை அந்த வேசியுடன் பார்த்தேன். அவள் உனக்கேற்றவள் இல்லை."

"எந்தப் பெண்ணும் எனக்கேற்றவள் இல்லை."

எங்கள் உறவு முடிந்து விட்டது என்று கூறினேன். நாங்கள் சேர்ந்து பீர் குடிக்கச் சென்றோம். பெட்டி வேகமாக முதுமையடைந்திருந்தாள். பருத்தும் போயிருந்தாள். சுருக்கங்கள் விழுந்திருந்தன. கழுத்துச்சதை தொங்கியது. அது கவலைக்குரிய விஷயம். என்ன செய்வது எனக்கும்கூட வயதாகியிருந்தது.

பெட்டி அவள் வேலையை இழந்திருந்தாள். நாயும் இறந்து போய்விட்டது. அவள் பிறகு மேஜை பணிப்பெண்ணாக வேலை பார்த்திருந்திருக்கிறாள். அந்த காபி ஷாப்பை அலுவலகமாக இடித்துக் கட்டும் போது அந்த வேலையையும் இழந்தாள். இப்பொழுது நொடித்துப்போன ஏதோவொரு விடுதியில் ஒரு சிறிய அறையில் வசித்து வந்தாள். அவள் அங்கு அறைகளுக்கு போர்வைகள் மாற்றும் வேலையையும், கழிவறைகள் கழுவும் வேலையையும் செய்து வந்தாள். அன்று அவள் ஒயின் குடித்தாள். நாங்கள் மீண்டும் ஒன்று சேர வேண்டும் என்று விரும்பினாள். இன்னும் சிறிது காலம் காத்திருக்கலாம் என்று

கூறினேன். இப்பொழுது தான் ஒரு கொடுமையில் இருந்து விடுபட்டிருந்தேன்.

அவள் தனது அறைக்குச் சென்று அவளிடம் இருப்பதில் சிறந்த ஆடையை அணிந்து கொண்டும், ஹைஹீல்ஸ் அணிந்து கொண்டும் சிரமப்பட்டு நடந்து வந்தாள். அவளைப் பார்க்க பரிதாபமாக இருந்தது.

நாங்கள் ஐந்தாவது சுற்று விஸ்கியும், கொஞ்சம் பீரும் அருந்தியிருந்தோம். பிறகு ஒரு பழைய அடுக்ககத்தில் நான்காவது மாடியில் இருந்த எனது வீட்டுக்குச் சென்றோம். தொலைபேசியை எடுத்து எனக்கு உடல்நலக்குறைவென்று விடுப்பு சொன்னேன். பெட்டியின் அருகில் அமர்ந்தேன். அவள் கால் மேல் கால் போட்டபடி அமர்ந்து, ஹைஹீல்ஸை வீசி எறிந்துவிட்டு லேசாக சிரித்தாள். அது கிட்டத்தட்ட எங்களது பழைய காலங்களை ஒத்து இருந்தது. ஆனாலும் ஏதோவொன்று குறைந்தது.

அப்போதெல்லாம், நீங்கள் தொலைபேசி செய்து உடல் நலக்குறைவு என்று விடுப்பு சொன்னால், ஒரு செவிலியை வீட்டுச்சோதனைக்கு அனுப்பி விடுவர். நீங்கள் இரவு விடுதிக்கோ, சீட்டாட்டக் கூடத்திற்கோ செல்லவில்லை என்று உறுதி படுத்தவே அந்த ஏற்பாடு. எனது வீடு மத்திய அலுவலகத்திற்கு மிக அருகில் இருந்தது. எனவே வந்து சோதனை செய்வதற்கு அவர்களுக்கு மிக வசதியாய்ப் போயிற்று. பெட்டியும் நானும் அங்கு வந்து இரண்டு மணி நேரம் இருக்கும், கதவு தட்டும் சத்தம் கேட்டது.

"என்ன அது?"

"சத்தம் போடாதே! உன் ஹைஹீல்ஸை எடுத்துக் கொண்டு, சமையலறைக்குள் சென்று ஒளிந்து கொள். நான் சொல்லும் வரை மூச்சுக்காட்டாதே!" என்று முணுமுணுத்தேன்.

"ஒரு நிமிடம்" என்று கதவை நோக்கி குரல் கொடுத்தேன்.

குடி நாற்றம் தெரியாமல் இருக்க ஒரு சிகரெட்டைப் பற்ற வைத்துவிட்டு, கதவருகே சென்று தாழ்ப்பாளை விடுவித்தேன். ஏற்கனவே வந்த அதே செவிலி தான். அவளுக்கு என்னைத் தெரியும்.

"உங்கள் உடம்புக்கு என்ன கோளாறு?" என்று கேட்டாள்.

சிறிது புகையை வெளியேற்றியபடி கூறினேன்,

"வயிறு சரியில்லை."

"உண்மை தானா?"

"உண்மையில் என் வயிறு தான்."

"நாங்கள் வீட்டுக்கு வந்து உங்களை சோதித்ததற்கு அத்தாட்சியாக இந்தப் படிவத்தில் கையெழுத்திடுகிறீர்களா?"

"நிச்சயமாக."

பக்கவாட்டில் இருந்து அவள் படிவங்களை உருவினாள். நான் கையெழுத்திட்டபின் மீண்டும் படிவங்களை செருகிக் கொண்டாள்

"நாளைக்கு வேலைக்கு வந்துவிடுவீர்களா?"

"தெரியவில்லை. உடல் தேறிவிட்டால் வந்துவிடுவேன், இல்லையென்றால் நாளையும் விடுப்பு சொல்ல வேண்டியது தான்."

அவள் என்னைக் கேவலமாய் ஒரு பார்வை பார்த்துவிட்டுச் சென்றாள். எனக்குத்தெரியும், எனது சுவாசத்தில் அவள் நிச்சயம் விஸ்கி நாற்றத்தை உணர்ந்திருப்பாள். ஏகப்பட்ட தொழில் நுட்பக்கூறுகள். ஒருவேளை அவளது சிறிய கருப்புப்பையுடன் காரில் ஏறும் போது என்னை நினைத்து ஏளனமாகச் சிரிக்கக் கூட செய்திருப்பாள்.

"சரி, உன் காலணிகளை அணிந்து கொண்டு வெளியே வா!"

"யாரவள்?"

"அஞ்சல்துறை செவிலி."

"அவள் சென்று விட்டாளா?"

"ஆம்."

"எல்லா நேரங்களிலும் அவர்கள் இப்படி செய்வார்களா?"

"ஒரு முறை கூட தவறியதில்லை. நான் இதைக் கொண்டாட நாம் நிறைய குடிக்கலாம் வா!"

நான் சமையலறைக்குள் சென்று இரண்டு பெரிய கோப்பைகளில் ஊற்றிக்கொண்டு வந்தேன். பெட்டிக்கு அவளது கோப்பையைக் கொடுத்தேன்.

"வாழ்த்துகள்" என்றாள்.

நாங்கள் கோப்பைகளை உயர்த்தி உரசிக் கொண்டோம்.

திடீரென்று அலாரம் சத்தமாக அடிக்கத் துவங்கியது.

நான் முதுகில் குண்டடி பட்டவனைப்போல துள்ளிக்குதித்து ஓடினேன். பெட்டி அலறிக்குதித்தாள். நான் வேகமாக ஓடி கடிகாரத்தை அடைந்து அலாரத்தின் இயக்கத்தை நிறுத்தினேன்.

"இயேசுவே, எனக்கு வயிற்றையே கலக்கிவிட்டது" என்றாள்.

இருவரும் சிரித்தோம். பின் தரையில் அமர்ந்தவாறு நன்றாகக் குடித்தோம்.

"எனக்கு ஒரு ஆண் நண்பன் இருந்தான். அவன் அரசாங்கத்தில் வேலை செய்தான்" என்று ஆரம்பித்தாள்.

"அவர்கள் ஒரு கண்காணிப்பாளரை அனுப்பி வைத்து விடுவார்கள், எல்லாமுறையும் அல்ல, ஐந்தில் ஒரு தடவை. ஒரு நாள் இரவு நான் ஹாரியுடன் அமர்ந்து குடித்துக் கொண்டிருந்தேன். ஆம் அவன் பெயர் ஹாரி. அன்று இரவு அவனுடன் அமர்ந்து குடித்துக்கொண்டிருந்த போது கதவு தட்டப்படும் சத்தம் கேட்டது. ஹாரி எல்லா ஆடைகளையும் அணிந்தபடி படுக்கையில் அமர்ந்திருந்தான். "ஓ, இயேசு கிருஸ்துவே என அலறியபடி, உடல் முழுக்கப் போர்வையை இழுத்துப் போர்த்திக்கொண்டு ஆடையுடனே படுக்கையில் படுத்துக்கொண்டான். நான் போத்தல்களையும், கோப்பைகளையும் படுக்கைக்கு அடியில் மறைத்து வைத்துவிட்டு கதவைத் திறந்தேன். சோதனை செய்யவந்தவர் படுக்கையில் வந்து அமர்ந்தார். ஹாரி காலணி, காலுறை

கூட அணிந்தபடி படுத்திருந்தான். ஆனால் முழுக்கப் போர்த்தியிருந்தான். வந்தவர், “எப்படி இருக்கிறீர்கள், ஹாரி?” என்று விசாரித்தார். ஹாரி, “உடல்நலம் சரியில்லை. இவள் என்னை கவனித்துக் கொள்வதற்காகவே வந்துள்ளாள்” என்று என்னைக் குறிப்பிட்டுச் சொன்னான். நான் அங்கே குடிபோதையில் அமர்ந்திருந்தேன். “சரி ஹாரி, சீக்கிரம் நலம் அடைய வாழ்த்துக்கள்!” என்று கூறிவிட்டுக் கிளம்பினான். அவர் நிச்சயம் படுக்கைக்கு அடியில் இருந்த போத்தல்களையும், கோப்பைகளையும் பார்த்திருப்பார். ஹாரியின் பாதங்கள் அவ்வளவு நீளமாக இருந்திருக்காது என்றும் அவருக்குத் தெரிந்திருக்கும். ஒரு மாதிரி சமாளித்துவிட்டோம்.”

“அவர்கள், ஒரு மனிதனை நிம்மதியாக வாழ விடமாட்டார்கள். அவன் காலில் சக்கரத்தைக் கட்டி சுழன்றுகொண்டே இருக்க வேண்டும் என்றே விரும்புவார்கள்.”

“ஆம்.”

மீண்டும் சிறிது குடித்துவிட்டு, படுக்கைக்குச் சென்றோம். ஆனால் எங்களுக்குள் முன்னிருந்த நெருக்கம் இல்லை. கலவி புரியவே செய்தோம், இருந்தும் ஏதோ இடைவெளி இருந்தது போலவே தோன்றியது. பின் அவள் எழுந்து குளியலறைக்குச் செல்வதைப் பார்த்துக் கொண்டிருந்தேன். அவளது யோனிக் கன்னங்களின் அடியில் சுருக்கங்களும், மடிப்பும் விழுந்திருந்தது. பெருங்குறைதான். ஜோய்ஸ் திடமாகவும், உறுதியாகவும் இருந்தாள். அவளை அள்ளியணைத்தால் கைகொள்ளுமளவும் இதமாகவும் இருக்கும். பெட்டி அவ்வளவு சுகத்தைத் தரவில்லை, கவலையளிக்ககூடியதாய் இருந்தது. உண்மையில் கவலையளிக்கக்கூடிய விஷயம்தான். குளியலறையில் இருந்து பெட்டி திரும்பி வந்தபின், அவள் பாட்டுப்பாடவோ, சிரிக்கவோ, என்னுடன் ஏதும் விவாதம் நடத்தவோ இல்லை. நாங்கள் மீண்டும் அமர்ந்து குடிக்கவும், சிகரெட் புகைக்கவும் செய்தோம். தூங்கும் போது என் கால்களை அவள் உடல் மீது போடவில்லை, அவளும் தான். நாங்கள் இருவரும் தொட்டுக் கொள்ளாமல் படுத்திருந்தோம்.

நாங்கள் இருவரும் தொலைந்து போய் விட்டோம்.

2

நான் ஜோய்ஸ்க்கு தொலைபேசியில் அழைத்தேன்.

"நாவல் நிற அலங்காரக்குத்தியுடன் எவ்வாறு போய்க் கொண்டிருக்கிறது?"

"என்னால் புரிந்து கொள்ளமுடியவில்லை" என்றாள்.

"நீ விவாகரத்து பெற்றுவிட்டாய் என்று கூறியவுடன் அவர் என்ன செய்தார்?"

"நான் விஷயத்தைக் கூறும் போது, எங்கள் அலுவலக ஊழியர்களுக்கான உணவு விடுதியில் எதிரெதிரே அமர்ந்திருந்தோம்."

"என்னவாயிற்று?"

"அவர் கையில் வைத்திருந்த முள்கரண்டியை நழுவ விட்டார். அவரது வாய் திறந்தபடி இருந்தது. என்ன என்று அதிர்ச்சியாகக் கேட்டார்."

"நீ தீவிரமாக இருக்கிறாய் என்று அவருக்குப் புரிந்திருக்கும்."

"என்னால் புரிந்து கொள்ளவே முடியவில்லை. அன்றிலிருந்து அவர் என்னைத் தவிர்க்கத் துவங்கினார். முற்றத்தில் அவரை நேருக்கு நேர் பார்க்க நேர்ந்தாலும் கூட என்னைக் கண்டு கொள்ளாமல் சென்றார். என்னுடன் அமர்ந்து உணவருந்த வருவதில்லை. அவர் கிட்டத்தட்ட உணர்ச்சியற்றவராய் ஆகி விட்டார்."

"பேபி, கவலைப்படாதே! உலகில் அவரைத்தவிர வேறு மனிதர்களும் இருக்கிறார்கள். அவரை மறந்து விடு. உனக்கானவர் கிடைப்பார்."

"அவரை மறப்பது கடினமாக இருக்கிறது. அவர் எவ்வளவு கண்ணியமாக நடந்தார் தெரியுமா?"

"உன்னிடம் நிறைய சொத்து இருக்கிறது என்று அவருக்குத் தெரியுமா?"

"இல்லை, நான் அவரிடம் ஒருபோதும் சொன்னதில்லை. அவருக்குத் தெரியாது."

"அவர் உனக்கு வேண்டுமென்றால், உன் சொத்துக்களைப் பற்றி..."

"இல்லை, இல்லை... சொத்துக்களுக்காக அவர் என்னை ஏற்பதை நான் விரும்பவில்லை."

"சரி, ஜோய்ஸ், தொலைபேசியை வைக்கிறேன், குட் பை."

"குட் பை, அன்பே!"

அடுத்த சிறிது நாட்களிலேயே அவளிடமிருந்து கடிதமொன்று வந்தது. அவள் மீண்டும் டெக்ஸாஸ் சென்றுவிட்டாள். பாட்டி உடல்நலக்குறைவாக இருப்பதாகவும், அவர் நீண்ட நாள் வாழமாட்டார் எனவும் குறிப்பிட்டிருந்தாள். அங்குள்ள மக்கள் என்னைப்பற்றி கேட்டதாகவும் எழுதியிருந்தாள். "இப்படிக்கு அன்புள்ள ஜோய்ஸ்."

நான் கடிதத்தைக் கீழே வைத்தேன், நான் எவ்வாறு அவளை விட்டு விட்டேன் என்று அங்குள்ள குள்ளன் வியந்தது என் கண்முன்னே தெரிந்தது. சுறுசுறுப்பான கோட்டிக்காரப் பையன். நான் காரியக்கார வேசிமகன் என்று நினைத்திருந்தான். அவன் நம்பிக்கை பொய்யாய்ப் போனதில் வருத்தம் தான்.

3

ஒரு நாள், நான் பழைய மத்திய அலுவலகத்திற்கு அழைக்கப் பட்டிருந்தேன். வழக்கம் போல, 45 நிமிடமோ, ஒரு மணி நேரமோ ஒன்னரை மணி நேரமோ காக்கவைக்கப்பட்டேன்.

பின், "திரு. சின்னஸ்கி?" குரல் கேட்டுத் திரும்பினேன்.

"ஆம்."

"உள்ளே வாருங்கள்."

அந்த மனிதர் என்னை அழைத்துக் கொண்டு மீண்டும் மேஜைக்குச் சென்றார். அங்கே ஒரு பெண் அமர்ந்திருந்தாள். 38

அல்லது 39 வயதிருக்கலாம், கவர்ச்சியாகத் தோன்றினாள். ஆனால் அவள் பார்த்த பார்வை, அவளது பாலியல் ஆசைகளை மற்ற விஷயங்களுக்காக ஒதுக்கி வைத்திருப்பது போலவோ அல்லது அதை அவள் உதாசீனப்படுத்துவது போலவோ தோன்றியது.

"உட்காருங்கள், திரு. சின்னஸ்கி."

நான் அமர்ந்தேன்.

பேபி, உனக்கு தோதான கலவியை என்னால் தரமுடியும் என நினைத்துக் கொண்டேன்.

"திரு. சின்னஸ்கி, நீங்கள் இந்த விண்ணப்பத்தை சரியாகப் பூர்த்தி செய்தீர்களா என்று எங்களுக்கு சந்தேகமாக இருக்கிறது."

"ஓ"

"நாங்கள் இந்தக் கைது பதிவுக்குறிப்பு பற்றிக் கூறுகிறோம்."

அவள் அந்தப் படிவத்தை என்னிடம் தந்தாள். அவள் கண்களில் காமம் சுத்தமாக இல்லை.

குடித்துவிட்டுச் சென்றதற்காய் என் மீது பதிவான சாதாரண புகார்கள் சுமார் 8 அல்லது 10 வரை இருக்கலாம். தேதிகள் சுத்தமாக நினைவில் இல்லை.

"நீங்கள் எல்லாவற்றையும் பட்டியலிட்டிருக்கிறீர்களா?" என்று கேட்டாள்.

"ம்ம்ம்ம்ம், ம்ம்ம்ம், நான் யோசித்துப் பார்க்கிறேன்..."

"ஆம்?" என்று கேட்டாள்.

"ஓ, ஓ, கடவுளே, நான்..."

"என்னவாயிற்று?"

"குடித்து விட்டு தானியங்கியில் சென்றது அல்லது குடித்து விட்டு வண்டி ஓட்டியதற்காக பதிவு செய்யப்பட்டேன். அது குறிப்பிடப்படவில்லை. சுமார் நான்கு வருடங்களுக்கு மேல் இருக்கும். சரியான தேதி நினைவிலில்லை."

"ஞாபகப்பிழையினால் தவறு நிகழ்ந்ததா?"

"ஆம், நான் அதனையும் குறிப்பிட்டிருக்க வேண்டும்."

"சரி, அதை எழுதுங்கள்."

நான் எழுதினேன்.

"திரு. சின்னஸ்கி. இது ஒரு மோசமான சாதனை. நீங்கள் உங்கள் மீதான இந்த குற்றச்சாட்டுகளுக்கு விளக்கமளிக்க வேண்டும். அதைப் பொறுத்தே எங்களுடனான உங்களது தற்போதைய வேலை குறித்து முடிவு செய்ய முடியும்."

"சரி."

"நீங்கள் பத்து நாட்களுக்குள் பதிலளிக்க வேண்டும்."

அவ்வளவு கட்டாயமாக வேலையில் இருக்கவேண்டிய எந்த நிர்பந்தமும் எனக்கு இல்லை. ஆனால் அவள் என்னை எரிச்சலூட்டினாள்.

அன்று இரவு, உடல்நலக்குறை என்று தொலைபேசி செய்து விடுப்பு சொன்னேன். வரிசையிடப்பட்ட, கோடுபோட்ட லீகல் காகிதங்கள் சிலவற்றையும், மிக சம்பிரதாயமாய் தோற்றமளிக்கும் உறையையும் வாங்கி வந்தேன். ஐந்தாவது சுற்று விஸ்கியையும், சிகரெட்டையும் முடித்துவிட்டு, அமர்ந்து தட்டச்சு செய்யத் துவங்கினேன். என் முழங்கைக்கு அருகே அகராதி இருந்தது. அவ்வப்போது ஏதாவதொரு பக்கத்தைத் திருப்பி, புரிந்துகொள்ள முடியாத பெரிய வார்த்தை ஒன்றை தேடிப்பிடித்து, அதை வைத்து ஒரு வரியோ அல்லது பத்தியோ யோசித்து உருவாக்கினேன். 42 பக்கங்களுக்குச் சென்றது அது. இறுதியாக இப்படிக் குறிப்பிட்டு முடித்தேன். "இந்த அறிக்கையின் நகல், பத்திரிக்கை, தொலைக்காட்சி மற்றும் இதர பொருண்மை தொலைதொடர்பு ஊடகங்களுக்கு விநியோகிப்பற்காக பத்திரப்படுத்தப்பட்டுள்ளது."

அவள் தனது இருக்கையில் இருந்து எழுந்து, "திரு. சின்னஸ்கி?"

"சொல்லுங்கள்."

காலை 9 மணி. அவள் குற்றச்சாட்டுகளுக்கு பதில் அளிக்கச் சொன்னதற்கு ஒரு நாள் கழித்து.

"ஒரு நிமிடம்."

அவள் மேஜையில் இருந்த 42 பக்க அறிக்கையை மீண்டும் எடுத்தாள். அவள் அதனை வாசித்தாள், வாசித்தாள், வாசித்துக் கொண்டே இருந்தாள். அவள் தோளுக்குப் பின்னால் இருந்து வேறு ஒருவரும் வாசித்தார். பின் 2, 3, 4 பேர் அனைவரும் வாசித்தனர். பின் கூட்டம் கூடியது 6, 7, 8 அனைவரும் வாசித்தனர்.

"என்ன எழவு இது?" என்று நினைத்தேன்.

பின் அந்தக் கூட்டத்திலிருந்து ஒரு குரல் கேட்டது, "சரி, எல்லா மேதைகளுமே குடிகாரர்கள் தான்!" மொத்த விஷயத்தையும் அந்த ஒரு வார்த்தை கூறிவிட்டதைப் போல. மக்கள் நிறைய திரைப்படங்கள் பார்க்கின்றனர்.

அவள் அந்த 42 பக்க அறிக்கையை கையில் வைத்தவாறு எழுந்தாள்.

"திரு. சின்னஸ்கி?"

"சொல்லுங்கள்."

"உங்கள் மீதான வழக்கு தொடர்கிறது. மேற்கட்ட விசாரணைக்காக அழைக்கப்படுவீர்கள்."

"அதுவரை, தொடர்ந்து வேலை செய்யலாமா?"

"அதுவரை, தொடர்ந்து வேலை செய்யலாம்."

"காலை வணக்கம்" என்று கூறி கிளம்பினேன்.

4

வேலையில், ஒரு நாள் இரவு எனக்கு பட்ச்னருக்கு அடுத்த இருக்கை ஒதுக்கப்பட்டிருந்தது. அவர் அஞ்சல் எதையும் ஒட்டவில்லை. வெறுமனே அமர்ந்து, பேசிக்கொண்டிருந்தார்.

ஓர் இளம்பெண் அங்கே வந்து பிரகாரத்தின் ஓரத்தில் இருந்த இருக்கையில் அமர்ந்தாள். நான் பட்ச்னர் சொல்வதைக் கேட்டுக் கொண்டிருந்தேன். "அடியே, வேசி. நீ உன் யோனிக்குள் என் குறியைத் திணிக்க வேண்டும் என்று விரும்புகிறாய், இல்லையா? அது தானே உனக்கு வேண்டும், இல்லையா?"

நான் தொடர்ந்து அஞ்சல்களை ஒட்டிக்கொண்டிருந்தேன். மேற்பார்வையாளர் எங்களைக் கடந்து சென்றான். பட்ச்னர் தொடர்ந்தார், "நீயும் எனது பட்டியலில் இருக்கிறாய், ங்கோத்தா! உன்னை என்ன செய்கிறேன் பார், கேடுகெட்ட ங்கோத்தா! நாற்றம்பிடித்த வேசிமகனே! குறிசப்பி!"

மேற்பார்வையாளர்கள் ஒருபோதும் பட்ச்னரைக் கண்டு கொண்டது இல்லை. வேறு யாரும் கூட ஒருபோதும் அவரைக் கண்டுகொண்டதே இல்லை.

அவர் மீண்டும் தொடர்ந்தார். "சரி, பேபி! நீ அப்படி பார்ப்பது எனக்குப் பிடிக்கவில்லை! நீ எனது பட்டியலில் இருக்கிறாய், ங்கோத்தா! நீ பட்டியலில் மேலே முதலாவதாக இருக்கிறாய்! நான் உன் யோனியைக் கிழிக்கிறேனா இல்லையா பார்! ஏய், நான் உன்னுடன் தான் பேசிக்கொண்டிருக்கிறேன்! கேட்கிறாயா, என்ன?"

மிக அதிகமாகப் போய்க்கொண்டிருந்தது. அவ்வளவு தான்.

நான் அஞ்சல்களைத் தூக்கிப் போட்டேன்.

"சரி", நான் அவரிடம் கூறினேன், "வா, நான் உன்னை அழைக்கிறேன்! உன் கேடுகெட்ட நாற்றமடிக்கும் குறியை அழைக்கிறேன்! இங்கேயே வைத்துக் கொள்வோமா, இல்லை வெளியேவா?"

கத்திவிட்டு, அவரைப் பார்த்தேன். அவர் விட்டத்தைப் பார்த்து தொடர்ந்து பேசிக்கொண்டிருந்தார். பைத்தியக்காரன்.

"நான் சொன்னேன் இல்லையா, நீ தான் என் பட்டியலில் முதலாவதாக இருக்கிறாய்! உன்னை என்ன செய்யப்போகிறேன், பார்."

ஓ, கடவுளே... பொதுவாக, உண்மையில் அதைக்கேட்டு நொந்து போனேன். எழுத்தர்கள் மிக அமைதியாக இருந்தார்கள். அவர்களைச் சொல்லியும் குற்றமில்லை. நான் எழுந்து, தண்ணீர் குடிக்கச் சென்றேன். பின் மீண்டும் வந்து அமர்ந்தேன். இருபது நிமிடம் கழித்து, எனது பத்து நிமிட இடைவேளைக்காக எழுந்து சென்றேன். நான் திரும்பி வந்தபோது, மேற்பார்வையாளர் காத்துக்கொண்டிருந்தான். 50 வயதுகளில் இருக்கும் நன்கு பருத்த, கருப்பு நிற மனிதன். அவன் என்னை நோக்கி அலறினான்:

"சின்னஸ்கி!"

"என்ன விஷயம்?" என்றேன்.

"முப்பது நிமிடங்களுக்குள் உனது இருக்கையை விட்டு இருமுறை இறங்கிச் சென்றாய்!"

"ஆம், முதல் தடவை தண்ணீர் குடிப்பதற்காகச் சென்றேன். 30 நொடிகள். பின் எனது இடைவேளையை எடுத்துக் கொள்ளச் சென்றேன்."

"ஒருவேளை, நீ இயந்திரத்தில் வேலை செய்து கொண்டிருந்தால், இயந்திரத்தை விட்டு முப்பது நிமிடங்களுக்குள் இரண்டு முறை இறங்கிச் செல்லமுடியாது, தெரியுமா?"

ஆவேசத்தில் அவன் முகம் முழுவதும் மின்னியது. எனக்கு அதிர்ச்சியாய் இருந்தது. அவனது செயலை என்னால் புரிந்து கொள்ளவே முடியவில்லை.

"நான் உனக்கு எச்சரிக்கைக் கடிதம் தரப்போகிறேன்."

"செய்யுங்கள்" என்றேன்.

நான் சென்று பட்ச்னருக்கு அருகில் போய் அமர்ந்தேன். எச்சரிக்கைக் கடிதத்துடன் மேற்பார்வையாளர் வேகமாக வந்தான். அது கூட்டெழுத்தில் எழுதப்பட்டிருந்தது. அதை என்னால் வாசிக்கக்கூட முடியவில்லை. எழுத்திலேயே அவனது முழு ஆவேசமும் தெரிந்தது.

அந்தக் கடிதத்தை நான் அழகாக மடித்து, என் பின்பாக்கெட்டில் வைத்துக் கொண்டேன்.

"அந்த வேசி மகனை நான் கொல்லப்போகிறேன், பார்!" பட்ச்னர் ஆவேசமாகக் கூறிக்கொண்டிருந்தார்.

"நீ செய்தாலும் செய்வாய், குண்டுப்பையா, நீ செய்தாலும் செய்வாய்!" என்று கூறினேன்.

5

12 மணி நேர வேலை, மேற்பார்வையாளர்கள், எழுத்தர்கள், இறைச்சியின் நாற்றத்தால் சுவாசிக்கக்கூட முடியாத, நாட்பட்ட வறண்ட உணவுப்பொருட்களையுடைய "இலாப நோக்கின்றி" இயங்கும் உணவு விடுதி... எல்லாம் சேர்ந்து சுழற்றியடித்துக் கொண்டிருந்தன.

அது போதாதென்று, சி.பி.*1*, அதாவது நகரின் முதன்மைப்பகுதி *1*. அதில் தான் நகரத்தின் மூன்றில் ஒரு பகுதி தெருக்கள், அவை எவ்வாறு வட்டாரங்களாகப் பிரிக்கப்பட்டுள்ளன என்ற விவரங்கள் இருக்கின்றன. நான் வசிப்பது ஐக்கிய மாகாணங்களின் மிகப்பெரிய நகரங்களுள் ஒன்று. அதில் ஏகப்பட்ட தெருக்கள். அதன் பிறகு சி.பி.2 அதன் பிறகு சி.பி.3. நீங்கள் ஒவ்வொரு தேர்வையும் *90* நாட்களுக்குள் முடிக்க வேண்டும். மூன்று முறை முயற்சிக்கலாம். *95* சதவீதத்திற்கும் மேல் எடுக்க வேண்டும். கண்ணாடிக் கூண்டில் இருக்கும் *100* அட்டைகளை *8* நிமிடத்திற்குள் அடுக்க வேண்டும். தோற்றால் அவ்வளவு தான், அங்குள்ளவன் சொன்னது போல, ஜெனரல் மோட்டார்ஸின் இயக்குநர் பதவிக்கு முயற்சி செய்யவேண்டியது தான். அதில் தேர்வானவர்களுக்கு இரண்டாவது, மூன்றாவது முறைக்கான திட்டங்கள் கொஞ்சம் சுலபமாகிவிடும். ஆனால் பனிரெண்டு மணி நேர கடுமையான வேலை, இரத்து செய்யப்பட்ட விடுப்பு தினங்கள் இவற்றிற்கு இடையில் தேர்வை சமாளிப்பது என்பது பலரால் இயலவில்லை. *150* அல்லது *200* பேர் கொண்ட எங்கள் குழுவில் தற்பொழுது *17* அல்லது *18* பேர்தான் எஞ்சியிருக்கிறோம்.

"இரவில் 12 நேரம் வேலை செய்துவிட்டு, பின் தூங்கவும், சாப்பிடவும், குளிக்கவும், அலுவலகத்திற்கும் வீட்டுக்கும் அலைவதும், சலவை, கேஸ் இவற்றைச் சமாளிப்பதும், வாடகை கொடுப்பதும், ஓய்வெடுத்துக் கொள்வதும், செய்யவேண்டிய வேறு சிறிய வேலைகள் பார்ப்பதும் என்று எல்லாம் செய்தபின், அனைத்துத் திட்டங்களையும் படிப்பதற்கு எவ்வாறு நேரம் இருக்கும்?" திட்ட அறையில் இருந்த பயிற்றுநர் ஒருவரிடம் கேட்டேன்.

"தூங்காமல் படி!" என்று அலுங்காமல் சொன்னார்.

நான் அவரை உற்றுப் பார்த்தேன். மனிதர் கேலிக்காக சொல்லவில்லை. அந்த முட்டாள் கறாராகத் தான் சொன்னார்.

6

எனக்குப் படிப்பதற்குக் கிடைத்த ஒரே நேரம், தூங்குவதற்கு முந்தைய நேரம் தான். எப்போதும் காலை உணவு தயாரிக்கவும், உட்கொள்ளவும் சோம்பலாக இருக்கும். எனவே வெளியே சென்று, ஆறு புட்டிகள் அடங்கிய பீர் பெட்டி ஒன்றை வாங்கி வந்து படுக்கைக்குப் பின்னால் நாற்காலி மீது வைத்துக்கொள்வேன். பின் அதில் ஒரு குவளையை எடுத்துத் திறந்து, ஒரு மடக்கு குடித்துவிட்டு, திட்டத்தாளை பிரித்து வைப்பேன். மூன்றாவது பீர் உள்ளே போய்க்கொண்டிருக்கும் சமயம், தாள் கை நழுவி கீழே விழுந்திருக்கும். உள்ளிறங்குவது அவ்வளவு தான். பின் படுக்கையில் அமர்ந்தபடி, சுவரை வெறித்துப் பார்த்தபடி மீதிக் குவளைகளையும் காலி செய்யத் துவங்குவேன். கடைசிக் குவளை வரும்போது தூங்கியிருப்பேன். தூங்கி எழுந்து பார்த்தால், கழிவறை செல்வதற்கும், குளிப்பதற்கும், சாப்பிடுவதற்கும், சோர்வாய் வண்டியோட்டி அலுவலகம் செல்வதற்கும் தான் நேரம் சரியாய் இருக்கும்.

சமாளிக்க முடியாத அளவுக்கு நாளுக்கு நாள் சோர்வடைந்து கொண்டே வந்தேன். அலுவலகம் விட்டு வரும்போதே, நான் ஆறு புட்டி பீர் பெட்டியை வாங்கி வந்து விடுவேன். ஒரு நாள் மிகவும் சோர்ந்து போய், அடுக்ககத்தின் படிக்கட்டுகளில்

ஏறினேன். (அந்த அடுக்ககத்தில் மின்தூக்கி வசதி இல்லை). கதவில் சாவியை நுழைத்ததும், கதவு திறந்தது. யாரோ மேஜை நாற்காலிகளை எல்லாம் மாற்றி, புதிய கம்பளியை விரித்திருந்தார்கள். மேஜை நாற்காலிகள் கூட புதியதாகத் தான் இருந்தன.

படுக்கையில் ஒரு பெண் அமர்ந்திருந்தாள். பார்க்க அழகாக இருந்தாள். நல்ல இளம் கால்கள். பொன்னிற அழகி.

“ஹலோ”, என்றேன். “ஒரு பீர் சாப்பிடுகிறாயா?”

“ஹாய்” என்றாள். “சரி, ஒன்று கொடுங்கள்.”

“இந்த இடம் இப்படி அலங்கரிக்கப்பட்டது நன்றாக இருக்கிறது” என்றேன்.

“நானே தயார் செய்தேன்.”

“ஆனால், ஏன்?”

“எனக்குத் தோன்றியது, அதனால்”, என்றாள்.

ஆளுக்கொரு பீர் குடித்தோம்.

“நீ அழகாக இருக்கிறாய்” என்றேன். பீர் குவளையைக் கீழே வைத்துவிட்டு, அவளை முத்தமிட்டேன். எனது கையை அவளது முழங்காலில் வைத்தேன். நல்ல வழவழப்பான முழங்கால்கள்.

பின் பீரை எடுத்து இன்னொரு மடக்கு உறிஞ்சினேன்.

“இந்த இடம் இவ்வாறு அலங்கரிக்கப்பட்டிருப்பது நன்றாக இருக்கிறது. நிச்சயமாக இவை என் உற்சாகத்தை அதிகரிக்கும்.”

“ஆம், நன்றாக இருக்கிறது. இவை என் கணவருக்கும் பிடிக்கும்.”

“இப்பொழுது எதற்கு உன் கணவன் பற்றிய பேச்சு... என்னது கணவனா? இங்கே பார், இந்த அடுக்கக வீட்டின் எண் என்ன?”

“*309*”

“309 ஆ, ஐயோ கடவுளே! நான் தவறான தளத்தில் இருக்கிறேன்! நான் 409 இல் வசிக்கிறேன். எனது சாவி உன் கதவைத் திறந்துவிட்டது.”

“அமருங்கள், இனிமையானவரே!”

“இல்லை... இல்லை.”

நான் மீதியிருந்த நான்கு பீர் குவளைகளையும் எடுத்துக் கொண்டு கிளம்பினேன்.

“ஏன் பதறுகிறீர்கள்?” என்றாள்.

“சில ஆண்கள், மிக அன்பாய் இருப்பார்கள்”, கதவருகே சென்று கொண்டே கூறினேன்.

“என்ன சொல்கிறீர்கள்?”

“சில ஆண்கள் தங்கள் மனைவியைக் காதலிப்பார்கள், எதற்கு வம்பு.”

அவள் சிரித்தாள். “நான் இருக்கும் வீட்டு எண்ணை மறந்து விடாதீர்கள்.”

நான் கதவைச் சாத்திவிட்டு, அடுத்த மாடிக்கு ஏறிச்சென்று என் வீட்டுக்கதவைத் திறந்தேன். அங்கே யாருமில்லை. அதே பழைய மேஜை நாற்காலி. கிழிந்து, சாயம்போன கம்பளி. தரையெங்கும் காலி பீர் குவளைகள். நான் சரியான இடத்தில் இருந்தேன்.

நான் எனது ஆடைகளைக் களைந்து விட்டு, படுக்கையில் தாவிப்படுத்து, ஒரு பீர் குவளையைத் திறந்தேன்.

7

டோர்ஸே நிலையத்தில் வேலை பார்த்தபொழுது, சில மூத்த பணியாளர்கள் பெரியப்பா கிரேஸ்டோனை, அவர் திட்டப் பகுதிகளை மனப்பாடம் செய்து கொள்வதற்காக ஒலிப்பதிவு கருவி ஒன்றை வாங்கி வைத்துக் கொண்டிருந்தது பற்றி கிண்டல் செய்வார்கள். பெரியப்பா திட்டத் தாள்களின் தகவல்களை

வாசித்து நாடாவில் பதிவு செய்து வைத்துக்கொண்டு, மீண்டும் ஓடவிட்டு அவற்றைக் கேட்டுக்கொண்டிருப்பார். அவரை ஏன் பெரியப்பா என்று சொல்கிறார்கள் என்று புரிந்தது. இந்த விஷயத்தை வைத்தே இதுவரை அவர் மூன்று பெண்களை புரட்டியெடுத்து மருத்துவமனைக்கு அனுப்பியிருக்கிறார். இப்போது கூட அவர் உருண்டைக்கண் பெண்ணொருத்தியை வைத்திருப்பதாகக் கேள்வி. அவள் பெயர் கார்ட்டர். அவளையும் அவர் கிழித்தெடுத்துவிட்டார். இப்போது அவளும் பாஸ்டன் நகரத்து மருத்துவமனைக்குச் சென்றிருக்கிறாள். இதில் கொடுமை என்னவென்றால், அவளை பெரியப்பா காரியம் முடித்து கிழித்தெடுத்தபின், மேற்குக் கடற்கரைப்பகுதி மருத்துவமனைகளில் தையல் போட தகுந்த நூல் இல்லாமல் பாஸ்டன் வரை வர வேண்டி இருந்ததாம். அது உண்மையோ பொய்யோ, நானும் ஒலிப்பதிவுக் கருவியை முயன்று பார்க்கலாம் என்று முடிவெடுத்தேன். என் கவலைகளெல்லாம் தீர்ந்தன. நான் தூங்கும் போதுகூட பாடங்களைக் கேட்டுக்கொண்டே இருக்கலாம். உங்கள் ஆழ்மன உணர்வின் மூலமாக நீங்கள் தூங்கும் போதுகூட கற்றுக்கொள்ள முடியும் என எங்கேயே படித்திருக்கிறேன். அது மிக எளிய வழியாகத் தோன்றியது. ஒரு ஒலிப்பதிவுக் கருவியும் சில நாடாக்களும் வாங்கினேன்.

நான் திட்டத் தாளை வாசித்து நாடாவில் பதிந்து கொண்டேன். பீரை எடுத்துக் கொண்டு, படுக்கைக்குச் சென்று ஒலிப்பதிவுக் கருவியைக் கேட்டேன்:

ஹிக்கிங்ஸ் பிரிவு, 42 ஹண்டர், 67 மார்க்லே, 71 ஹட்ஸன், 84 எவர்க்லேட்ஸ், இப்போது கவனி கவனி, சின்னஸ்கி, பிட்ஸ் ஃபீல்டு பிரிவு 21 ஆஷ்க்ரோவ், 33 சிம்மன்ஸ், 46 நிடில்ஸ்! கவனி சின்னஸ்கி கவனி, மேற்கு ஹவென் பிரிவு 11 எவர்கிரீன், 24 மார்க்ஹம், 55 வுட்ட்ரீ! சின்னஸ்கி, கவனம், சின்னஸ்கி! பார்ச்ப்ளேக் பிரிவு...

அது வேலைக்காகவில்லை. எனது குரல் தாலாட்டுப் பாடுவது போல இருந்தது. மூன்றாவது பீரைத் தாண்டமுடியவில்லை.

சிறிது நாட்களில் நான் ஒலிப்பதிவையும் கேட்கவில்லை, திட்டத்தாள்களை வாசித்துப் படிக்கவும் இல்லை. ஆறு குவளை

பீரையும் சாத்திக் கொண்டு படுக்கச் சென்றேன். என்னால் புரிந்து கொள்ளமுடியவில்லை. ஒரு மனநோய் மருத்துவரைப் பார்த்தால் நல்லது என்று கூடத் தோன்றியது. அதை மனதில் கற்பனை செய்து பார்த்தேன்.

"சொல் பையா, என்ன பிரச்சனை?"

"இது மாதிரி, இது மாதிரி..."

"சொல் பையா, சாய்ந்து கொள்ள மெத்தை வேண்டுமா?"

"இல்லை, நன்றி. பிறகு நான் தூங்கி விடுவேன்."

"சரி, தொடர்ந்து சொல்."

"எனக்கு எனது வேலை வேண்டும்."

"அறிவார்ந்த செயல்."

"ஆனால் அதற்கு நான் இன்னும் மூன்று திட்டங்களைப் படித்து, தேர்வாக வேண்டும்."

"திட்டங்கள்? இந்த திட்டங்கள் என்றால் என்ன?"

"மக்கள் தங்கள் அஞ்சல்களில் வட்டாரக் குறியீட்டை எழுதாமல் இருந்தால், நாங்கள் அதனை பிரித்தெடுத்து அதற்குரிய இலக்கத்தில் அடுக்க வேண்டும். அதற்காக பனிரெண்டு மணி நேர கடும் வேலைக்குப் பிறகு இந்த திட்டங்களைப் படித்தாக வேண்டும்."

"அப்புறம்?"

"என்னால் இந்தத் திட்டங்களைக் கையில் கூட எடுக்க முடியவில்லை, எடுத்தால் அவை கைகளில் இருந்து நழுவி விடுகின்றன."

"உன்னால் இந்தத் திட்டங்களை படிக்க முடியவில்லையா?"

"இல்லை. நான் 8 நிமிட நேரத்திற்குள் 100 அட்டைகளை கண்ணாடிக் குடுவைக்குள், 95 சதவீத துல்லியத்துடன் அடுக்கியாக வேண்டும். எனக்கு என் வேலை வேண்டும்."

"உன்னால் ஏன் இந்தத் திட்டங்களைப் படிக்க முடியவில்லை?"

"அதனால் தான் நான் இங்கே வந்திருக்கிறேன். நான் உங்களைக் கேட்கிறேன். எனக்கு ஏதோ கிறுக்குப் பிடித்துவிட்டது. இந்தத் தெருக்கள், அவற்றின் பிரிவுகள், தலை சுற்றுகிறது. இதனைக் கொஞ்சம் பாருங்களேன்."

இரண்டு பக்கங்களிலும் சிறிது சிறிதாய் அச்சிடப்பட்டு, தைப்பு முள்ளால் இணைக்கப்பட்ட ஆறு பக்க திட்டத்தாளை அவரிடம் கொடுத்தேன்.

அவர் பக்கங்களைப் புரட்டிப் பார்த்தார்.

"நீ இவையனைத்தையும் மனப்பாடம் செய்தாக வேண்டுமா?"

"ஆம், டாக்டர்."

"சரி பையா" தாள்களை என்னிடம் திருப்பித் தந்தவாறு அவர் கூறினார், "இதைப் படிக்க விரும்பாததற்காக நீ பைத்தியமாகி விட்டாய் என்று அர்த்தமில்லை. இதை விருப்பப்பட்டு படிக்க முனைந்தால் தான் உன்னைப் பைத்தியம் என்று சொல்லியிருப்பேன். 25 டாலர் செலுத்திவிட்டுச் செல்!"

எனவே நானே அதைப் பகுத்தறிந்து கொண்டு அந்த 25 டாலரை வைத்துக் கொண்டேன்.

ஆனால் ஏதாவது செய்தாக வேண்டும்.

ஒரு யோசனை தோன்றியது. காலை 9.10 மணி இருக்கும். மத்திய அலுவலகத்தின் பணியாளர் துறைக்குத் தொலைபேசியில் அழைத்தேன்.

"மிஸ். கிரேஸ் இருக்கிறார்களா, நான் அவருடன் பேச வேண்டும்."

"ஹல்லோ?"

அவள் இணைப்பில் வந்தாள். வேசி மகள். நான் கொஞ்சியபடி பேசத் துவங்கினேன்.

"மிஸ். கிரேஸ். நான் சின்னஸ்கி. என் மீதான குற்றப்பத்திரிக்கைக்கு நான் கூட ஒரு நீண்ட பதில் அனுப்பி

இருந்தேனே. என்னை உங்களுக்கு நினைவிருக்கிறதா என்று தெரியவில்லை."

"நினைவிருக்கிறது, சொல்லுங்கள் திரு.சின்னஸ்கி."

"என் வழக்கிற்கு ஏதாவது முடிவு எடுக்கப்பட்டிருக்கிறதா?"

"இன்னும் இல்லை. வழக்கு முடிந்ததும் நாங்கள் உங்களுக்கு தகவல் சொல்கிறோம்."

"சரி, இப்போது எனக்கு ஒரு பிரச்சனை."

"சொல்லுங்கள், திரு.சின்னஸ்கி?"

"நான் சி.பி.1 படித்துக்கொண்டிருக்கின்றேன்."

"சரி?" என்று அவள் கேட்டாள்.

"எனக்குக் கடினமாக இருக்கிறது. அதாவது நான் எப்போதும் வேலையை விட்டுத் தூக்கப்படலாம் என்ற சந்தேகம் உள்ள நிலையில், மனதைச் செலுத்தி படிப்பதென்பது என்னால் கிட்டதட்ட இயலாத காரியமாக இருக்கிறது. இந்தச் சூழ்நிலையில் என்னைத் திட்டங்களை படித்துத் தேர்வெழுதச் சொல்வது சரியான காரியமாகத் தோன்றவில்லை."

"சரி திரு.சின்னஸ்கி. நான் திட்ட அறைக்கு தொலைபேசி செய்து, நாங்கள் உங்கள் வழக்கில் ஒரு முடிவு எடுக்கும்வரை உங்களுக்கு அந்த திட்டத்தில் இருந்து விலக்கு அளிக்குமாறு அறிவுறுத்துகிறேன்."

"நன்றி, மிஸ்.கிரேஸ்."

"இனிய நாளாகட்டும்" என்று கூறி தொலைபேசியை வைத்தாள்.

உண்மையில் அந்த நாள் இனிய நாள் தான். தொலைபேசியில் அவ்வளவு கொஞ்சிய பிறகு, நான் அநேகமாக கீழ்த்தளத்திலுள்ள 309க்கு செல்ல முடிவெடுத்தேன். ஆனால் கவனமாகச் செயல்பட வேண்டும். கொஞ்சம் உப்புக்கண்டமும், முட்டைகளையும், கால் காலன் அதிக பீரும் எடுத்துக்கொண்டு அந்த தினத்தைக் கொண்டாடினேன்.

8

எங்களில் 6 அல்லது 7 பேர் மட்டுமே எஞ்சியிருந்தோம். சி.பி.1 ஓய்விற்கு மிகவும் அப்பாற்பட்டு இருந்தது.

"உங்கள் திட்டப்பயிற்சி எப்படிப் போய்க்கொண்டிருக்கிறது, சின்னஸ்கி?" என்று விசாரித்தனர்.

"ஒரு சிக்கலும் இல்லை" என்றேன்.

"சரி, உட்பேர்ன் ஏவ் பிரிவு என்ன சொல்லுங்கள்?"

"உட்பேர்ன்?"

"ஆம், உட்பேர்ன்."

"இதோ பாருங்கள், நான் வேலை செய்து கொண்டிருக்கும் போது, இதை எல்லாம் கேட்காதீர்கள். எனக்கு சலிப்பாக இருக்கிறது. ஒரு நேரத்தில் ஒரு வேலை தான்."

9

கிருஸ்துமஸ் அன்று பெட்டியைச் சந்திதேன். அவள் அன்று வான்கோழி சமைத்து வைத்திருந்தாள். நன்றாகக் குடித்தோம். பெட்டிக்கு எப்போதும் பெரிய கிருஸ்துமஸ் மரங்கள் என்றால் விருப்பம். அவள் அன்று அலங்கரித்து இருந்தது, சுமார் 7 அடி உயரமும், அரையடி அகலமும் இருக்கும். அகல்விளக்குகளாலும், குமிழி விளக்குகளாலும், இன்னும் ஏதேதோ மினுக்குப் பொருட்களாலும் அலங்கரிக்கப்பட்டிருந்தது. ஐந்து புட்டி உள்ள இரண்டு பெட்டி விஸ்கியில் இருந்து நாங்கள் நன்றாகக் குடித்தோம், காதல் செய்தோம், வான்கோழியைச் சுவைத்தோம், மேலும் குடித்தோம். கிருஸ்துமஸ் மரம் மாட்டப்பட்டிருந்த ஆணி இழுத்துக் கட்டப்படாமல் இருந்தது. நிறுத்தியும் அவ்வளவு பெரிய மரம் நிற்பதற்கு போதுமானதாக இல்லை. நான் அவ்வப்போது அதைச் சரிசெய்து கொண்டே இருந்தேன். பெட்டி படுக்கையில் நீட்டிப்படுத்து தூங்கத் துவங்கினாள். நான்

உள்ளாடை மட்டும் அணிந்தபடி, தரையில் அமர்ந்து குடித்துக் கொண்டிருந்தேன். பின் நானும் கால் நீட்டிப் படுத்தேன். கண்களை மூடினால், ஏதோவொன்று என்னை உசுப்பியது. கண்களைத் திறந்து பார்த்தால், சூடான விளக்குகளால் சூழப்பட்ட அந்தப்பெரிய மரம் என்னை நோக்கி மெதுவாக சாய்ந்து கொண்டிருந்தது. அதிலிருந்த கூர்மையான நட்சத்திரம் குத்துவாளைப்போல் என்னை நோக்கி வந்து கொண்டிருந்தது. முதலில் அது என்னவென்றே எனக்குப் புரியவில்லை. உலகத்தின் அழிவு அது என்று நினைத்தேன். நான் அசையவில்லை. மரத்தின் கரங்கள் என்னை சுற்றி வளைத்தன. நான் அதன் கீழ் கிடந்தேன். விளக்குகள் செஞ்சூடாக எரிந்தன.

"ஓ, ஓ இயேசு கிருஸ்துவே! கருணை! கடவுளே என்னைக் காப்பாற்று! இயேசுவே! இயேசுவே! உதவி!"

விளக்குகள் என்னை எரித்துக் கொண்டிருந்தன. நான் இடது பக்கம் திரும்பினேன், என்னால் வெளியே வரமுடியவில்லை. வலது பக்கம் உருண்டேன்.

"ஆ..."

ஒருவழியாக உருண்டு கீழிருந்து வெளிவந்தேன். பெட்டி விழித்து விட்டாள், அருகே நின்று கொண்டிருந்தாள்.

"என்னவாயிற்று, என்ன இது?"

"என்ன நடந்ததென்று உனக்குத் தெரியவில்லையா, என்ன? அந்த கருமம் பிடித்த கிருஸ்துமஸ் மரம் என்னைக் கொல்லப் பார்த்தது."

"என்ன?"

"ஆம், என்னைப்பார்."

என் உடலெங்கும் சிவப்புக் கொப்பளங்களாக இருந்தது. "ஓ, பாவம், பேபி!"

நான் எழுந்து சென்று, சுவரில் மாட்டியிருந்த செருகியை வெளியே இழுத்தேன். விளக்குகள் அணைந்தன. மரம் இறந்து போய் விட்டது.

"ஓ, பாவம் இந்த மரம்!"

"உன் பாவப்பட்ட மரமா!"

"ஆம், அது எவ்வளவு அழகாக இருந்தது!"

"காலையில் அதை சரிசெய்து நிற்க வைக்கிறேன். இப்போது அதை நம்ப முடியாது. இன்று இரவு அதற்கு நான் ஓய்வளிக்கிறேன்."

அவளுக்கு அது பிடிக்கவில்லை. ஒரு விவாதத்திற்கான சூழ்நிலை அங்கு உருவாவதை உணர்ந்தேன். அதைத் தவிர்க்க விரும்பி, மரத்தை நிமிர்த்தி நாற்காலிக்குப் பின் நிற்க வைத்து விட்டு, விளக்குகளை மீண்டும் ஒளிரவிட்டேன். அது அவளது முலைகளையோ யோனியையோ சுட்டெரித்திருந்தால் தெரிந்திருக்கும், இந்நேரம் அவள் அதை ஜன்னல் வழி தூக்கி வெளியே எறிந்திருப்பாள். நான் மிக கருணை உள்ளவனாக நடந்து கொண்டதாக எண்ணினேன்.

கிருஸ்துமஸ்க்குப் பிறகு வெகு நாட்கள் கழித்து, பெட்டியை சந்திக்கச் சென்றேன். காலை 8.45 மணிக்கு அவள் தனது அறையில் அமர்ந்து குடித்துக் கொண்டிருந்தாள். அவள் பார்ப்பதற்கு நேர்த்தியாகத் தோன்றவில்லை, நானும் கூட அப்படித்தான் இருந்தேன். ஒவ்வொரு அறைவாசிகளும் தங்களிடம் மிச்சமான சரக்கை கொடுத்திருப்பார்கள் போல. ஒயின், வோட்கா, விஸ்கி, ஸ்காட்ச் என எல்லா போத்தல்களும் கிடந்தன. எல்லாம் மட்டமான சரக்குகள். அவள் அறை முழுதும் போத்தல்கள் நிறைந்து கிடந்தன.

"முட்டாள்கள், அவர்களுக்குத் தெரியவேண்டாமா. இவற்றையெல்லாம் நீ குடித்தால், அவ்வளவு தான். சாகவேண்டியது தான்!"

அவள் என்னை வெற்றுப்பார்வை பார்த்தாள், நானும் தான்.

அவளுக்கு இரண்டு குழந்தைகள் உண்டு. அவர்கள் ஒருபோதும் வந்து அவளைப் பார்ப்பதில்லை, கடிதமும் எழுதுவதில்லை. மட்டமான விடுதியில் கீழ்நிலைப் பணிப்பெண்ணாக இருக்கிறாள். நான் அவளை முதன்முதலில் சந்தித்தபோது,

விலையுயர்ந்த ஆடைகள் அணிந்திருந்தாள். விலையுயர்ந்த காலணிக்குள் அழகாய் பொருந்தும் கணுக்கால்கள். திட உடற்கட்டுடனும், அநேகமாக அழகாகவும், மருண்ட விழிகளோடும் இருந்தாள். வசதியான கணவனிடமிருந்து, விவாகரத்து பெற்றபின், வட கிழக்கு மாகாணமான கனெக்டிட்கட்டில் ஒரு கார் விபத்தில் படுகாயமுற்று உயிர் தப்பியிருந்தாள். "அவளை ஒருபோதும் உன்னால் வசியப்படுத்த முடியாது" என்றார்கள்.

அவள் அப்படித்தான். ஆனால் அவள் எனக்குக் கொஞ்சம் உதவியிருக்கிறாள்.

"இதோ பார், இவற்றை நான் இப்பொழுது எடுத்துச் செல்கிறேன். அவ்வப்பொழுது வந்து உனக்குத் தேவையானதை நான் கொடுக்கிறேன். நான் இதைக் குடிக்கமாட்டேன்."

"போத்தல்களை எடுக்காதீர்கள்" பெட்டி கூறினாள். அவள் என்னை நேருக்கு நேர் பார்க்கவே இல்லை. அவளது அறை மேல் தளத்தில் இருந்தது. அவள் நாற்காலியில் அமர்ந்தபடி காலை நேரத்து போக்குவரத்தைப் பார்த்துக் கொண்டிருந்தாள்.

நான் அவளருகே சென்று, "இதோ பார், நான் களைத்துப் போயிருக்கிறேன். உடனே செல்ல வேண்டும். கடவுள் பொதுவாகச் சொல்கிறேன், பார்த்து நிதானமாகக் குடி!"

"நிச்சயமாக!" என்றாள்.

நான் குனிந்து அவளை முத்தமிட்டு, சென்று வருகிறேன் என்று சொல்லிக் கிளம்பினேன்.

ஒன்னரை வாரங்கள் கழித்து மீண்டும் அவளைச் சந்திக்கச் சென்றேன். கதவைத் தட்டியதற்கு எந்த பதிலும் இல்லை.

"பெட்டி! பெட்டி! உனக்கு ஒன்றும் இல்லையே?"

குமிழைத் திருகினேன். கதவு தாழிடப்படவில்லை. திறந்து கொண்டது. மெத்தை தலை கீழாக திருப்பிப் போடப்பட்டிருந்தது. படுக்கை விரிப்பில் பெரிய இரத்தக்கறை இருந்தது.

"அடக் கருமமே!" சுற்றியும் பார்த்தேன். போத்தல்கள் எதுவுமில்லை. மீண்டும் சுற்றிமுற்றிப் பார்த்தேன். அந்த இடத்துக்குச் சொந்தக்காரரான நடுத்தர வயது ஃபிரெஞ்ச் பெண்மணி வாசற் படியருகே நின்று கொண்டிருந்தார்.

"அவள் கவுண்டி பொது மருத்துவமனையில் அனுமதிக்கப்பட்டு இருக்கிறாள். அவளுக்கு மிக உடல்நலக்குறைவு. நேற்று இரவு நான் தான் நோயாளர் ஊர்தியை அழைத்தேன்."

"இங்கிருந்த மதுவை எல்லாம் அவள் தான் குடித்தாளா?"

"அவளுக்குக் கொஞ்சம் உதவி தேவை."

நான் படிக்கட்டுகளில் ஓடி என் காரை அடைந்தேன். மருத்துவமனைக்குச் சென்றேன். அந்த இடம் எனக்கு நன்றாகத் தெரியும். அறை எண்ணையும் சொல்லியிருந்தார்கள்.

ஒரு சிறிய அறையில் 3 அல்லது 4 படுக்கைகள் இருந்தன. வழியில் ஒரு படுக்கையில், பெண்ணொருவர் ஆப்பிளைக் கடித்தபடியும், அவளைப் பார்க்கவந்த மற்ற இரண்டு பெண்மணிகளோடு சிரித்துப் பேசியபடியும் அமர்ந்திருந்தார். நான் பெட்டியின் படுக்கையை சுற்றியிருந்த திரைச்சீலையை விலக்கி, அருகில் இருந்த முக்காலியில் அமர்ந்து, குனிந்து அவளைப்பார்த்தேன்.

"பெட்டி! பெட்டி!"

அவள் கரங்களைத் தொட்டேன்.

"பெட்டி!"

அவள் கண்கள் திறந்தன. அவை மீண்டும் அழகாகத் தோன்றின. பிரகாசமான சாந்தமான நீல நிறக்கண்கள்.

"நீங்களாகத்தான் இருக்குமென நினைத்தேன்" என்றாள்.

மீண்டும் கண்களை மூடிக்கொண்டாள். அவளது உதடுகள் உலர்ந்து போயிருந்தன. மஞ்சள் நிற எச்சில் இடது கடைவாயில் உறைந்து போயிருந்தது. ஒரு துணியை எடுத்து அதைத் துடைத்து விட்டேன். அவள் முகம், கைகள், தொண்டை அனைத்தையும்

சுத்தம் செய்தேன். இன்னொரு துணியை எடுத்து, சிறிது தண்ணீரை அவளது நாக்கில் படுமாறு பிழிந்துவிட்டேன். அந்தத் துணியினால் அவளது உதடுகளை ஈரமாக்கினேன். அவளது முடியை நேர் செய்தேன். திரைச்சீலைகளுக்கு அப்பால், அந்த பெண்கள் சிரிப்பதைக் கேட்க முடிந்தது.

"பெட்டி, பெட்டி, பெட்டி... தயவு செய்து கொஞ்சம் தண்ணீர் குடி, ஒரே ஒரு மடக்காவது குடி, அதிகம் வேண்டாம், ஒரே ஒரு மடக்கு."

அவளுக்கு நினைவில்லை. பத்து நிமிடம் முயற்சித்துப் பார்த்தேன். ஒன்றும் பலனில்லை.

அவளது கடைவாயில் மேலும் எச்சில் வழிந்திருந்தது.

துடைத்துவிட்டேன்.

பின் எழுந்து திரைச்சீலையை இழுத்து விட்டேன். அங்கிருந்த மூன்று பெண்மணிகளையும் வெறித்துப் பார்த்தேன். வெளியே வந்து முகப்பில் அமர்ந்திருந்த செவிலியிடம் பேசினேன்.

"இங்கே பாருங்கள், 45-சி.ல் உள்ள நோயாளிக்கு ஏன் எதுவும் செய்யப்படாமல் இருக்கிறது? பெட்டி வில்லியம்ஸ்."

"எங்களால் செய்ய முடிந்ததை செய்து கொண்டிருக்கிறோம் சார்."

"ஆனால் அங்கே பார்த்துக் கொள்ள ஒருவர் கூட இல்லை."

"நாங்கள் முறைப்படியான சுற்றில் கவனித்துக் கொள்கிறோம் சார்."

"மருத்துவர்கள் எங்கே, மருத்துவர் ஒருவரையும் காணவில்லையே?"

"மருத்துவர்கள் அவரைப் பார்வையிட்டார்கள் சார்."

"பின் ஏன் அவளை அப்படியே கிடத்தி வைத்திருக்கிறீர்கள்?"

“எங்களால் செய்ய முடிந்ததை செய்திருக்கிறோம் சார்.”

“சார்! சார்! சார்! முதலில் சார் என்று கூறுவதை விட்டொழியுங்கள், சரியா? ஜனாதிபதியோ, ஆளுநரோ, மேயரோ அல்லது ஏதாவதொரு பணக்கார வேசிமகனோ வந்தால் இப்படித்தான் கவனிப்பீர்களா. அறை முழுதும் மருத்துவர்கள் நிறைந்து, எதையாவது செய்து கொண்டே இருப்பீர்கள் தானே! இவர்களை மட்டும் ஏன் அப்படியே சாக விடுகிறீர்கள். ஏழையாய் இருப்பதில் குற்றமென்ன?”

“சார், உங்களிடம் கூறினோம் அல்லவா, எங்களால் செய்ய முடிந்ததை செய்திருக்கிறோம்.”

“நான் மீண்டும் இரண்டு மணி நேரத்தில் வருகிறேன்.”

“நீங்கள் அவரின் கணவரா?”

“நான் அவளுடன் சேர்ந்து வாழும் துணைவன்.”

“உங்கள் பெயரையும் தொலைபேசி எண்ணையும் தெரிந்து கொள்ளலாமா?”

சொல்லிவிட்டு, வெளியே விரைந்தேன்.

10

இறுதிச்சடங்கு 10.30 மணி என்று முடிவு செய்யப்பட்டிருந்தது. ஏற்கனவே வெக்கை அதிகமாகி இருந்தது. நான் மலிவு விலையில், ஒரு கருப்பு மேலங்கியை அவசரகதியில் வாங்கி அணிந்து கொண்டிருந்தேன். பல ஆண்டுகளில் அதுதான் எனது ஒரே புதிய உடை. நான் அவளது மகனின் இருப்பிடத்தைக் கண்டுபிடித்து விட்டேன். நாங்கள் அவனது புதிய மெரிஸீடீஸ் காரில் சென்று கொண்டிருந்தோம். அவனது மாமனாரின் முகவரி இருந்த சிறு காகிதத்துண்டின் மூலமாக அவனது இருப்பிடத்தைக் கண்டுபிடித்தேன். இரண்டு நெடுந்தூர தொலைபேசி அழைப்புகள், அவ்வளவு தான், அவன் கிடைத்து விட்டான். அவன் பயணம் செய்து வருவதற்குள் அவனது தாய் இறந்துவிட்டாள். அவனுக்கு தொலைபேசி

செய்து கொண்டிருக்கும் போது தான் அவள் இறந்தாள். மகன், லேரி எப்போதும் சமுதாயத்துடன் ஒத்துப்போகாதவனாகவே இருந்திருக்கிறான். அவன் நண்பர்களிடமிருந்து காரைத் திருடும் பழக்கமுடையவன். நண்பர்களுக்கும் நீதிபதிக்கும் இடையில் ஒருவாறு சமாளித்துக் கொண்டு இருந்திருக்கிறான். பின் ஒரு வழியாக இராணுவம் அவனைப் பிடித்து, ஏதோவொரு பயிற்சி வகுப்புக்கு அனுப்பியிருக்கிறார்கள். அங்கிருந்து வெளியே வரும் போது நல்ல சம்பளத்துடன் வேலை கிடைத்துவிட்டது. அதன் பிறகுதான் அவன் தனது தாயை வந்து பார்ப்பதை நிறுத்தி விட்டான்.

"உன் சகோதரி எங்கே?" என்று அவனைக் கேட்டேன்.

"எனக்குத் தெரியவில்லை."

"இது நல்ல அருமையான கார். எஞ்சின் சத்தமே கேட்கவில்லை."

லேரி சிரித்தான். அது அவனுக்குப் பிடித்திருந்தது.

நாங்கள் மூவர் மட்டுமே இறுதிச்சடங்கிற்குச் சென்று கொண்டிருந்தோம். மகன், காதலன், மற்றும் அவள் தங்கியிருந்த விடுதி முதலாளியின் இயல்புநிலை குறைந்த தங்கை. அவள் பெயர் மார்ஸியா. மார்ஸியா ஒரு வார்த்தை கூடப் பேசவில்லை. அவள் உதட்டில் ஒரு வெற்றுப்புன்னகையோடு வெறுமனே அமர்ந்திருந்தாள். அவளது தோள் பற்சிப்பியைப் போன்று வெளுத்திருந்தது. கேசம் வறண்ட மஞ்சள் நிறத்தில் இருந்தது. பொருத்தமில்லாத தொப்பி ஒன்றை அணிந்திருந்தாள். முதலாளியம்மா விடுதியை கவனித்துக் கொள்ள வேண்டியிருந்ததால் அவர் சார்பில் அவளை அனுப்பி வைத்திருந்தாள்.

எனக்கு பயங்கரத் தலைவலி. காபி குடிப்பதற்காக வழியில் நிறுத்தினோம். ஏற்கனவே இறுதிச்சடங்கில் ஏகப்பட்ட பிரச்சனைகள் முளைத்திருந்தன. பாதிரி அங்கிருந்த கத்தோலிக்க பாதிரியாரிடம் விவாதம் செய்தான். பெட்டி தூய கத்தோலிக்கர் தானா என்ற சந்தேகம் இருந்தது. பாதிரியார் அவளுக்கு இறுதிப்பணி செய்ய விருப்பப்படவில்லை. இறுதியில்

பாதி பணி மட்டும் செய்வதென முடிவு செய்யப்பட்டது. ஒன்றுமில்லாததற்கு அது பரவாயில்லை என்று தோன்றியது.

பூக்கள் கொண்டு வருவதிலும் பிரச்சனை தான். நான் ரோஜா மலர்வளையம் ஒன்றும், கலவை ரோஜாக்களால் கட்டப்பட்ட மலர்வளையம் ஒன்றையும் வாங்கி வந்திருந்தேன். பூக்கடையில் இவற்றைத் தயாரிக்க ஒரு முழு மதிய நேரத்தை எடுத்துக் கொண்டனர். பூக்கடையில் இருந்த பெண்ணுக்கு பெட்டியை நன்றாகத் தெரியும். பெட்டியும் நானும் ஒன்றாக வசித்தபொழுது அவர்கள் இருவரும் அவ்வப்பொழுது சென்று ஒன்றாகக் குடித்திருக்கிறார்கள். அவளது பெயர் டெல்ஸி. டெல்ஸியின் கால்சட்டைக்குள் புகுந்து விளையாடவேண்டும் என்று எப்போதும் விரும்பியிருக்கிறேன். ஆனால் ஒரு முறை கூட அதற்கு வாய்ப்பு அமையவில்லை.

டெல்ஸி எனக்கு தொலைபேசி செய்தாள். "நண்பரே, அந்த வேசிமகன்களுக்கு என்ன பிரச்சனை?"

"எந்த வேசிமகன்களுக்கு?"

"பிணவறையில் வேலை செய்பவர்கள் தான்."

"என்னவாயிற்று?"

"உங்களது மலர்வளையத்தை கொடுத்துவிட்டு வர, பார வண்டியில் ஒரு பையனை அனுப்பினேன். அவர்கள் அவனை உள்ளே அனுமதிக்கவே இல்லை. நேரம் முடிந்துவிட்டது என்று கூறியிருக்கிறார்கள். இங்கிருந்து பயணம் செய்துவர நேரமாகும் இல்லையா?"

"ஆம், டெல்ஸி?"

"கடைசியில் ஒருவழியாக, பூக்களை உள்ளே வைத்துச் செல்ல கதவைத் திறந்திருக்கிறார்கள், ஆனாலும் குளிர்சாதனப் பெட்டிக்குள் வைக்க அனுமதிக்கவில்லை. எனவே அவன் கதவுக்கு உட்புறம் தான் வைத்துவிட்டு வந்திருக்கிறான். அவர்களுக்கு என்னதான் பிரச்சனை?"

“எனக்குத் தெரியவில்லை. எங்கே பார்த்தாலும் ஏதாவதொரு பிரச்சனை இருந்து கொண்டேதான் இருக்கிறது?”

“என்னால் இறுதிச்சடங்கில் கலந்து கொள்ளமுடியாது, பரவாயில்லையா, நண்பரே?”

“நீ ஏன் நேரில் வந்து என்னைச் சந்தித்து ஆறுதல் சொல்லக் கூடாது?”

“நான் பால் அவர்களையும் கூட்டிக் கொண்டு வரவேண்டும்.”

பால் அவளது கணவன்.

“சரி, பரவாயில்லை விடு.”

எனவே நாங்கள் ஒரு பாதி இறுதிச்சடங்கிற்குச் சென்று கொண்டிருந்தோம்.

லேரி அவனது காபியில் இருந்து நிமிர்ந்து என்னைப் பார்த்தான். “கல்லறைக்கல் வைப்பது பற்றி பிறகு நான் உங்களுக்கு கடிதம் எழுதுகிறேன். இப்போது என்னிடம் எந்தப் பணமும் இல்லை”

“சரி” என்றேன்.

லேரி காபிக்கான பணத்தைச் செலுத்தினான். பின் நாங்கள் வெளியே சென்று மெரிஸீடீஸ்-பென்ஸ்ஸில் ஏறிக்கொண்டோம்.

“ஒரு நிமிடம் இரு” என்றேன்.

“என்னவாயிற்று?” என்றான் லேரி.

“நாம் எதையோ மறந்துவிட்டோம் என்று நினைக்கிறேன்.”

நாங்கள் மீண்டும் காபி ஷாப்பிற்குள் சென்றோம்.

“மார்ஸியா.”

அவள் மேஜையில் அமர்ந்தபடி இருந்தாள்.

“நாம் செல்லலாம், மார்ஸியா.”

அவள் எழுந்து எங்களைத் தொடர்ந்து வந்தாள்.

பாதிரியார் அவர் செய்யவேண்டிய பணிகளைச் செய்து கொண்டிருந்தார். நான் அதைக் கவனிக்கவில்லை. சவப்பெட்டி இருந்தது. பெட்டி அதற்குள் கிடத்தப்பட்டிருந்தாள். வெக்கை அதிகமாக இருந்தது. சூரியன் நீண்ட திரைச்சீலையைப் போல போர்த்தியிருந்தது. ஒரு ஈ வட்டமடித்துப் பறந்தது. இறுதிச் சடங்கின் பாதியில் சீருடையணிந்த இராணுவ நபர்கள் எனது மலர் வளையத்தை எடுத்துவந்தனர். ரோஜாக்கள் வெயிலுக்கு வாடி வதங்கிப் போயிருந்தன. அவர்கள் அருகிலிருந்த மரத்தில் சாய்த்தவாறு மலர் வளையத்தை வைத்தனர். பாதிரியாரின் பணி முடிகின்ற தருவாயில், மலர்வளையம், சாய்ந்திருந்த மரத்திலிருந்து கவிழ்ந்து கீழே விழுந்தது. யாரும் அதை நிமிர்த்தி வைக்கவில்லை. அவ்வளவு தான், எல்லாம் முடிந்தது. நான் பாதிரியாரிடம் சென்று கைகுலுக்கி, "நன்றி" என்றேன். அவர் சிரித்தார். அந்த சூழ்நிலையிலும் இரண்டு பேரால் சிரிக்க முடிந்தது, ஒருவர் பாதிரியார், மற்றொருவர், மார்ஸியா.

திரும்பி வரும் போது, லேரி மீண்டும் சொன்னான்:

"கல்லறைக்கல் குறித்து நான் உங்களுக்குக் கடிதம் எழுதுகிறேன்."

நான் அந்தக் கடிதத்திற்காக இன்னமும் காத்திருக்கிறேன்.

11

நான் மாடிப்படியேறி 409க்கு சென்று கொஞ்சம் ஸ்காட்ச்சில் தண்ணீர் ஊற்றிப் பருகிவிட்டு, மேல் இழுப்பறையில் இருந்து கொஞ்சம் பணத்தை எடுத்துக்கொண்டு, படியிறங்கி கீழே வந்து, எனது காரை எடுத்துக்கொண்டு குதிரைப் பந்தயத்திற்குச் சென்றேன். முதல் பந்தயம் துவங்குவதற்கு முன் சரியான நேரத்திற்குச் சென்று விட்டேன், இருந்தும் படிவங்களைப் படிக்க நேரமில்லாததால் அதில் விளையாடவில்லை.

குடிப்பதற்காக அங்கிருந்த மதுக்கூடத்திற்குச் சென்றேன். அங்கே அந்தப் பொன்னிற மேனி அழகியைப் பார்த்தேன். அவள் பழைய மழையங்கி அணிந்திருந்தாள். அவளது ஆடை வித்தியாசமாக இருந்தது. அவள் கடந்து செல்கையில்

அவளுக்குக் கேட்குமாறு அவளது பெயரை உரக்கக் கூறி அழைத்தேன்.

"வீ, பேபி."

அவள் நின்று திரும்பி வந்தாள்.

"ஹாய் நண்பரே, எப்படி இருக்கிறீர்கள்?"

மத்திய அஞ்சல் நிலையத்தில் இருக்கும்போது அவளைத் தெரியும். அவள் நீரூற்றுக்கு அருகில் இருந்த மற்றொரு நிலையத்தில் வேலை செய்தாள். அங்கிருந்தவர்களில் அவள் தான் கொஞ்சம் நட்பாய் பழகுவாள்.

"எனக்குக் கொஞ்சம் போறாத காலம். இரண்டு வருடங்களில் மூன்று இறுதிச்சடங்குகள். முதலில், எனது தாய், பிறகு எனது தந்தை, இப்போது எனது பழைய பெண்தோழி."

அவள் எதற்கோ ஆணை கொடுத்தாள். நான் படிவத்தைத் திறந்தேன்.

"இரண்டாவது பந்தயத்தில் பார்க்கலாம்."

அவள் அருகில் வந்து, கால்களும் மார்பும் என்மீது உரசியபடி சாய்ந்து உட்கார்ந்தாள். அவளது மழையங்கிக்கு உள்ளே எதுவோ இருந்தது. எல்லோராலும் விரும்பப்படக்கூடிய குதிரையை வெல்ல வாய்ப்புள்ள பிரபலமில்லாத குதிரையைத் தான் நான் எப்போதும் தேர்ந்தெடுப்பேன். மிகவிரும்பப்பட்ட குதிரையின் மீது யாரும் பணயம் வைக்கவில்லையென்றால், நான் வைப்பேன்.

மற்ற இரண்டு இறுதிச்சடங்குகளுக்குப் பிறகும் நான் பந்தயத்திற்கு வந்து வென்றிருக்கிறேன். இறுதிச்சடங்குகளில் ஏதேனும் சிறப்பு இருக்கக்கூடும். அவை விஷயங்களைத் தெளிவாகப் பார்க்க உதவுகின்றன. தினமும் ஓர் இறுதிச்சடங்கு நடந்தால், நான் விரைவிலேயே பணக்காரனாகிவிடுவேன்.

கடந்தமுறை ஒரு மைல் பந்தயத்தில், குதிரை எண் 6, கடைசி நொடியில் மிக விரும்பப்பட்ட குதிரையிடம் தோற்றுப்போனது. துவக்கத்தில் 2 நீளம் முன்னணியில் இருந்து, பின் கடைசியில்

முந்தப்பட்டுவிட்டது. அந்தப்பந்தயத்தில் குதிரை எண் 6க்கான பணயம் 35/1 ஆக இருந்தது. மிக விரும்பப்பட்ட குதிரைக்கு 9/2. இரண்டும் அதே நிலையில் தான் இப்போது திரும்பி வந்திருந்தன. மிகவிரும்பப்பட்டது 2 பவுண்ட் எடை அதிகரித்து இருந்தது. அதாவது 116ல் இருந்து 118. ஆறாம் எண் அதே 116 பவுண்டில் தான் இருந்தது. ஆனால் இந்த முறை பிரபலமில்லாத ஜாக்கியைத் தேர்ந்தெடுத்திருக்கிறார்கள். பந்தய தூரமும், ஒரு மைலுக்கு பதிலாக ஒரு மைலும், இன்னொரு மைலில் 16ல் ஒரு பகுதியும். ஏற்கனவே ஒரு மைல் பந்தயத்தில் மிகவிரும்பப்பட்ட குதிரை ஆறாம் எண்ணை தோற்கடித்து இருப்பதால், இந்த முறையும் அதுவே வெற்றி பெறும் என்று கூட்டம் கணித்து வைத்திருந்தது. தர்க்கரீதியாக சரியான வாதம் தான். ஆனால் குதிரைப்பந்தயம் தர்க்கத்தால் நடைபெறுவது அல்ல. பயிற்றுநர்கள் மக்கள் கூட்டம் தங்கள் குதிரை மீது விருப்பப்பட்டு பணம் கட்டாதவாறான சூழ்நிலைகளையே ஏற்படுத்த விரும்புவர். பந்தயதூர மாற்றம், பிரபலமில்லாத ஜாக்கியைத் தேர்வு செய்தது, இவையெல்லாம் நல்ல பரிசுத்தொகையை குறிவைத்த நாலுகால் பாய்ச்சல் என்று எனக்குத் தோன்றியது. அட்டவணையைப் பார்த்தேன். காலை வரிசை 5, அட்டவணையில் 7 முதல் 1 வரை இருந்தது.

"இந்த முறை குதிரை எண் 6 தான்" வீ யிடம் சொன்னேன்.

"இல்லை, அந்தக் குதிரை தோற்றுப்போன ஒன்று" என்றாள்.

"ஆம்" என்று சொல்லிவிட்டு நகர்ந்து சென்று, 6ம் எண்ணின் மீது 10 வெற்றிகள் பணயம் வைத்தேன்.

வாயிலிலேயே 6ம் எண் முன்னணி எடுத்தது. முதல் சுற்று முழுக்க கம்பி வேலியை ஒட்டியவாறே சென்றது. பார்வையாளர்கள் பார்வைக்கு தூரமாய் இருக்கும் பின்நீட்டல் பகுதிக்கு வரும்போது இன்னும் முன்னணி எடுத்து, மற்றவற்றை விட ஒன்றே கால் நீளம் முன்னால் சென்று கொண்டிருந்தது. மற்றவை தொடர்ந்து ஓடின. வளைவு வரும் வரை 6ம் எண் முன்னணியில் இருக்கும். மேல் நீட்டல் பகுதி வரும்போது அதனைப் பிடித்துவிடலாம் என்று கணித்திருந்தனர். அது தான் வழக்கமான நடைமுறை. ஆனால் பயிற்றுநர் 6ம் எண் ஜாக்கிக்கு வேறுமாதிரியான உத்தரவுகளைப்

பிறப்பித்திருக்கிறார். வளைவின் மேல் பகுதியில் அவன் கயிறை லேசாக விடுவித்தான். குதிரை முன்னால் குனிந்தது. மற்ற ஜாக்கிகள் தங்கள் ஏற்றுகையை அடையுமுன், 6ம் எண், நான்கு நீள முன்னணி எடுத்துவிட்டது. நீட்டலின் மேல் பகுதியில் ஜாக்கி 6ம் எண்ணிற்கு சிறு ஆசுவாசம் கொடுத்து, திரும்பிப் பார்த்தான். மீண்டும் வேகமெடுத்தான். எல்லாம் நன்றாகப் போய்க்கொண்டிருந்தது. திடீரென பணயத்தொகை 9/5 கட்டப்பட்ட மிக விரும்பப்பட்ட குதிரை கூட்டத்திலிருந்து முன்னேறி விரைந்தது. வேசி மகன் வேகமாக முன்னேறி வந்தது. நீளங்களை வேகமாகக் கடந்து கொண்டு வந்தது. அது எனது குதிரையை முந்தப்போவது போலத் தோன்றியது. அதன் எண் 2. நீட்டலின் பாதி தூர முடிவில் 2ம் எண், 6ம் எண்ணை விட வெறும் அரைநீளம் தான் பின்னால் இருந்தது. பின் 6ம் எண் ஜாக்கி கசையெடுத்து அடிக்கத் துவங்கினான். 2ம் எண் ஏற்கனவே கசையெடுத்து அடித்துக் கொண்டிருந்தான். அவர்கள் மீதி பந்தய தூர முழுமைக்குமே அந்த அரை நீள வித்தியாசத்திலேயே சென்றனர்.

அதனால்தான் இந்தப் பந்தயங்கள் இவ்வளவு சுவாரஸ்யமாய் இருக்கின்றன. அட்டவணையைப் பார்த்தேன். எனது குதிரை 8ம் இடத்தில் இருந்து முதல் இடத்திற்குத் தாவியிருந்தது.

நாங்கள் மீண்டும் மதுக்கூடத்திற்குச் சென்றோம்.

"ஆகச்சிறந்த குதிரை பந்தயத்தில் வெல்லவில்லை" என்றாள் வீ.

"யார் சிறந்தவர் என்று எனக்குக் கவலையில்லை. எனக்குத் தேவையெல்லாம் முதல் இடம். ஏதாவது மது சொல்."

அவள் தேவையானவற்றிற்கு உத்தரவிட்டாள்.

"சரி, சமத்துப் பையா. அடுத்த பந்தயத்தில் வெல்கிறீர்களா பார்க்கலாம்."

"நான் இறுதிச்சடங்குகளில் கலந்து கொண்டு விட்டு வருகிறேன், பேபி. வெற்றி நிச்சயம் எனக்குத்தான்."

அவள் காலையும், மார்பையும் என் மீது உரசியபடி இருந்தாள். நான் ஒரு மடக்கு ஸ்காட்ச்சை உறிஞ்சிக் கொண்டு, மூன்றாம் பந்தயத்துக்கான படிவத்தைப் பிரித்தேன்.

மீண்டும் வாசித்தேன். இன்று கூட்டத்தை மொத்தமாக கொலை செய்யத்தான் முடிவு செய்திருக்கிறார்கள் போல. துவக்கத்தில் முன்னணியில் இருந்த குதிரை தான் கடைசியாக வென்றிருக்கிறது. இப்போது மக்கள் அனைவருக்கும் அதுதான் நினைவில் இருக்கும். நீடித்து ஓடும் குதிரையை மறந்திருப்பார்கள். ஒவ்வொரு பந்தயத்திற்கும் நடுவில் 25 நிமிட இடைவெளி இருப்பது கூட இந்த மறதிக்குக் காரணமாய் இருக்கலாம். தற்பொழுது நடந்ததைத்தான் அனைவரும் நினைவில் வைத்திருப்பார்கள்.

மூன்றாம் பந்தயம் 6 ஃபர்லாங் தூரமுடையது. இப்போது வேகமாய் ஓடக்கூடிய, துவக்கத்தில் முன்னணி எடுக்கும் குதிரைதான் மிகவிரும்பப்பட்டதாய் இருந்தது. அது தனது கடந்த பந்தயத்தில் இறுதிவரை முன்னணியில் இருந்து, கடைசி கட்டத்தில் மூக்கு நுனி இடைவெளியில் வெற்றியை இழந்திருந்தது. 8ம் எண் குதிரை, கடைசி நேரத்தில் இரண்டு நீள தூரம் கடந்து, நெருக்கமாக வந்து மொத்தத்தில் மிக விரும்பப்பட்ட குதிரையை விட ஒன்னரை நீளம் பின்னால் வந்து மூன்றாம் இடம் பிடித்தது. மக்களுக்கு எப்போதும் மந்தை மனப்பான்மை தான். 7 ஃபர்லாங் பந்தயத்தில் வென்ற குதிரை இன்று கலந்து கொள்ளவில்லை.

"இந்தப் பந்தயத்தில் 8ம் எண் குதிரை தான்" நான் வீயிடம் கூறினேன்.

"பந்தய தூரம் குறைவானது. அந்தக் குதிரையால் எழுந்திருக்கக் கூட முடியாது" என்றாள்.

8ம் எண் குதிரை வரிசையில் ஆறாவதாக இருந்தது. அட்டவணையில் 9ம் இடம்.

நான் சென்ற பந்தய பரிசுத்தொகையைப் பெற்றுக்கொண்டு, இந்த பந்தயத்தில் 8ம் எண் குதிரை மீது பத்து வெற்றி பணயம் கட்டினேன். நீங்கள் மிக அதிகமாக பணயம் கட்டினால் உங்கள்

குதிரை தோற்றுப் போகும். அல்லது உங்கள் மனம் மாறி உங்கள் குதிரையை விட்டு விட்டு வேறொரு குதிரைக்குத் தாவி விடுவீர்கள். பத்து வெற்றி என்பது நல்ல பாதுகாப்பான பணயம்.

மிக விரும்பப்பட்ட குதிரை நன்றாகத்தான் ஓடியது. வாயில் பகுதியிலேயே முன்னணி எடுத்து, கம்பி வேலியை ஒட்டியே ஓடியது. இரண்டு நீளம் முன்னணி எடுத்தது. முதலில் விலகி, கடைசிக்கு முந்தையதாக வந்து கொண்டிருந்த 8ம் எண் படிப்படியாக முன்னேறி, வேலியை ஒட்டி வரத்துவங்கியது. நீட்டலின் மேல் பகுதியில் மிகவிரும்பப்பட்ட குதிரை நன்றாகவே சென்று கொண்டிருந்தது. ஐந்தாவது இடத்தில் விலகி ஓடிக்கொண்டிருந்த 8ம் எண்ணிற்கு அதன் ஜாக்கி கசையடியின் சுவையைக் காட்டினான். பிறகு மிக விரும்பப்பட்ட குதிரையின் வேகம் குறையத்துவங்கியது. முதல் கால்வாசி தூர முடிவில் அது 22 மற்றும் 4/5 தூரம் கடந்திருந்தது. பாதி தூர முடிவில் கூட இரண்டு நீளம் முன்னணி வைத்திருந்தது. பின் 8ம் எண் புயலெனப் பாய்ந்து, பந்தய தூரத்தை இரண்டரை நீள வித்தியாசத்தில் வென்றுவிட்டது. அட்டவணையைப் பார்த்தேன். என் குதிரை 9ம் நிலையில் இருந்து முதல் நிலைக்கு வந்திருந்தது.

நாங்கள் மீண்டும் மதுக்கூடத்திற்குத் திரும்பினோம். வீயின் மேனி முழுவதும் என் மீது சாய்ந்திருந்தது.

கடந்த 5 பந்தயங்களில் நான் மூன்றை வென்றிருந்தேன்.

அந்நாட்களில் அவர்கள் ஒன்பதுக்கு பதிலாக ஒரு நாளில் எட்டு பந்தயங்களே நடத்தினார்கள். எப்படியிருந்தாலும், ஒரு நாளைக்கு எட்டு பந்தயங்கள் என்பது போதுமானது தான். நான் இரண்டு சிகரெட் வாங்கிக் கொண்டேன். நாங்கள் இருவரும் எனது காரில் ஏறினோம். வீ பேருந்தில் பந்தய இடத்திற்கு வந்திருந்தாள். எனவே நாங்கள் இருவரும் என் வீட்டிற்கு என் காரிலேயே சென்றோம்.

12

வீ சுற்றிமுற்றிப் பார்த்தாள்.

"உங்களைப்போன்ற ஒரு மனிதர் இப்படிப்பட்ட இடத்தில் என்ன செய்து கொண்டிருக்கிறீர்கள்?"

"எல்லாப் பெண்களும் இதையேதான் என்னிடம் கேட்கிறார்கள்."

"உண்மையில் எலிப்பொந்து மாதிரி இருக்கிறது."

"இது என்னைத் தன்னடக்கமுள்ளவனாக ஆக்குகிறது."

"வாங்க, என் வீட்டிற்குச் செல்லலாம்."

"சரி."

நாங்கள் எனது காரில் ஏறினோம். அவள் எங்கே வசிக்கிறாள் என்று கூறினாள். இடையில் வண்டியை நிறுத்தி இறைச்சி, காய்கறிகள், சாலட் செய்வதற்கான பொருட்கள், உருளைக் கிழங்கு, ரொட்டி மற்றும் மது வாங்கிக்கொண்டோம்.

அவளது அடுக்ககத்தின் பொதுமுற்றத்தில் ஒரு அறிவிப்புப் பலகை இருந்தது:

உரத்த சப்தமோ எந்த விதமான தொந்தரவோ இருக்கக்கூடாது.
தொலைக்காட்சிகள் இரவு 10 மணிக்கு அணைக்கப்பட வேண்டும்.
வேலை பார்க்கும் மக்கள் இங்கு இருக்கின்றார்கள்.

அது சிவப்பு நிறத்தில் மிகப்பெரியதாக எழுதப்பட்டிருந்தது.

"தொலைக்காட்சி குறித்த அந்த அறிவிப்பு எனக்குப் பிடித்திருக்கிறது" என்றேன் அவளிடம்.

மின்தூக்கியில் அவளது தளத்திற்குச் சென்றோம். வீடு அருமையாக இருந்தது. வாங்கி வந்த பைகளை சமையலறையில் வைத்துவிட்டு, இரண்டு கிளாஸ் எடுத்துவந்து மதுவை ஊற்றினாள்.

"நீங்கள் இந்தப் பொருட்களை எடுத்து வையுங்கள். நான் இதோ வருகிறேன்"

நான் பொருட்களை எடுத்து, மித்தத்தில் வைத்தேன். இன்னொரு முறை மதுவருந்திக் கொண்டேன். வீ திரும்பி வந்தாள். நேர்த்தியான ஆடையணிந்திருந்தாள். காது வளையங்கள், ஹைஹீல்ஸ், குட்டைப்பாவாடை... அழகாக இருந்தாள். நல்ல உடற்கட்டு. கவர்ச்சியான தொடைகள், முலைகள், புட்டம். இன்று நல்ல வேட்டை காத்திருக்கிறது.

"ஹலோ, யாரது? நான் வீ யின் தோழன். அவள் வருவதற்காகக் காத்திருக்கிறேன். மது அருந்துகிறீர்களா?" என்று கேட்டேன்.

அவள் சிரித்தாள். அவளது அகன்ற உடம்பை அள்ளி அணைத்து முத்தமிட்டேன்.

அவளது உதடுகள் வைரத்தைப்போல குளிர்ச்சியாக ஆனால் சுவையாக இருந்தன.

"எனக்குப் பசிக்கிறது, நான் சமைக்கப்போகிறேன்" என்றாள்.

"எனக்கும் தான் பசிக்கிறது. நான் உன்னைச் சாப்பிடப் போகிறேன்."

அவள் சிரித்தாள். அவளது புட்டத்தைப் பற்றியவாறு சிறிய முத்தமொன்றைக் கொடுத்தேன். பின் மதுவை ஏந்திக்கொண்டு முன்னறைக்குச் சென்று, கால் நீட்டி ஆசுவாசமாக அமர்ந்தேன்.

நான் அங்கேயே தங்கி இருக்கலாம் என்று நினைத்தேன். குதிரைப்பந்தயத்திற்குச் சென்று நன்றாகப் பணம் சம்பாதிக்கலாம். மோசமான தருணங்களில், இவள் என்னைப் பார்த்துக் கொள்வாள். எனது உடலில் எண்ணெய் தேய்த்து தடவி விடுவாள், எனக்காக சமைப்பாள், என்னோடு பேசுவாள், என்னோடு படுப்பாள். சண்டை சச்சரவுகளும் வரத்தான் செய்யும். அது பெண்களின் ஆதார குணம். அழுக்குத்துணிகளை மாற்றிக் கொள்வது போலவே, அவர்களுக்கு கொஞ்சம் கோபாவேசம், கொஞ்சம் நாடகத்தன்மை இதெல்லாம் அவர்களுக்கு பிடித்தமானவை. அதேபோல சபதங்களையும்

செய்து கொள்வார்கள். சபதங்களை நிறைவேற்றுவது தான் என்னால் ஆகாத காரியம்.

போதை ஏறிக்கொண்டிருந்தது. என் மனதளவில் ஏற்கனவே அங்கே குடிவந்துவிட்டேன்.

வீ எல்லாவற்றையும் சரியாகச் செய்தாள். மதுவை ஏந்தியபடி வந்தாள், என் மடியில் அமர்ந்தாள், என்னை முத்தமிட்டாள், அவளது நாக்கை எனது வாயினுள் விட்டு சுழற்றினாள். அவள் தின்னமான புட்டத்துக்கு அடியில் எனது குறி துள்ளியது. அவளை அள்ளியெடுத்து கசக்கினேன்.

"நான் உங்களுக்கு சிலவற்றைக் காட்ட விரும்புகிறேன்."

"எனக்குத் தெரியும். ஆனால் இரவு உணவு முடிந்து ஒரு மணி நேரமாகட்டும். அதுவரை பொறு!"

"ஓ, நான் அதைச் சொல்லவில்லை."

நான் அவளை நெருங்கி அவளுக்கு என் நாக்கை சுவைக்கக் கொடுத்தேன்.

வீ என் மடியில் இருந்து எழுந்தாள்.

"இல்லை, நான் உங்களுக்கு எனது மகளின் புகைப்படத்தைக் காட்ட விரும்புகிறேன். அவள் டெட்ராய்ட்டில் எனது தாயுடன் இருக்கிறாள். அவள் இந்த பனிக்காலத்தில் இங்கு வரப்போகிறாள், இங்கிருந்து பள்ளி செல்ல இருக்கிறாள்."

"அவளுக்கு என்ன வயது?"

"6"

"அவளது தந்தை?"

"நான் ராயை விவாகரத்து செய்துவிட்டேன். அந்த வேசி மகன் சரியில்லை. அவனது முழு நேர வேலையே குடி மற்றும் குதிரைப்பந்தயம், அவ்வளவு தான்."

"ஓ?"

அவள் புகைப்படத்துடன் வந்து, என் கைகளில் கொடுத்தாள்.

புகைப்படத்தில் முகத்தைப் பார்க்க முயற்சித்தேன். இருட்டான பின்புலம். சரியாகத் தெரியவில்லை.

"கவனி, வீ. அவள் கொஞ்சம் கருப்பாக இருக்கிறாள். வெள்ளை நிற பின்புலத்தில் எடுத்திருந்தால் நன்றாக இருந்திருக்கும்."

"அவள் அவளது அப்பா மாதிரி, கொஞ்சம் கருப்பு தான்."

"ஆம், தெரிகிறது."

"எனது தாய் இந்தப் புகைப்படத்தை எடுத்தார்."

"உனக்கு அருமையான மகள் வாய்த்திருக்கிறாள்."

"ஆம், உண்மை தான்."

வீ புகைப்படத்தை எடுத்த இடத்தில் மீண்டும் வைத்துவிட்டு, சமையலறைக்குச் சென்றாள்.

சாஸ்தவமான புகைப்படம். பெண்களும் அவர்களது புகைப்படங்களும். காலம் காலத்திற்கும் இது தொடரும் போல. வீ சமையலறையின் வாசல்கட்டில் நின்றிருந்தாள்.

"அதிகமாகக் குடிக்காதீர்கள். நாம் என்ன செய்யவேண்டும் என்று நினைவிருக்கிறதல்லவா!"

"கவலைப்படாதே பேபி! உனக்காகவும் வைத்திருக்கிறேன். எனக்கு இன்னொரு கிளாஸ் மது கொண்டுவா! கடினமான தினமின்று. பாதி ஸ்காட்ச், பாதி தண்ணீர்."

"உங்களுக்குத் தேவையானதை நீங்களே எடுத்துக்கொள்ளுங்கள், தலைவரே!"

நான் எனது நாற்காலியை திருப்பிப்போட்டு, தொலைக்காட்சியை இயக்கத்துக்கு கொண்டு வந்தேன்.

"உனக்கு பந்தயக்களத்தில் இன்னுமொரு சிறந்த நாள் அமைய வேண்டுமென்றால், பெண்ணே! தலைவருக்கு உடனடியாக மது கொண்டு வா, இப்பொழுதே!"

கடைசிப்பந்தயத்தில் வீ என் குதிரையில் தான் பணம் கட்டினாள். அதற்கான பணயம் 5/1. கடந்த 2 வருடங்களாக அந்தக்குதிரை சரிவர வெற்றி பெற்றதில்லை. 20க்கு பதிலாக 5/1 என்ற காரணத்திற்காக மட்டுமே பணயம் வைத்தேன். அது என்னடாவென்றால் 6 நீளம் வித்தியாசத்தில் சுலபமாக வெற்றி பெற்று விட்டது. அது தான் அவளை நாசித்துவாரங்கள் முதல் மலவாய் வரை அனைத்தையும் அடைத்து விட்டது.

நான் பார்த்துக் கொண்டிருக்கும் போதே, தோள்புறம் பின்னால் இருந்து ஒரு கை மதுவை நீட்டிக்கொண்டிருந்தது.

"நன்றி, பேபி!"

"சரி, தலைவரே!" என்று சிரித்தாள்.

13

படுக்கையில் என் கண்முன்னே ஏதேதோ தென்பட்டது, ஆனால் என்னால் ஒன்றும் செய்ய முடியவில்லை. நான் காற்றில் நீச்சலடித்துக் கொண்டிருந்தேன். வீ மிகப்பொறுமையாக இருந்தாள். நானும் ஏதேதோ முயற்சிகள் செய்துபார்த்தேன். அளவுக்கு மிக அதிகமாகக் குடித்துவிட்டேன்.

"மன்னித்துக் கொள், பேபி" என்று கூறி சுருண்டடடித்துப் படுத்து, தூங்கிப் போனேன்.

பின் யாரோ என்னை எழுப்புவது போல் இருந்தது. வீ என்னை உசுப்பேற்றி, என் மேலேறி வேகமாக இயங்கிக் கொண்டிருந்தாள்.

"வா, பேபி, அப்படித்தான், அப்படித்தான்!" என்று முனகினேன்.

என் முதுகை அவ்வப்போது வில் மாதிரி வளைத்து மேலே தூக்கினேன். பேராசை மிகுந்த கண்களால் என்னைப் பார்த்த படியே அவள் இயங்கினாள். அந்த அழகிய பொன்னிற மாயக்காரியால் நான் கற்பழிக்கப்பட்டுக் கொண்டிருந்தேன். அந்த நொடி எனக்குக் கிளர்ச்சியாய் இருந்தது.

பின் அவளிடம் கூறினேன். "அட, இறங்கு பேபி! நீண்ட கடுமையான தினம் இன்று. வேறு ஒரு நாள் பார்த்துக் கொள்ளலாம்."

அவள் கீழே இறங்கினாள். எனது குறி அதிவேக மின்தூக்கியைப் போல சர்ரென்று கீழிறங்கியது.

14

காலையில் அவள் இங்குமங்கும் நடந்தபடி இருந்தாள். நடந்தாள் நடந்தாள் நடந்துகொண்டே இருந்தாள்.

காலை 10.30 மணி இருக்கும். எனக்கு உடல் நலக்குறைவாக இருந்தது. அவளை நேருக்கு நேர் பார்க்க சங்கடமாக இருந்தது. இன்னும் 15 நிமிடங்கள். பிறகு எழுந்து சென்று விடலாம்.

அவள் என்னை உலுப்பினாள். "இதோ பாருங்கள், என் பெண்தோழி இங்கே வருவதற்குள் நீங்கள் கிளம்பி விட்டால், நன்றாக இருக்குமென நினைக்கிறேன்."

"அதனாலென்ன, அவளையும் ஒரு கை பார்க்கிறேன்."

"ஆமாம்", அவள் சிரித்தாள். "ஆமாம்."

நான் எழுந்தேன். இருமல் வந்தது. வாயைப்பொத்திக்கொண்டு இருமினேன். மெதுவாக உடைகளை எடுத்து அணிந்து கொண்டேன்.

"நீ என்னைத் தோல்வியுற்றவனைப்போல உணரச் செய்கிறாய். நான் அவ்வளவு மோசமில்லை. என்னில் கொஞ்சம் நல்லவனும் இருக்கிறான்."

ஒரு வழியாக ஆடையணிந்து கொண்டேன். குளியலறைக்குச் சென்று முகத்தில் சிறிது தண்ணீர் தெளித்துக் கொண்டு, தலை வாரினேன். முகத்தையும் அவ்வாறு வார முடியுமென்றால், நன்றாக இருக்கும் என்று எண்ணினேன். ஆனால் முடியாதே!

வெளியே வந்தேன்.

“ஷீ”

“சொல்லுங்கள்.”

“அதிக விசனம் கொள்ளாதே, அதிக குடியினால் இப்படி ஆகி விட்டது. இதற்கும் முன் சில தடவை இப்படி நடந்துள்ளது.”

“சரி விடுங்கள், நீங்கள் இவ்வளவு அதிகமாகக் குடிக்கக்கூடாது. குடிக்குப்பிறகு தான் நாம் என்ற எண்ணத்தை எந்தப்பெண்ணும் ஏற்றுக்கொள்ள மாட்டாள்.”

“நீ ஏன் என்னிடம் பந்தயம் கட்டக்கூடாது?”

“ஓ, நிறுத்துங்கள்!”

“இதோ பார், உனக்கு ஏதாவது பணம் தேவையா?”

என் பணப்பையில் இருந்து ஓர் இருபதை எடுத்து அவளிடம் கொடுத்தேன்.

“நீங்கள் மிக இனிமையானவர்.”

அவள் எனது கன்னத்தைத் தடவினாள். பின் வாயின் ஓரமாக முத்தமிட்டாள்.

“பத்திரமாக காரோட்டிச் செல்லுங்கள்.”

நான் பத்திரமாக காரோட்டிக்கொண்டு பந்தயக்களத்திற்குச் சென்றேன்.

15

இரண்டாம் தளத்தில் உள்ள பின்னறைகள் ஒன்றிலுள்ள ஆலோசனை அலுவலகத்தில் நான் அமர்த்தப்பட்டிருந்தேன்.

“நீங்கள் எவ்வாறு இருக்கிறீர்கள் என்று நான் பார்க்கட்டுமா, சின்னஸ்கி?”

அவர் என்னைப் பார்த்தார்.

"ஓ, நீங்கள் சுகவீனமாக உள்ளீர்கள். நான் உங்களுக்கு மாத்திரை தருகிறேன்."

அவர் ஒரு போத்தலைத் திறந்து அதிலிருந்து ஒரு மாத்திரையை எடுத்தார்.

"சரி, திரு.சின்னஸ்கி. கடந்த இரண்டு நாட்களாக நீங்கள் எங்கே சென்றீர்கள் என்று தெரிந்துகொள்ள விரும்புகிறோம்?"

"இரண்டு நாட்களாக கடும் துக்கத்தில் இருந்தேன்."

"துக்கமா, எதற்காக துக்கம்?"

"இறுதிச்சடங்கு. பழைய நண்பர் ஒருவருக்கு. முதல் நாள் இறுதிச்சடங்கு, இரண்டாம் நாள் துக்கம் அனுஷ்டிப்பு."

"ஆனால், நீங்கள் அலுவலகத்துக்கு தொலைபேசி செய்து தெரிவிக்கவில்லை?"

"ஆம்."

"அலுவலக குறிப்பேட்டில் பதியாமல் நான் ஒன்று சொல்லட்டுமா?"

"சொல்லுங்கள்."

"திரு.சின்னஸ்கி நீங்கள் அஞ்சல் நிலையத்தை புணரப் போகிறேன் என்று சொல்கிறீர்கள் என்று அர்த்தம்."

"நானா?"

"ஆம் திரு.சின்னஸ்கி. அதற்கு என்ன விளைவு தெரியுமா?"

"இல்லை, அதற்கு என்ன விளைவு?"

"அஞ்சல் நிலையம் உங்களைப் புணரப்போகிறது என்பது தான் விளைவு."

பின் அவர் பின்னால் சாய்ந்து அமர்ந்து என்னைப் பார்த்தார்.

"திரு.ஃபெதர்ஸ், நீங்கள் நரகத்துக்குச் செல்லலாம்" என்றேன்.

“வார்த்தையை விடாதீர்கள் ஹென்றி. உங்களுக்கு மோசமான காலத்தைக் காட்டுவேன்.”

“தயவுசெய்து என்னை முழுப்பெயர் சொல்லி அழையுங்கள். சார், உங்களிடமிருந்து கொஞ்சமாவது மரியாதை எதிர்பார்க்கிறேன்.”

“நீங்கள் என்னிடம் மரியாதை எதிர்பார்க்கிறீர்கள் ஆனால்...”

“அது சரி. நீங்கள் எங்கு வசிக்கிறீர்கள் என்று எனக்குத் தெரியும், திரு.ஃபெதர்ஸ்.”

“என்ன, மிரட்டுகிறீர்களா?”

“இங்குள்ள கறுப்பர்களுக்கு என்னை மிகவும் பிடிக்கும். ஃபெதர்ஸ், நான் அவர்களை பல முறை ஏமாற்றியிருக்கிறேன்.”

“கறுப்பர்கள் உங்களை விரும்புகிறார்களா?”

“அவர்கள் எனக்குத் தண்ணீர் தருவார்கள். நான் அவர்கள் பெண்களுடன் உறவுகூட கொண்டிருக்கிறேன். அல்லது முயற்சித்திருக்கிறேன்.”

“சரி சரி. கை மீறிப்போய்க்கொண்டிருக்கிறது. தயவு செய்து உங்கள் பணிக்குச் சென்று வருகை சொல்லுங்கள்.”

எனது பயணச்சீட்டை அவர் திருப்பிக்கொடுத்தார். பாவம், மனிதர் பயந்துவிட்டார். இதுவரை கறுப்பர்களை நான் ஏமாற்றியதெல்லாம் இல்லை, ஃபெதர்ஸை தவிர ஒருவரையும் ஏமாற்றியதில்லை. ஆனால் அவர் கவலை கொண்டதற்காக அவரைக் குறை சொல்லவும் முடியாது. ஏற்கனவே நடந்த சம்பவங்களில் ஒரு மேற்பார்வையாளர் மாடிப்படிகளில் தள்ளி விடப்பட்டிருக்கிறார். மற்றொருவர் சூ...திலேயே வெட்டப் பட்டிருக்கிறார். மற்றொருவர் அதிகாலை 3 மணிக்கு சிக்னலைக் கடப்பதற்காக நடவுப்பாதையில் காத்துக்கொண்டிருக்கும் போது வயிற்றில் கத்தியால் குத்தப்பட்டார். அதுவும் தலைமை அஞ்சல் நிலையத்திற்கு நேர் எதிரில். நாங்கள் மீண்டும் அவரைப் பார்க்கவே இல்லை.

நான் பேசிவிட்டு வந்த பிறகு, ஃபெதர்ஸ் தலைமை அலுவலகத்தில் இருந்து மாற்றல் வாங்கிச் சென்றுவிட்டார். அவர் எங்கே சென்றார் என்று குறிப்பாகத் தெரியவில்லை. ஆனால் நிச்சயம் தலைமை அலுவலகத்திற்குள் அவர் இல்லை.

16

ஒரு நாள் காலை 10 மணியிருக்கும். தொலைபேசி ஒலித்தது. "திரு.சின்னஸ்கி?"

குரலை அடையாளம் கண்டுகொண்டு கொஞ்சி பேசத் துவங்கினேன்.

"உம்ம்ம்ம்ம்", என்றேன். அது மிஸ்.கிரேஸ்ஸின் குரல். அந்த வேசி மகள் தான்.

"தூங்கிக்கொண்டிருக்கிறீர்களா?"

"ஆம், ஆம். மிஸ். கிரேஸ். ஆனால் பரவாயில்லை, சொல்லுங்கள், பரவாயில்லை."

"சரி, உங்களுக்கு தடைநீக்கம் கிடைத்திருக்கிறது."

"உம்ம்ம், உம்ம்."

"எனவே நாங்கள் திட்ட அறைக்குத் தெரிவித்து விட்டோம்."

"உம்ம்ம்ம்."

"எனவே நீங்கள் உங்களது சி.பி.1ஐ இன்றிலிருந்து இரண்டு வாரத்திற்குள் முடிக்க வேண்டும்."

"என்ன, பொறுங்கள், ஒரு நிமிஷம்..."

"அவ்வளவு தான், திரு.சின்னஸ்கி. இனிய நாள்."

அவள் தொலைபேசியை வைத்து விட்டாள்.

17

சரி, வேறு வழியில்லை. திட்டத் தாளை எடுத்தேன். ஒவ்வொரு குறிப்பையும் காமத்தோடும், வயதோடும் தொடர்புபடுத்திக் கொண்டேன். இந்த மனிதன் இந்த வீட்டில் மூன்று மனைவிகளுடன் வசித்து வந்தான். அவன் ஒருத்தியை பெல்ட்டால் விளாசினான் (அவள் பெயர் தான் தெருவின் பெயர், அவளது வயது, பிரிவு எண்), அவன் இன்னொருத்தியைத் தின்றான் (தொடர்கோடு), நாகரீகமற்ற மூன்றாமவளை சல்லாபித்தான். (தொடர்கோடு). அவனுக்கு ஓர் பாலின இணை எல்லாம் இருந்தது. அதில் ஒருவன் (பெயர் மேன்ஃப்ரட் ஏவ்) வயது 33... இப்படிப்பல...

திட்ட அட்டைகளைப் பார்த்தவுடன் நான் என்ன நினைக்கிறேன் என்று அவர்களுக்குத் தெரிந்தால் போதும், என்னைக் கண்ணாடி கூண்டுக்குள் கூட விடமாட்டார்கள் என்று உறுதியாக நம்பினேன். இப்பொழுது அட்டையில் இருப்பவர்கள் எல்லாம் எனது பழைய நண்பர்கள் போல ஆகிவிட்டனர்.

இருந்தும் எனது களியாட்டங்களில் சிறிது பிசகினேன். முதல் முயற்சியில் 94 அட்டைகள் மட்டுமே அடுக்க முடிந்தது.

பத்து நாட்கள் கழித்து, மீண்டும் முயற்சித்தபோது, யார் யார், யார் யாரோடு என்னென்ன செய்கிறார்கள் என்று எனக்குத் தெளிவாகத் தெரிந்து இருந்தது.

100 சதவீத துல்லியத்தோடு 5 நிமிடத்தில் அடுக்கியிருந்தேன்.

அதற்காக நகரத் தலைமை அஞ்சல் அதிகாரியிடமிருந்து பாராட்டுப் பத்திரம் கிடைத்தது.

18

அதன் பிறகு வெகுவிரைவிலேயே நான் நிரந்தரமாக்கப் பட்டேன். 12 மணி நேர வேலைக்கு பதிலாக, 8 மணி நேர வேலையானது. எங்கள் குழுவில் இருந்த 150 அல்லது 200 பேரில் என்னையும் சேர்த்து இருவர் மட்டுமே எஞ்சியிருந்தோம்.

பிறகு நான் நிலையத்தில் டேவிட் ஜான்கோ என்பவனை சந்தித்தேன். இருபதுகளின் துவக்கத்தில் இருந்த வெள்ளை நிறத்து இளைஞன். அவனிடம் தெரியாத்தனமாக மரபார்ந்த இசை தொடர்பாக பேசிய தவறைச் செய்துவிட்டேன். மரபார்ந்த இசை பற்றி எனக்கு ஏதோ கொஞ்சம் தெரியும் ஏனென்றால் தினமும் அதிகாலையில் படுக்கையில் படுத்தபடி பீர் குடித்துக் கொண்டு நான் அதை மட்டும் தான் கேட்டு வந்தேன். தினமும் அதிகாலையில் தொடந்து கேட்டுவந்தால், நீங்களும் நிச்சயம் நினைவில் வைத்துக் கொள்ளலாம். மேலும் ஜோய்ஸ் உடன் விவாகரத்து பெற்று வரும்போது, எனது கைப்பெட்டிகளில் அடுக்கி வைக்கும்போது, "மரபார்ந்த மற்றும் தற்காலத்திய இசையமைப்பாளர்களின் வாழ்க்கை" புத்தகம் இரண்டு தொகுதிகளை தவறுதலாக எடுத்து வந்து விட்டேன். அதில் குறிப்பிடப்பட்டு இருந்த பல மனிதர்களின் வாழ்க்கை சித்திரவதை நிரம்பியதாக இருந்தது. எனவே சுவாரஸ்யத்தோடு தொடர்ந்து வாசித்தேன். நானும் இத்தகைய நரகத்தில் தான் உழன்று வருகிறேன், என்னால் மட்டும் ஏன் இசையைப்பற்றி எழுத முடியவில்லை என்று யோசித்தேன்.

ஆனால், தேவையில்லாமல் என் வாயைத் திறந்து விட்டேன். ஜான்கோவும் வேறொருவனும் விவாதித்துக் கொண்டிருந்தார்கள். நான் பீத்தோவனின் பிறந்த தேதி, அவர் எப்போது மூன்றாவது சிம்ஃபொனியை உருவாக்கினார் மற்றும் மூன்றாவது சிம்ஃபொனி குறித்து விமர்சகர்களின் பொதுவான (அல்லது குழப்பமான) கருத்தென்ன என்று சொல்லி அவர்களின் விவாதத்திற்கு முற்றுப்புள்ளி வைத்தேன்.

ஜான்கோவிற்கு ஏதோ ஆகி விட்டது. அவன் என்னைக் கற்றறிந்த அறிவாளி என்று தவறாக எண்ணிக்கொண்டு விட்டான். தினமும் இரவு, எனக்கு அடுத்த முக்காலியில் உட்கார்ந்து கொண்டு, அவனது திருகிய, நாற்றமடிக்கும் மனதிற்குள் புதைந்துபோன துயரத்தைப் புலம்பத் துவங்கினான். அவனது கொடூரமான உரத்த குரல். எல்லோருக்கும் கேட்கவேண்டும் என்பது போல சத்தம் போட்டு வேறு பேசுவான். நான் கடிதங்களை மடித்தவாறு, கேட்பேன், கேட்பேன், அதற்கு இப்போது நான் என்ன செய்ய முடியும் என்று யோசித்தவாறு கேட்டுக்கொண்டே

இருப்பேன். எப்படி, கிறுக்குப்பிடித்த இந்த வேசி மகன் வாயை மூட வைப்பது என்று சத்தியமாகத் தெரியவில்லை?

ஒவ்வொரு இரவும் தலைசுற்றலுடனும், மயக்கத்துடனும் தான் வீடு திரும்பிக் கொண்டிருந்தேன். குரலின் சத்தத்தை வைத்து, அவன் என்னைக் கொலையாய்க் கொன்று கொண்டிருந்தான்.

19

நான் மாலை 6.18 மணிக்கு பணியைத் துவங்கினேன். ஜான்கோ இரவு 10.36 மணி வரை துவங்கவில்லை. எனவே இன்னும் மோசமாவதற்கான வாய்ப்பு இருக்கிறது. அவன் பணிக்கு வரும் போது, 10.06க்கு முப்பது நிமிட உணவு இடைவேளை எடுத்துக் கொண்டு, வழக்கமாய் நான் பணிக்குத் திரும்பியிருப்பேன்.

அன்றும் அப்படித்தான். அவன் வந்து, எனது அருகே முக்காலி கிடக்கிறதா என்று பார்த்து அமர்ந்தான். ஜான்கோ சிறந்த சிந்தனையாகியாக மட்டுமல்லாமல் சிறந்த காதலனாகவும் இருந்தான். அவனைப் பொறுத்தவரை, அவன் வரும் வழிகளில் அழகான இளம்பெண்களால் சுற்றி வளைக்கப்பட்டு, தெருக்களின் வழியே தொடரப்பட்டு வருகிறான். அவர்கள் அவனை ஓய்வெடுக்க விடுவதே இல்லை. பாவப்பட்ட ஜீவன். ஆனால் அலுவலகத்தில் இவன் எந்தவொரு பெண்ணிடமோ, இல்லை அவர்கள் இவனிடமோ பேசி நான் பார்த்ததே இல்லை.

"நண்பா! நண்பா! கேளுங்கள்! இன்று எனக்கு மிக அருமையாக குறி சப்பிவிட்டாள் தெரியுமா?"

அவன் பேசவில்லை. அலறினான். இரவு முழுவதும் அலறினான்.

"இயேசு கிருஸ்துவே, அவள் உண்மையில் என்னை பிச்சுத் தின்று விட்டாள்! வெகு இளமையாக இருந்தாள்! எவ்வளவு நேர்த்தியாக செய்தாள் தெரியுமா!"

நான் சிகரெட்டைப் பற்றவைத்தேன்.

பிறகு அவன் எப்படி அவளைச் சந்தித்தான் என்ற கதையைக் கேட்கவேண்டி இருந்தது.

“ஒரு ரொட்டித்துண்டு வாங்கத்தான் வெளியே சென்றேன், பாருங்கள்!”

பிறகு அவன் என்ன செய்தான், அவள் என்ன செய்தாள், அவர்கள் இருவரும் சேர்ந்து என்ன செய்தார்கள் என்று கடைசி விவரம் வரை கூறிக்கொண்டிருந்தான்.

அந்த சமயங்களில், மிகைநேரப்பணிக்கு, தற்காலிகப் பணியாளர்களுக்கு அஞ்சல் அலுவலகங்கள் ஒன்னரை மடங்கு சம்பளம் தரவேண்டும் என்று சட்டம் இயற்றப்பட்டிருந்தது. எனவே அஞ்சல் அலுவலகம் மிகைநேரப்பணி அனைத்தையும் நிரந்தரப் பணி செய்யும் எழுத்தர்கள் தலையில் கட்டி விட்டது.

எனது வழக்கமான பணி முடியும் நேரமான நள்ளிரவு 2.48 மணிக்கு எட்டு அல்லது பத்து நிமிடங்கள் முன்னர், உள்செய்தித் தொடர்பு பேசி ஒலித்தது.

“உங்கள் கனிவான கவனத்திற்கு! 6.18க்கு பணிக்கு வந்த நிரந்தரப்பணியாளர்கள் அனைவரும் ஒரு மணிநேர மிகைநேர வேலை பார்க்குமாறு கேட்டுக்கொள்ளப்படுகிறார்கள்.”

ஜான்கோ சிரித்தபடி, முன்னால் குனிந்து என் மீது அவனது விஷத்தை இன்னும் அதிகமாகக் கக்கிக் கொண்டிருப்பான்.

ஒன்பதுமணி நேர வேலை முடிய இன்னும் எட்டு நிமிடங்கள் இருக்கும்போது, மீண்டும் உள்செய்தித் தொடர்பு பேசி ஒலித்தது.

“உங்கள் கனிவான கவனத்திற்கு! 6.18க்கு பணிக்கு வந்த நிரந்தரப் பணியாளர்கள் அனைவரும் இரண்டு மணிநேர மிகைநேர வேலை பார்க்குமாறு கேட்டுக்கொள்ளப்படுகிறார்கள்.”

பிறகு பத்துமணி நேர வேலை முடிய எட்டு நிமிடங்கள் இருக்கையில்:

“உங்கள் கனிவான கவனத்திற்கு! 6.18க்கு பணிக்கு வந்த நிரந்தரப்பணியாளர்கள் அனைவரும் மூன்று மணிநேர மிகைநேர வேலை பார்க்குமாறு கேட்டுக்கொள்ளப்படுகிறார்கள்.”

அதே வேளையில், ஜான்கோ நிறுத்தவே இல்லை.

“நான் மருந்துக்கடையில் அமர்ந்திருந்தேன். கேட்டீர்களா! மேனிலை வகுப்பு படிக்கும் இரு மாணவிகள் வந்தார்கள். அவர்கள் இருவரும் எனக்கு இரண்டு பக்கமும் ஆளுக்கொருவராய் அமர்ந்தார்கள்.”

அவன் என்னைப் படுகொலை செய்து கொண்டிருந்தான். எனக்குத் தப்பிச்செல்ல ஒருவழியும் கிடைக்கவில்லை. நான் வேலை செய்த மற்ற எல்லா இடங்களையும் நினைவு கூர்ந்து பார்த்தேன். நான் தான் மற்றவர்களைக் கிண்டல் அடித்துக் கொண்டிருப்பேன். அதை அவர்கள் விரும்பவும் செய்வார்கள்.

பிறகு ஜான்கோ அவனது புதினத்தை என்னிடம் கொடுத்தான். அவனுக்குத் தட்டச்சு செய்யத் தெரியாது, எனவே அது தொழில்முறை திறனாளரால் தட்டச்சு செய்யப்பட்டிருந்தது. அது தோலினால் செய்யப்பட்ட அலங்காரமிக்க கருப்பு குறிப்பேட்டால் உறையிடப்பட்டிருந்தது. தலைப்பு, காவியப்பாங்காய் அழகியலுடன் இருந்தது. “நீங்கள் இதைப்பற்றி என்ன நினைக்கிறீர்கள் என்று எனக்குத் தெரியட்டும்” என்றான்.

நான் “சரி” என்றேன்.

20

நான் அந்தப் புதினத்தை வீட்டுக்கு எடுத்துச் சென்றேன். ஒரு பீரைத் திறந்து வைத்துக்கொண்டு, படுக்கைக்குச் சென்று வாசிக்கத் துவங்கினேன்

துவக்கம் நன்றாகத் தான் இருந்தது. ஜான்கோ எவ்வாறு சிறிய அறைகளில் வசித்தான், வேலை தேடிக்கொண்டிருக்கும் போது எப்படி பட்டினியால் அவதிப்பட்டான் என்று கதை சென்றது. அவனுக்கு வேலைவாய்ப்பு நிறுவனங்களோடு பிரச்சனை இருந்திருக்கிறது. பிறகு ஒரு மனிதரை மதுவிடுதியில் சந்தித்து இருக்கிறான். பார்ப்பதற்கு படித்த மனிதர் போல் இருந்திருக்கிறார். ஆனால் அவனது நண்பன் அவரிடம் தொடர்ந்து பணம் கடன் வாங்கிக்கொண்டே இருந்திருக்கிறான். ஆனால் திருப்பிக் கொடுக்கவே இல்லை.

நேர்மையான எழுத்து போன்றுதான் தோன்றியது.

ஒரு நல்ல மனிதனைத் தவறாக நினைத்து விட்டேன் போல என்று நினைத்தேன்.

புதினத்தை வாசித்து வருகையில் நான் அவனுக்காகத் துள்ளினேன். பிறகு நாவல் படுக்கத் துவங்கியது. அவன் அஞ்சல் நிலையம் பற்றி எழுதத்துவங்கிய தருணத்தில் இருந்து, ஏனோ அதில் உண்மைத் தன்மை செத்துவிட்டது.

செல்லச் செல்ல புதினம் மோசமாகிக் கொண்டே வந்தது. அவன் ஒபெரா இசை நிகழ்ச்சியில் இருப்பதுபோல் கதை சென்றது. அது இடைவேளை நேரம். சிடுசிடுக்கும் முட்டாள் கூட்டத்திலிருந்து தப்பிப்பதற்காக அவன் இருக்கையை விட்டு எழுந்து வெளியே வருகிறான். அப்போது நானும் அவனுடன் இருந்தேன். பிறகு ஒரு தூணை சுற்றியபடி அது நிகழ்ந்தது, மிக வேகமாக நிகழ்ந்தது. அவன் நாகரீகமான, நறுமணம் வீசுகின்ற அழகிய இளம்பெண்ணை இடித்து விட்டான். அவள் அநேகமாக கீழே விழுந்து விட்டாள்.

பிறகு அவர்களுக்குள்ளான உரையாடல் இதுமாதிரி சென்றது:

“ஓ, என்னை மன்னித்துக் கொள்ளுங்கள்.”

“சரி, பரவாயில்லை.”

“நான் வேண்டுமென்றே செய்யவில்லை... மன்னித்துக் கொள்ளுங்கள்...!’

“நான் உறுதியாகச் சொல்கிறேன். பரவாயில்லை!”

“ஆனால், நான் என்ன சொல்கிறேன் என்றால்... நான் உங்களைப் பார்க்கவில்லை... நான் வேண்டுமென்றே...”

“சரி, பரவாயில்லை... உண்மையிலேயே பரவாயில்லை.”

அவன் அவளை இடித்தது தொடர்பான உரையாடல் மட்டும் ஒன்னரைப் பக்கங்களுக்குச் சென்றது.

பாவம், பையன் உண்மையில் பைத்தியக்காரனாகிவிட்டான்.

கதை அவள் தூண்களை சுற்றி அலைந்து கொண்டிருப்பது தொடர்பாகச் சென்றது. ஆனால் அவள் உண்மையில் ஒரு மருத்துவரை மணமுடித்திருந்தாள். ஆனால் அந்த மருத்துவர் ஓபெராவைப் புரிந்து கொள்ள முடியாதவராக இருந்தார், ஓபெரா என்ன, எளிய விஷயங்களான ராவெல்லின் 'பொலிரோ' அல்லது டெஃபெல்லாவின் 'மும்முனைத் தொப்பி நடனம்' இவற்றைக்கூட புரிந்து கொள்ள முடியாதவராக இருந்தார். நான் அங்கே மருத்துவரோடு இருந்தேன்.

உணர்வுப்பூர்வமான இரண்டு ஆன்மாக்களின் மோதலில் இருந்து, ஏதோவொன்று உருவானது. அவர்கள் இசை நிகழ்ச்சிகளிலும், வேறு சில முக்கிய நிகழ்வுகளின் போதும் விரைவாக சந்தித்துக் கொண்டனர். (இது விரிவாக விளக்கப்படாமல், குறிப்பால் உணர்த்தப்பட்டுள்ளது, ஏனெனில் நுண்மையான அந்த இரண்டு ஆன்மாக்களும் உடலுறவு கொள்ள அவ்வளவு கூச்சப்பட்டன போலும்.)

ஒரு வழியாக புதினம் முடிந்தது. அந்த பாவப்பட்ட அழகிய உயிரினம் தன் கணவனைக் காதலித்தது. அதே போல நம் நாயகனையும் (ஜான்கோ) காதலித்தது. என்ன செய்வதென்று அவளுக்குத் தெரியவில்லை. அதனால், வேறென்ன, தற்கொலை செய்து கொண்டாள். அவள் மருத்துவர், ஜான்கோ இருவரையும் குளியலறையில் தனியே நிற்க வைத்து விட்டுச் சென்று விட்டாள்.

நான் அவனிடம் கூறினேன், "புதினம் துவக்கத்தில் நன்றாக இருக்கிறது. ஆனால் தூண்களைச் சுற்றிய அந்த மோதல் வசனத்தை நீக்கியாக வேண்டும். அது மிக மோசம்..."

"இல்லை, எல்லாமே அப்படியே இருக்கும்!" அவன் மிக உறுதியாய் இருந்தான்.

மாதங்கள் சென்றன. ஆனால் புதினம் திரும்பி வந்து கொண்டே இருந்தது.

"இயேசு கிருஸ்துவே! நான் நியூயார்க் நகருக்குச் சென்று பதிப்பாளர்களுடன் கைகுலுக்க முடியாது!"

"இதோ பார் பையா, நீ ஏன் இந்த வேலையை விட்டு விடக் கூடாது? ஒரு சிறிய அறையில் அமர்ந்து எழுதிக் கொண்டிருக்கலாமே, அது வேலைக்காகும் என்று நினைக்கிறேன்."

"உங்களைப் போன்ற ஆட்களுக்குத் தான் அது சரிப்பட்டு வரும்" என்று அவன் கூறினான். "உங்களைப் பார்த்தால் குடிகாரனைப் போல இருக்கிறீர்கள். எங்கு சென்றாலும் உங்களை எளிதாக வேலைக்கு எடுத்துக் கொள்வர், ஏனெனில் உங்களுக்கு வேறு எங்கும் வேலை கிடைக்காது, எனவே அங்கேயே இருப்பீர்கள் என்று அவர்களுக்குத் தெரியும். அவர்கள் என்னை வேலைக்கு எடுக்க மாட்டார்கள், ஏனென்றால், என்னைப்பார்த்து நான் எவ்வளவு புத்திசாலியாய் இருக்கிறேன் என்று வியப்பார்கள். என்னைப்போன்ற புத்திசாலியை வேலைக்கு எடுத்தால், நீண்ட காலம் அவர்களிடம் வேலைக்கு இருக்க மாட்டேன். வேறு இடம் சென்று விடுவேன், எனவே என்னை வேலைக்கு எடுத்து பயனில்லை என்று முடிவு செய்துவிடுவர்."

"நான் இப்போதும் சொல்கிறேன், ஒரு சிறிய அறையெடுத்து தங்கி, எழுது."

"ஆனால் எனக்குப் பணிப்பாதுகாப்பு வேண்டும்."

"ஆனால் வேறு சிலர் அவ்வாறு நினைக்கவில்லை என்பது நல்ல விஷயம். வான் கோஹ் அவ்வாறு நினைக்காதது நல்ல விஷயம்."

அதற்கு அவன் என்னிடம் கூறினான் "வான் கோஹ்ஹின் சகோதரர் அவருக்கு இலவசமாக வண்ணந்தீட்டுகள் வாங்கிக் கொடுத்தார்."

IV

1

குதிரைப் பந்தயத்திற்காக நான் ஒரு புதிய முறையை உருவாக்கினேன். வாரத்திற்கு இரண்டு மூன்று முறை மட்டும் சென்றே, மாதத்திற்கு 3000 டாலர் வரை சம்பாதித்தேன். பின் கனவு காணத்துவங்கினேன். கடற்கரையோரம் ஒரு சிறிய வீடு. நல்ல நேர்த்தியான உடைகள், காலையில் அமைதியான துயிலெழுதல், இறக்குமதி செய்யப்பட்ட காரில் பயணம். பந்தயத்தளத்திற்கு மெதுவான இதமான பயணம். பின் சுவையான இறைச்சியுடன் கூடிய இரவு உணவு, அதற்கு முன்னும் பின்னும் வண்ணப் பூச்சுடைய கண்ணாடிக்குவளைகளில் நன்கு குளிரூட்டப்பட்ட மதுபானங்கள். நீண்ட முனையுடைய சிகரெட். விரும்பிய பெண்கள். காசாளர் சன்னல் வழியே பெரிய தொகை கிடைக்கப் பெறும் போது இப்படியான கற்பனைகள் வருவது சகஜம் தான். ஒரு ஆறு ஃபர்லாங் தூர பந்தயத்தில் அதாவது ஒரு நிமிடம் 9 விநாடிகளில், நீங்கள் உங்களது ஒரு மாதச் சம்பளத்தை எடுத்து விடுவீர்கள்.

எனவே நான் எனது பயண மேற்பார்வையாளர் அலுவலகத்தில் நின்று கொண்டிருந்தேன். அவர் தனது மேஜைக்குப் பின்னிருந்தார். எனது வாயில் சிகரெட்டும் சுவாசத்தில் விஸ்கியும் இருந்தது. நான் என்னைப் பணமாக உணர்ந்தேன். என்னை பணமாகப் பார்த்தேன்.

"திரு.விண்டர்ஸ்" நான் கூறினேன், "அஞ்சல் அலுவலகம் என்னை நன்றாக கவனித்துக் கொள்கிறது. ஆனால் எனது மற்ற வெளி வேலை விருப்பங்களையும் நான் கவனிக்க வேண்டியிருக்கிறது. நீங்கள் எனக்கு விடுப்புக்கான அனுமதியளிக்கவில்லை என்றால் நான் ராஜினாமா செய்ய வேண்டியிருக்கும்."

"இந்த வருடத்தில் நான் இதற்கு முன் உங்களுக்கு விடுப்புக்கான அனுமதி கொடுக்கவில்லையா?"

"இல்லை திரு.விண்டர்ஸ். நான் விடுப்புக்கான அனுமதி கேட்டு விண்ணப்பித்ததை நீங்கள் நிராகரித்துவிட்டீர்கள். இந்த முறை எந்தத் தடங்கலும் இருக்கக்கூடாது. இல்லையென்றால் நான் ராஜினாமா செய்வேன்."

"சரி, படிவத்தை நிரப்புங்கள். நான் கையெழுத்திடுகிறேன். ஆனால் நான் உங்களுக்கு 90 வேலை நாட்கள் விடுப்பு மட்டுமே கொடுக்க முடியும்."

"நான் அதை எடுத்துக் கொள்கிறேன்." எனது விலையுயர்ந்த சிகரெட்டில் இருந்து வந்த நீண்ட நீல நிறப்புகையை ஊதித் தள்ளியவாறு கூறினேன்.

2

பந்தயத்தளம் கடற்கரையோரம் நூறு மைல் தாண்டிய இடத்துக்கு மாற்றப்பட்டது. நான் நகரத்தில் இருந்த எனது அடுக்கக வீட்டிற்கு வழக்கம் போல் வாடகை கொடுத்துவிட்டு, காரை எடுத்துக்கொண்டு அங்கே சென்று விடுவேன். வாரத்திற்கு ஒன்று அல்லது இரண்டு தரம் அடுக்ககத்திற்கு காரை செலுத்திக்கொண்டு வந்து, அஞ்சல்கள் வந்திருக்கிறதா என்று பார்த்துவிட்டு, சில நேரம் அந்த இரவு தங்கிவிட்டு, மீண்டும் பந்தயத்திற்குச் சென்றுவிடுவேன்.

நல்ல வாழ்க்கை. நான் வெல்லத் துவங்கியிருந்தேன். கடைசி பந்தயத்திற்குப் பிறகு ஒன்றிரண்டு லேசான மதுவை அருந்தி விட்டு, மதுக்கூட சிப்பந்திக்கு கொசுறுப்பணம் கொடுத்துவிட்டு வருவேன். அது புதிய வாழ்க்கையாகத் தோன்றியது. நான் தவறாகச்செல்ல வாய்ப்பேயில்லை.

ஒரு நாள் இரவு, நான் கடைசிப் பந்தயத்தைக் கவனிக்கக்கூட இல்லை. மதுக்கூடத்திற்குச் சென்றேன். வெற்றிக்கு 50 டாலர் என்பது தான் நிரந்தர பணயம். சிறிது காலம் 50 பணயம்

வைக்கத்துவங்கிய பின், அது 5 வெற்றி அல்லது 10 வெற்றிக்கு பணயம் வைப்பது போலாகிவிடுகின்றது.

“ஸ்காட்ச்சும், தண்ணீரும்” சிப்பந்தியிடம் கூறினேன். ஒலிப் பெருக்கி வழியாக இந்தப்பந்தயத்தைக் கேட்டுக்கொள்ளலாம் என்று நினைத்தேன்.

“யாரின் மீது பணயம் வைத்திருக்கிறீர்கள்?”

“புளூ ஸ்டாக்கிங்” என்றேன், “50 வெற்றி.” “மிக அதிகமான பணயம்” என்றான்.

“விளையாடுகிறாயா? ஆறாயிரம் டாலர் மதிப்புள்ள பந்தயத்தில் நல்ல குதிரையால் 122 பவுண்டு வரை சேர்க்க முடியும். அப்படிப்பார்த்தால் இப்பொழுதுள்ள சூழ்நிலையில் வேறு எந்தக் குதிரையிலும் இல்லாத சிறப்பம்சம் இந்தக்குதிரையிடம் இருக்கிறது.”

ஆனால், புளூ ஸ்டாக்கிங் மீது நான் பணயம் கட்டியதற்கு அது உண்மையான காரணமில்லை. நான் எப்பொழுதும் தவறான தகவல்களையே சொல்லிக்கொண்டிருப்பேன். வேறு யாரையும் அட்டவணையில் அனுமதிக்க எனக்கு விருப்பமில்லை.

அந்த சமயத்தில், கண்காணிப்பு தொலைக்காட்சிகள் எல்லாம் கிடையாது. ஒலிப்பெருக்கி வழி மட்டும் தான் தகவல் தெரிந்து கொள்ள முடியும். நான் 380 டாலர் லாபத்தில் இருந்தேன். கடைசிப் பந்தயத்தில் தோற்றாலும் கூட 330 டாலர் லாபம். நல்ல வேலை நாள்.

நாங்கள் கவனித்துக் கேட்டோம். அறிவிப்பாளர் புளூ ஸ்டாக்கிங்கைத் தவிர எல்லாக் குதிரைகளையும் குறிப்பிட்டுக் கொண்டிருந்தார்.

குதிரை கீழே விழுந்து விட்டது போலும் என்று எண்ணிக் கொண்டேன்.

எல்லைக்கோட்டை நோக்கி வேகமாக முன்னேறிக் கொண்டிருந்தது. அந்தத்தடம் குறுகிய நீட்டல்களுக்காக கெட்ட பெயரெடுத்தது.

பந்தயம் முடியும் கடைசி தருவாயில், அறிவிப்பாளர் அலறினான். "இதோ வேகமாக முன்னேறி வந்து கொண்டிருக்கிறது புளூ ஸ்டாக்கிங். விரைந்து வருகிறது, புளூ ஸ்டாக்கிங்!"

"என்ன சொன்னான்?" சிப்பந்தியிடம் கூறினேன், "இதோ வந்து விடுகிறேன். இரட்டை அளவில் ஸ்காட்ச்சும், தண்ணீரும்."

"சரி தான்" என்றான்.

நடைபாதை வளையத்திற்கு அருகில் இருந்த மரத்தடி அட்டையின் அருகில் நின்று கொண்டேன். புளூ ஸ்டாக்கிங் 9/2 நிலையில் இருந்தது. அது ஒன்றும் 8 அல்லது 10 க்கு 1 என்று இல்லை. வெற்றி தான் முக்கியம், பணம் அல்ல. நான் எனது 250 டாலர் லாபம் மற்றும் சில்லரையைப் பெற்றுக்கொண்டேன். மீண்டும் மதுக்கூடத்திற்குச் சென்றேன்.

"நாளை யாரை விரும்பப்போகிறீர்கள் சார்" என்று கேட்டான் சிப்பந்தி.

"நாளை நீண்ட விடுப்பு தினம்" என்றேன்.

எனது மதுவைக் குடித்து முடித்துவிட்டு, சிப்பந்திக்கு கொசுறினைக் கொடுத்துவிட்டு நடந்து சென்றேன்.

3

ஒவ்வொரு இரவும் ஒரே மாதிரிதான் சென்றுகொண்டிருந்தது. கடற்கரையோரமாக காரோட்டிக்கொண்டு வந்து, இரவு உணவுக்கான இடத்தைத் தேடியபடி வருவேன். கூட்டமில்லாத நல்ல விலையுயர்ந்த இடமாகப் பார்ப்பேன். நான் அத்தகைய இடங்களை முகர்ந்து வைத்திருந்தேன். வெளியிலிருந்து பார்த்த பொழுதே என்னால் கண்டுபிடித்துவிட இயலும். காத்திருப்பதற்குப் பொறுமையில்லை என்றால், உங்களுக்கு நேரடியாக கடற்கரையை நோக்கிய மேஜை ஒருபோதும் கிடைக்காது.

இருந்தும் கடற்கரையையும், நிலவையும் பார்த்தவாறு கற்பனை உலகில் லயித்திருக்கலாம். நான் எப்போதும் சிறிய சாலட் மற்றும் பெரிய இறைச்சித்துண்டு வாங்குவேன். மேஜைப் பணிப்பெண்கள் அழகாகச் சிரித்தபடி உங்களுக்கு மிக அருகில் நிற்பார்கள். இறைச்சிக் கொட்டிலில் வேலை பார்க்கும் மனிதர்கள், ரயில் தண்டவாளங்கள் வழியாக நாடு விட்டு நாடு செல்லும் நாடோடிகள், நாய் பிஸ்கட் தொழிற் சாலையில் வேலை செய்பவர்கள், பூங்கா மேஜைகளில் படுத்து உறங்குபவர்கள், நாடெங்கிலும் உள்ள டஜன் கணக்கான நாணயப்பட்டறைகளில் வேலை செய்பவர்கள் என்று பல தரப்பட்ட மக்களைக் கடந்து வெகுதூரம் வந்திருந்தேன்.

இரவு உணவிற்குப் பிறகு ஒரு உந்தும் விடுதியைத் தேடுவேன். அதற்கும் கொஞ்ச தூரம் பயணம் செய்ய வேண்டியிருக்கும். முதலில் விஸ்கிக்காகவும் பீருக்காகவும் எங்காவது நிறுத்துவேன். தொலைக்காட்சிப்பெட்டி இருந்த இடங்களை பெரும்பாலும் தவிர்ப்பேன். எனக்குத் தேவையெல்லாம் நல்ல சுத்தமான படுக்கை விரிப்புகள், சூடான குளியல், கொஞ்சம் ஆடம்பரம் அவ்வளவு தான். அதுவொரு மாயலோக வாழ்க்கை. அது எனக்கு சலிக்கவே இல்லை.

4

ஒரு நாள் பந்தயங்களுக்கு இடைப்பட்ட நேரத்தில், மதுக் கூடத்தில் இருந்த பொழுது ஒரு பெண்ணைப்பார்த்தேன். கடவுளோ வேறு யாரோ பெண்களைப் படைத்து, வீதிகளில் சுண்டிவிட்டபடியே இருக்கின்றான். பெரிய புட்டமுடைய பெண், சிறிய முலைகளுடைய பெண், கிறுக்குத்தனமான பெண், மதநம்பிக்கையுடைய பெண், தனது வாயுவைக் கட்டுப் படுத்தமுடியாத பெண், பெரிய மூக்கினையுடைய பெண், ஒல்லியான கால்களையுடைய பெண்... எத்தனை எத்தனை பெண்கள்.

ஆனால் எப்போதாவது தான் நன்கு மலர்ந்த ஒரு பெண் உங்கள் கண்ணில் படுவாள், ஆடைகளை மீறித் திமிறும் அழகுடைய பெண்... காதல் தேவதை, காமப்பிசாசு. உட்சபட்ச அழகி. அவள்

மதுக்கூடத்தின் ஓரத்தில் நின்றிருப்பதைப் பார்த்தேன். அவள் முழுக்கக் குடித்திருந்தாள். சிப்பந்தி அவளுக்கு அதற்கு மேல் கொடுக்க மாட்டேன் என்று சொல்லிக்கொண்டிருந்தான்.

அவள் வசை பாடத்துவங்கியதும், அவர்கள் பந்தயத்தளத்தின் காவலர்களை அழைத்தார்கள். காவலர் அவளைக் கையோடு அழைத்துக்கொண்டு, கிட்டதட்ட இழுத்துச் சென்றபடி இருந்தார்.

நான் எனது மதுவை முடித்துவிட்டு, அவர்களைத் தொடர்ந்தேன்.

"அதிகாரி! அதிகாரி அவர்களே!"

அவர் நின்று என்னைப்பார்த்தார்.

"என் மனைவி ஏதாவது தவறு செய்தாளா?" என்று கேட்டேன்.

"அவருக்கு அதிகமாக போதையேறி விட்டது என்று நினைக்கிறோம். அவரை வாசல் கதவிற்குச் சென்று விட்டுவிட்டு வரப் போகிறேன்."

"நுழைவு வாயிலிலா?"

அவர் சிரித்தார். "இல்லை வெளியேறும் வாயிலில்."

"நான் பார்த்துக் கொள்கிறேன், அதிகாரி அவர்களே!"

"சரி சார், ஆனால் அவர் இன்னும் குடிக்காமல் பார்த்துக் கொள்ளுங்கள்."

நான் பதில் சொல்லவில்லை. நான் அவளைக் கையோடு அணைத்துக் கொண்டு சென்றேன்.

"மிக்க நன்றி, நீங்கள் என் வாழ்க்கையைக் காப்பாற்றி இருக்கிறீர்கள்" என்றாள்.

அவளது விலாமடிப்பு என் உடலை அமுக்கியபடி வந்தது.

"பரவாயில்லை. என் பெயர் ஹான்க்."

"நான் மேரி லூ" என்றாள்.

“மேரி லூ, நான் உன்னைக் காதலிக்கிறேன்.”

அவள் சிரித்தாள்.

“நீ ஒபெரா இசைக்கச்சேரியில் தூண்களுக்குப் பின் ஒளிந்து கொள்ள மாட்டாய் அல்லவா?” என்றேன்.

அவள் தன் முலைகளை வெளியே இழுத்துக் காட்டியபடி, “நான் எதன் பின்னும் ஒளிந்து கொள்வதில்லை” என்றாள்.

“இன்னொரு கோப்பை மது வேண்டுமா?”

“நிச்சயமாக, ஆனால் அவர்கள் எனக்குப் பரிமாற மாட்டார்களே!”

“இந்த தடத்தில் ஒன்றுக்கும் மேற்பட்ட மதுக்கூடங்கள் இருக்கின்றன, மேரி லூ. வா மாடிக்குச் செல்லலாம். அங்கே வந்து என் பின்னால் அமைதியாக இரு, நான் உனக்காக மது வாங்கி வருகிறேன். என்ன குடிக்கிறாய்?”

“எதுவானாலும் சரி” என்றாள்.

“ஸ்காட்ச் மற்றும் தண்ணீர்?”

“சரி.”

மீதி நேரம் முழுதும் குடித்தோம். அவள் எனக்கு அதிர்ஷ்டத்தைக் கொண்டு வந்தாள். கடைசி 3 பந்தயங்களில் 2ல் வெற்றிபெற்றேன்.

“நீ கார் கொண்டு வந்திருக்கிறாயா?” என்றேன்.

“நான் ஒரு முட்டாளுடன் வந்தேன். அவனை மறந்துவிடலாம்” என்றாள்.

“நீ மறக்கிறாய் என்றால், நானும் மறந்துவிடுவேன்” என்றேன்.

காருக்குள் நுழைந்தோம். கட்டிப்பிடித்துக் கொண்டோம். அவளது நாக்கு தொலைந்து போன சிறிய பாம்பைப் போல, என் வாயினுள் சென்று சென்று வந்து கொண்டிருந்தது. பின் விலகி, கடற்கரையை நோக்கிப் பயணம் செய்தோம். உண்மையில் அது அதிர்ஷ்டமான இரவு தான். சமுத்திரத்தைப்

பார்த்த மாதிரியான மேஜை கிடைத்தது. மது சொல்லிவிட்டு, இறைச்சிக்காக காத்திருந்தோம். அங்கிருந்த அனைவரது பார்வையும் எங்கள் மீதுதான் இருந்தது. நான் குனிந்து அவளுக்கு சிகரெட் பற்ற வைத்தேன். இன்று இனிமையாக இருக்கப்போகிறது என்று நினைத்துக் கொண்டேன். அங்கிருந்த அனைவருக்கும் தெரியும், நான் என்ன நினைத்துக் கொண்டிருந்தேன் என்று. அதே போல, மேரி லூவுக்கும் தெரியும், நான் என்ன நினைத்துக் கொண்டிருந்தேன் என்று. லைட்டரின் தீப்பிழம்பு வழியாக நான் அவளைப் பார்த்துச் சிரித்தேன்.

"சமுத்திரம்" நான் கூறினேன், "அங்கே பார், அது எப்படி மேலும் கீழும் பாய்ந்து கொண்டும், தவழ்ந்து கொண்டும் இருக்கிறது! அதன் ஆழத்தில் மீன்கள். பாவப்பட்ட மீன்கள் ஒவ்வொன்றும் தங்களுக்குள் சண்டையிட்டுக்கொண்டும், சாப்பிட்டுக்கொண்டும். நாமும் அந்த மீன்கள் போலத்தான், ஆனால் ஒன்று நாம் சமுத்திரத்தின் மேல் இருக்கிறோம். ஒரு தவறான நடவடிக்கை, அவ்வளவு தான் முடிந்தது. வெற்றியாளராகவே இருப்பது நல்லது. உங்களது நடவடிக்கைகளை உணர்ந்திருப்பது நல்லது."

நான் ஒரு சிகரெட்டை எடுத்துப் பற்றவைத்துக் கொண்டேன். "இன்னொரு கோப்பை மது, மேரி லூ?"

"சரி, சொல்லுங்கள், ஹான்க்."

5

அந்த இடத்தை வந்தடைந்தோம். கடலிலிருந்து நீட்டிக்கப்பட்டு, கடலின் மீதே கட்டப்பட்டிருந்தது. பழைய இடம் தான் ஆனால் செவ்வியல் சாயல் இருந்தது. முதல் தளத்தில் எங்களுக்கு அறை கிடைத்தது. சமுத்திரம் அலையாடி வருவதை உங்களால் கேட்க முடியும், உங்களால் சமுத்திரத்தை சுவாசிக்க முடியும், அலைகள் உள்ளும் வெளியும் சென்று சென்று வருவதை உங்களால் உணர முடியும்.

பேசிக்கொண்டும், குடித்துக்கொண்டும் அவளுடன் நிறைய நேரம் செலவிட்டுக் கொண்டிருந்தேன். பின் மெத்தைக்குச் சென்று, அவளருகில் அமர்ந்தேன். நாங்கள் சிரித்தவாறும், பேசியவாறும், சமுத்திரத்தைக் கவனித்தவாறும் முன்விளையாட்டுகளில் ஈடுபட்டோம். அவளை ஆடைகளுடன் இருக்கவிட்டு நான் மட்டும் ஆடைகளைக் களைந்தேன். பின் படுக்கைக்கு அவளைத் தூக்கிச் சென்று, அவள் மீது படர்ந்து விளையாடினேன். இறுதியாக அவளது ஆடைகளைக் களைந்து, அவளுள் என்னைச் செலுத்தினேன். நல்ல பிடிப்பாக இருந்தது. அவள் மெதுவாக உள்வாங்கினாள்.

நீரின் சத்தத்தைக் கேட்டபடி, அலைகள் உள்ளேயும் வெளியேயும் சென்றுவர, எனது ஆகச்சிறந்த கலவிகளுள் ஒன்றாக அமைந்தது. நான் முழு சமுத்திரத்தோடு கலவி கொண்டதைப் போல உணர்ந்தேன். பின் புரண்டு படுத்தேன்.

"ஓ, இயேசு கிருஸ்துவே! ஓ, இயேசு கிருஸ்துவே!"

இந்த மாதிரி விஷயங்களுக்கெல்லாம் எப்போதும் இயேசு கிருஸ்து எவ்வாறு வருகிறார் என்று எனக்குத் தெரியவில்லை.

6

மறுநாள், அவள் தங்கியிருந்த உந்தும் விடுதிக்கு அவளது பொருட்கள் சிலவற்றை எடுக்கச் சென்றோம். அங்கே மூக்கின் ஓரத்தில் மருவுடன் ஒரு குள்ளமான கருப்பு நிறத்தவன் இருந்தான். பார்ப்பதற்கு மோசமானவனாகத் தெரிந்தான்.

"நீ இவனோடு செல்கிறாயா?" அவன் மேரி லூவைக் கேட்டான்.

"ஆம்."

"ஆகட்டும், சென்று வாருங்கள்" அவன் ஒரு சிகரெட்டைப் பற்றவைத்தான்.

"நன்றி ஹெக்டர்."

ஹெக்டர்? என்ன எழவு பெயர் இது?

"பீர் சாப்பிடுகிறீர்களா?" அவன் என்னைப் பார்த்துக் கேட்டான்.

"நிச்சயமாக" என்றேன்.

ஹெக்டர் படுக்கையின் நுனியில் அமர்ந்திருந்தான். அவன் சமையலறைக்குச் சென்று மூன்று பீர் போத்தல்களை எடுத்து வந்தான். ஜெர்மனியில் இருந்து இறக்குமதி செய்யப்பட்ட நல்ல தரமான பீர் அது. நான் மேரி லூவின் போத்தலைத் திறந்து, அதிலிருந்து கொஞ்சம் அவளது கிளாஸில் ஊற்றினேன். அவன் என்னிடம் கேட்டான்:

"உங்களுக்கு கிளாஸ் வேண்டுமா?"

"இல்லை, நன்றி."

நான் எழுந்து போத்தலை அவனோடு உரசிக்கொண்டேன்.

நாங்கள் அமைதியாக பீரைக் குடித்தோம்.

பின் அவன் சொன்னான், "நீ என்னிடமிருந்து அவளை கூட்டிச்செல்லும் அளவிற்குப் பெரிய ஆளா?"

"அட, எனக்குத் தெரியவில்லை. இது அவளது விருப்பம். அவள் உன்னுடன் இருக்க விரும்பினால், தாராளமாக இருக்கலாம். நீ அவளிடமே கேட்கலாமே!"

"மேரி லூ, நீ என்னுடனே இருக்கிறாயா?"

"இல்லை, நான் இவருடன் செல்கிறேன்" என்றாள் அவள்.

அவள் என்னைச் சுட்டி பேசினாள். நான் முக்கியமானவனாக என்னை உணர்ந்தேன். நான் எனது வாழ்க்கையில் பல பெண்களை வேறு ஆடவர்களிடம் இழந்திருக்கிறேன். இப்பொழுது மாற்றி நடப்பது நன்றாக இருந்தது. சிகரெட்டைப் பற்றவைத்தேன். சாம்பல் தட்டைத் தேடினேன். அது கண்ணாடி அலமாரியில் இருந்தது.

அருகில் சென்று கண்ணாடியைப் பார்க்கையில், நான் எவ்வளவு குடிபோதையில் களைத்துப்போய் இருக்கிறேன் என்பதும், அவன் வில்லிலிருந்து புறப்பட்ட அம்பு போல் என்னை

நோக்கி விரைந்து வருவதும் தெரிந்தது. பீர்பாட்டில் இன்னும் என் கையில் தான் இருந்தது. நான் திரும்பி அதனை சுழற்ற, அவன் மிகச்சரியாக அதனுள் மாட்டினான். வாயிலேயே அடித்திருந்தேன். வாய் முழுவதும் இரத்தம் கொட்டியது. ஹெக்டர் இரண்டு கைகளாலும் வாயைப்பொத்திக் கொண்டு அழுதபடி, கீழே முழங்காலில் அமர்ந்தான். அவன் கையில் கூரிய பிச்சுவா கத்தி இருந்தது. அதை என் காலால் உதைத்துத் தள்ளி, கீழே விழுந்ததை எடுத்துப் பார்த்தேன். 9 இன்ச் இருந்தது. நான் பொத்தானைத் தட்டியதும் கத்தி உள்ளிழுத்துக் கொண்டது. அதனை என் பாக்கெட்டில் போட்டுக்கொண்டேன்.

நான் அழுது கொண்டிருந்த அவனருகில் சென்று, சூ...தில் ஓங்கி ஒரு உதை விட்டேன். அவன் அழுது கொண்டே தரையில் கைகால்களைப் பரப்பியபடி கிடந்தான். நான் சென்று அவனது பீரில் ஒரு மடக்கு உறிஞ்சிக்கொண்டேன்.

பின் மேரி லூ அருகில் சென்று அவளை அறைந்தேன். அவள் அலறினாள்.

“வேசை! நீ தயார் செய்தது தானே இதெல்லாம்? கேவலம் எனது கைப்பையில் இருக்கும் 400, 500 பக்ஸ்க்காக இந்தக் குரங்கை என்னைக் கொல்லச் சொல்லியிருக்கிறாய்!”

“இல்லை, இல்லை” என்று அவள் அழுதாள். அவர்கள் இருவரும் அழுதனர்.

பின் நான் அவளை மீண்டும் அறைந்தேன்.

“இப்படித்தான் செய்வாயா, வேசை? இருநூறுக்காக மனிதர்களைக் கொல்வாயா?”

“இல்லை, இல்லை, நான் உங்களைக் காதலிக்கிறேன் ஹான்க், நான் உங்களைக் காதலிக்கிறேன்.”

அவளது நீள நிற ஆடையை கழுத்தோடு பிடித்து இழுத்து இடுப்பு வரை கிழித்து விட்டேன். அவள் உள்ளாடை அணிந்திருக்கவில்லை. அந்த வேசைக்கு அது தேவையே இல்லை.

நான் அங்கிருந்து வெளியே வந்து, காரை எடுத்துக் கொண்டு பந்தயத் தடத்திற்கு வந்தேன். இரண்டு மூன்று வாரங்களுக்கு சுதாரிப்பாகவே இருந்தேன். பதற்றமாகவே சுற்றினேன். மேரி லூவை அதன் பிறகு ஒருபோதும் பந்தயத்தடத்தில் பார்க்கவே இல்லை. ஹெக்டரையும் தான்.

7

எப்படியோ அதன் பிறகு பணம் கரைந்து விட்டது. விரைவில் பந்தயத்தடத்தை விட்டு வந்து, 90 நாட்கள் விடுப்பு முடிவதற்காக எனது அடுக்ககத்தில் அமர்ந்து காத்துக் கொண்டிருந்தேன். அந்த சண்டையினாலும், குடியினாலும் எனது நரம்புகள் இளமையாகத் தோன்றின. பெண்கள் எப்படி ஆண்களை ஏமாற்றுவார்கள் என்பதற்கு இது ஒன்றும் புதிய கதையல்ல.

உங்களுக்கு சுவாசிப்பதற்கு இடம் இருந்தால் போதும். அடுத்தது அடுத்தது என்று போய்க்கொண்டே இருக்க வேண்டியது தான். பணிக்குத் திரும்பிய சில நாட்களுக்குப் பின், இன்னொருத்தியை சந்தித்தேன், ஃபே. ஃபேவுக்கு சாம்பல் நிற முடி. அவள் எப்போதும் கருப்பு நிறத்தில் தான் ஆடை அணிந்திருப்பாள். போருக்கு எதிர்ப்பு தெரிவிக்கும் விதமாக அவ்வாறு அணிந்திருப்பதாகக் கூறினாள். ஃபே போருக்கு எதிர்ப்பு தெரிவிக்க விரும்பினால், அது எனக்கும் சரியென்று தான் தோன்றியது. அவள் ஒரு எழுத்தாளர். எழுத்தாளர்களுக்கான பயிற்சிப் பட்டறை இரண்டு மூன்றிற்குச் சென்று வந்திருக்கிறாள். உலகத்தைக் காப்பது குறித்து அவளுக்கு ஏதோ கருத்திருந்தது. அவள் எனக்காக அதைச் செய்தாளென்றால் அதுவும் சந்தோசமாகத் தான் இருக்கும். அவள் பிரிந்து சென்ற தனது முன்னாள் கணவனிடமிருந்து ஜீவனாம்சம் பெற்று வாழ்ந்து வந்தாள். அவர்களுக்கு மூன்று குழந்தைகள். அவளது அம்மாவும் அவ்வப்பொழுது பணம் அனுப்புவார். ஃபே தனது மொத்த வாழ்க்கையில் ஒன்று அல்லது இரண்டு இடங்களுக்கு மேல் பணி மாறியதே இல்லை.

அதே வேளையில், ஜான்கோ புதிய கழிவுப்பொதியை சுமந்து வந்திருந்தான். அவன் ஒவ்வொரு நாள் அதிகாலையும், என் தலை தெறித்துவிடும் அளவிற்கு அனுப்பி வைத்தான். அந்த சமயத்தில் எனக்கு ஏகப்பட்ட போக்குவரத்து மேற்கோளுரைகள் கிடைத்துக்கொண்டிருந்தன. நான் எப்போது பின் கண்ணாடி வழியே பார்த்தாலும் சிவப்பு விளக்குகள் ஒளிர்ந்து கொண்டிருப்பது போன்று தோன்றியது. காவல்துறையின் கார் அல்லது பைக்.

ஒரு நாள் இரவு நேரம் கழித்து என் வீட்டிற்குச் சென்றேன். மிகவும் களைத்துப்போயிருந்தேன். சாவியை எடுத்து கதவைத் திறப்பது தான் எனக்கிருந்த கடைசி சக்தி. நான் படுக்கையறைக்குச் சென்று பார்த்தால், ஃபே படுக்கையில் அமர்ந்து கொண்டு, 'நியூயார்க்கர்' படித்தபடி சாக்லேட்டுகளை மென்று கொண்டிருந்தாள். அவள் ஹல்லோ கூட சொல்லவில்லை.

நான் சமையலறைக்குச் சென்று, சாப்பிடுவதற்கு ஏதாவது இருக்கிறதாவென பார்த்தேன். குளிர்சாதனப்பெட்டியில் ஒன்றுமில்லை. ஒரு கிளாஸ் தண்ணீர் ஊற்றிக்குடிக்கலாம் என்று நினைத்தேன். மித்தத்தை நோக்கி நடந்து சென்றேன். ஏதோ குப்பை இடறி நின்றேன். ஃபேவுக்கு காலியான ஜாடிகள், அதன் மூடிகள் ஆகியவற்றை சேமித்து வைப்பது பிடிக்கும். பாதி மித்தத்திற்கு அழுக்குப் பாத்திரங்களும், அதன் மீது தண்ணீரும் தேங்கியிருக்க, காகிதத்தட்டுகளும், ஜாடிகளும், மூடிகளும் அதில் மிதந்து கொண்டிருந்தன.

நான் மீண்டும் படுக்கையறைக்கு வந்தேன். ஃபே இன்னொரு சாக்லேட்டை வாயில் போட்டுக்கொண்டிருந்தாள்.

"இங்கே பார் ஃபே, நீ உலகத்தைக் காக்க விரும்புகிறாய். சரி தான். ஆனால் அதை சமையலறையிலிருந்து துவங்கக்கூடாதா?"

"சமையலறைகள் அவ்வளவு முக்கியமானவை அல்ல" என்றாள்.

சாம்பல் நிற முடி உள்ள பெண்ணை அடிப்பது கடினமான ஒன்று. எனவே நான் ஒன்றும் சொல்லாமல் குளியலறைக்குச் சென்று தண்ணீரை தொட்டியில் திறந்து விட்டேன். நல்ல

குளியல் நரம்புகளைச் சாந்தப்படுத்தலாம். தொட்டி நிரம்பியதும் அதனுள் இறங்க பயமாய் இருந்தது. ரணமாகிப் போன எனது உடல் நீருக்குள்ளேயே அமிழ்ந்து போகுமோ என்று எண்ணும் அளவிற்கு விறைத்துப் போயிருந்தது.

நான் முன்னறைக்குச் சென்றேன். ஒரு வழியாக, எனது சட்டை, கால்சட்டை, காலணி, காலுறை எல்லாவற்றையும் கழற்றினேன். பின் படுக்கையறைக்குச் சென்று, ஃபேவுக்கு அடுத்து இருந்த படுக்கையில் ஏறிப்படுத்தேன். என்னால் நிம்மதியாகத் தூங்க முடியவில்லை. ஒவ்வொரு தரம் திரும்பும் போதும் ஏதோ இடித்தது.

நீ தனிமையில் இருக்கும் ஒரே நேரம் அலுவலகத்திற்குச் செல்லும்போதும், அலுவலகத்திலிருந்து திரும்பும் போதும் மட்டுமே, சின்னஸ்கி.

ஒருவழியாகக் குப்புறப்படுத்துப் பார்த்தபோது வலி அதிகமில்லை. மீண்டும் விரைவில் பணிக்குச் செல்ல வேண்டும். இப்பொழுது தூங்க முடிந்தால் நன்றாக இருக்கும். அவ்வப்பொழுது பக்கம் திருப்பும் சத்தமும், சாக்லேட் தின்னப்படும் சத்தமும் கேட்டுக்கொண்டிருந்தது. அது அவளது எழுத்தாளர் பயிற்சிப் பட்டறை இரவுகளில் ஒன்றாக இருந்தது. விளக்கை அணைத்தால் நன்றாக இருக்கும்.

"பட்டறை எப்படி இருந்தது?" அடிவயிற்றிலிருந்து கேட்டேன்.

"ராபியைப் பற்றி எனக்குக் கவலையாய் இருக்கிறது."

"ஓ, என்னவாயிற்று?" என்றேன்.

ராபி வாழ்க்கை முழுவதும் தன் தாயுடன் வசிக்கும் நாற்பது வயதை நெருங்கும் மனிதன். நான் கேள்விப்பட்டவரை அவன் எழுதியதெல்லாம், கத்தோலிக்க தேவாலயத்தைப் பற்றிய மோசமான கேலிக்கதைகள். ராபி உண்மையில் கத்தோலிக்கர்களைப் பாடாய்ப் படுத்திக் கொண்டிருந்தான். அவன் எழுத்துகளை கனடியன் பத்திரிக்கையில் ஒரு முறை பதிப்பித்திருந்தாலும், பெரும்பாலும் சஞ்சிகைகள் அவன் எழுத்துகளை பதிப்பிக்கத் தயாராய் இல்லை. நான் ராபியை ஒரே ஒரு முறை சந்தித்திருக்கிறேன். ஒரு பண்ணை வீட்டிற்கு

ஃபேவை கொண்டு விடச் சென்றிருந்தேன். அங்கே தான் அவர்கள் எழுதியவற்றை ஒருவருக்கொருவர் வாசித்துக் கொள்வர். "ஓ! அங்கே பாருங்கள் ராபி!" ஃபே சொன்னாள், "அவர் கத்தோலிக்க தேவாலயம் பற்றி கேலிக்கதைகள் எழுதுகிறார்."

அவள் சுட்டிக்காட்டினாள். அவன் எங்களுக்கு முதுகைக் காட்டிக் கொண்டு நின்றிருந்தான். அவனது புட்டம் பெரியதாகவும் மென்மையாகவும் இருந்தது. அது தளர்ந்து தொங்கிக் கொண்டிருந்தது. அவர்கள் இதை ஏன் கவனிக்கவில்லை என்று நினைத்தேன்.

"நீங்கள் உள்ளே வரமாட்டீர்களா", ஃபே கேட்டாள்.

"அடுத்த வாரம் வருகிறேன்..."

ஃபே இன்னொரு சாக்லேட்டை வாயில் போட்டாள்.

"ராபி கவலையாக இருக்கிறார், அவர் தனது ஒப்படைப்பு பாரவண்டிப்பணியை இழந்துவிட்டார். வேலை இல்லாமல் தன்னால் எழுத முடியாது என்று கூறுகிறார். அவருக்கு பாதுகாப்பு உணர்வு தேவையாய் இருக்கிறது. அவர் தனக்கு இன்னொரு வேலை கிடைக்கும் வரை தன்னால் எழுத முடியாது என்று வருந்துகிறார்."

"ஓ அவ்வளவு தானா, நான் அவனுக்கு வேலை வாங்கிக் கொடுக்கிறேன்."

"எங்கே, எப்படி?"

"அஞ்சல் நிலையத்தில் ஆள் எடுக்கிறார்கள். வலதும், இடதும். சம்பளமும் மோசமில்லை."

"அஞ்சல் அலுவலகமா! ராபி மிக உணர்வுப்பூர்வமானவர். அஞ்சல் அலுவலகமெல்லாம் அவருக்குச் சரிப்பட்டு வராது."

"மன்னித்துக் கொள், முயற்சி செய்து பார்க்கலாம் என நினைத்தேன். நள்ளிரவு."

ஃபே எனக்கு பதிலளிக்கவில்லை. அவள் கோபமாக இருந்தாள்.

8

எனக்கு வெள்ளியும் சனியும் வார விடுமுறை நாட்கள். அவை ஞாயிறை மிகக்கடுமையான நாளாக ஆக்கின. அதுவும் போக, ஞாயிறன்று என்னை வழக்கமான மாலை 6.18 மணி வருகைக்குப் பதிலாக 3.30 மணிக்கு வருகைப்பதிவு செய்யச் சொன்னார்கள்.

இந்த ஞாயிறு நான் சென்றபோது, என்னை நிலைய காகிதப் பிரிவுக்கு அனுப்பினார்கள். வழக்கம்போல, அடுத்த எட்டு மணி நேரத்திற்கான வேலை என் கால்களுக்கடியில் தயாராய் இருந்தது.

உடல் வலியைத் தாண்டி, தலைசுற்றலாலும் அவதிப்படத் துவங்கியிருந்தேன். திடீரென எல்லாம் இருட்டிக்கொண்டு வந்து, கீழே விழப்போவேன். பின் எதையாவது பிடித்து சமாளித்துக் கொண்டு நிற்பேன்.

மிகக் கொடுமையான ஞாயிறாக அன்று இருந்தது. ஃபேவின் சில நண்பர்கள் வீட்டுக்கு வந்திருந்தார்கள். படுக்கையில் அமர்ந்து, தாங்கள் எப்படி சிறந்த எழுத்தாளர்கள் என்றும், தாங்கள் எவ்வாறு தேசத்திலேயே சிறந்தவர்கள் என்றும் கலகலப்பாகப் பேசிக்கொண்டிருந்தனர். அவர்கள் படைப்புகள் பதிக்கப்படாததற்கான ஒரே காரணம் - அவர்கள் அதை அனுப்பி வைக்காதது தான் என்று கூறினார்கள்.

நான் அவர்களைப் பார்த்தேன். அவர்கள் கூச்சலிட்டுக் கொண்டும், டோநட்டை காபியில் நனைத்தவாறும் காபியை அருந்திக்கொண்டிருந்தனர். அவர்கள் தோற்றத்தையும் செயலையும் போலத் தான் அவர்களின் படைப்பும் இருக்குமென்றால், அவர்கள் அதை பதிப்பகத்திற்கு அனுப்பினாலும் ஒன்றுதான் அல்லது மொத்தமாக மூட்டை கட்டி வைத்தாலும் ஒன்றுதான்.

நான் இந்த ஞாயிறு, அஞ்சல்களை அடுக்கிக்கொண்டிருந்தேன். எனக்கு ஒரு காபி இல்லை இரண்டு காபிகள், கடித்துத் தின்ன சில நொறுக்குத்தீனி தேவையாய் இருந்தது. ஆனால் எல்லா மேற்பார்வையாளர்களும் முன்னால் நின்று கொண்டிருந்தனர். நான் பின் வழியாகச் சென்றேன். சிற்றுண்டிச்சாலை இரண்டாம்

தளத்தில் இருந்தது. நான் நான்காம் தளத்தில் இருந்தேன். ஆண்கள் கழிப்பறை வழியாக ஒரு படிக்கட்டு இருந்தது. அங்கிருந்த அறிவிப்பைப் பார்த்தேன்.

எச்சரிக்கை!

இந்த படிக்கட்டை உபயோகிக்காதீர்கள்!

இது ஏமாற்று. அந்தத் தாயோலிகளை விட நான் அறிவார்ந்தவன். அவர்கள் சின்னஸ்கி போன்ற புத்திசாலிகள் சிற்றுண்டி சாலைக்குச் செல்வதைத் தடுப்பதற்காகவே இந்த அறிவிப்பை வைத்திருக்கிறார்கள். நான் கதவைத் திறந்து கீழே இறங்கினேன். எனக்குப்பின்னால் கதவு சாத்திக்கொண்டது. இரண்டாம் தளத்திற்கு இறங்கினேன். தாழ்பாளைத் திருகினேன். அடக் கருமமே! கதவு திறக்கவில்லை. பூட்டப்பட்டிருந்தது. மீண்டும் மேலேறிச்சென்றேன். மூன்றாம் மாடியைக் கடந்தேன். அங்கே முயற்சிக்கவில்லை. முதல் தளத்தின் கதவு பூட்டியிருந்ததால், அதுவும் மூடித்தான் இருக்குமென தெரியும். அஞ்சல் அலுவலகத்தின் செயல்பாடுகள் எனக்குப் பழக்கமாகி விட்டிருந்தது. அவர்கள் ஒரு கண்ணி விரித்திருக்கிறார்கள் என்றால் அவை எல்லா இடத்திலும் இருக்கும். எனக்கொரு மெல்லிய வாய்ப்பிருந்தது. நான்காம் தளத்தை அடைந்திருந்தேன். தாழ்ப்பாளைத் திருகினேன். அதுவும் பூட்டப்பட்டிருந்தது.

இந்தக் கதவு ஆண்கள் கழிவறைக்கு அருகில் இருந்தது. எனவே யாராவது வந்துகொண்டும் சென்றுகொண்டும் இருப்பார்கள். நான் காத்திருந்தேன். 10 நிமிடங்கள், 15 நிமிடங்கள், 20 நிமிடங்கள்! ஒருவருக்கும் மலஜலம் கழிக்கத் தோன்றவே இல்லையா என்ன? 25 நிமிடங்கள். பின் ஒரு தலை தட்டுப்பட்டது. நான் கண்ணாடியைத் தட்டினேன்.

“ஹேய் நண்பா! ஹேய் நண்பா!”

அவனுக்கு நான் அழைத்தது கேட்கவே இல்லை. அல்லது அப்படி நடித்தான். அவன் கழிவறைக்குள் சென்று விட்டான். 5 நிமிடங்கள். மீண்டும் இன்னொரு தலை தட்டுப்பட்டது.

நான் பலமாகக் கதவைத்தட்டினேன். “ஹேய் நண்பா! அட குறிசப்பிப்பயலே!”

அவன் என்னைப் பார்த்துவிட்டான் என்று யூகித்தேன். அவன் கண்ணாடிக்குப் பின்னால் இருந்து என்னைப் பார்த்தான்.

நான் கூறினேன், "கதவைத் திற! நீ என்னைப் பார்க்க முடியவில்லையா என்ன! பூட்டிக்கொண்டுவிட்டது. முட்டாளே! கதவைத் திற!"

அவன் கதவைத் திறந்தான். நான் உள்ளே சென்றேன். அவன் மெய்மறந்து நின்று கொண்டிருந்தான்.

நான் அவனது முழங்கையை அழுத்தினேன்.

"நன்றி நண்பா!"

மீண்டும் சஞ்சிகைப் பெட்டிக்குத் திரும்பினேன்.

பின் மேற்பார்வையாளர் என்னைக் கடந்து சென்றான். அவன் நின்று என்னைப்பார்த்தான். நான் வேலை வேகத்தைக் குறைத்தேன்.

"எப்படி இருக்கிறாய், சின்னஸ்கி?"

நான் கோபத்தோடு அவனைப்பார்த்தேன். ஒரு சஞ்சிகையை எடுத்து காற்றில் வீசி ஆட்டினேன். பைத்தியமாவது போல எனக்குள்ளே ஏதோ பேசிக்கொண்டேன். அவன் அங்கிருந்து நகர்ந்தான்.

9

ஃபே கர்ப்பமாகி இருந்தாள். அது அவளை எந்த விதத்திலும் மாற்றவில்லை. அஞ்சல் அலுவலகத்தையும் எந்த விதத்திலும் மாற்றவில்லை.

அதே எழுத்தர்கள் தான் எல்லா வேலைகளையும் செய்து கொண்டிருந்தார்கள். உதிரிக்கூட்டம் வழக்கம் போல் விளையாட்டுகளைப் பற்றி வெட்டி அரட்டை அடித்துக் கொண்டிருந்தது. அவர்கள் எல்லோரும் கறுப்பு நிறத்து ஆஜானுபாவர்கள். தொழில்முறை மல்யுத்த வீரர்கள்.

எப்பொழுதெல்லாம் புதிதாக ஒருவர் வேலைக்குச் சேர்கிறாரோ, அவர் அவர்களால் அலைக்கழிக்கப்படுவார். இது அவர்கள் மேற்பார்வையாளரை தொல்லை செய்வதில் இருந்து சிறிது காலம் தடுத்தது. ஒருவேளை மேற்பார்வையாளர் அவர்களிடம் மாட்டினால், அவர் கதி அதோகதி தான். அந்தக்கூட்டம், சரக்கு மின்தூக்கி வழியாக வரும் அஞ்சல் சுமையை பாரவண்டியில் ஏற்றிக் கொண்டு வருவர். ஒரு மணி நேரத்திற்கு 5 நிமிட வேலை. சில சமயம் அவர்கள் அஞ்சல்களை எண்ணவும் செய்வர் அல்லது அப்படி நடிப்பர். அவர்கள் அமைதியாகவும், அறிவார்ந்தும் வேலை செய்பவர்களைப் போல, ஒரு காதில் நீண்ட பென்சில் எல்லாம் செருகி வைத்துக் கொண்டு கணக்கெடுப்பர். ஆனால் பெரும்பாலான நேரங்களில் அவர்கள் விளையாட்டுகளைப் பற்றித்தான் மூர்க்கமாக விவாதம் செய்துகொண்டிருப்பர். அவர்கள் எல்லோரும் நிபுணர்கள் தான். அனைவரும் விளையாட்டு பத்தி எழுதும் ஒரே கட்டுரையாளரைத் தான் படிப்பார்கள் போலும்.

“அது சரி, எல்லாக்காலத்துக்குமாய் உனக்குப் பிடித்தமான அணி எது?”

“வில்லி மேய்ஸ், டெட் வில்லியம்ஸ், கோப்”

“என்ன, என்ன?”

“அது சரி தான், பேபி!”

“அது என்ன பேபி, பேபியை வைத்து நீ என்ன செய்யப் போகிறாய்?”

“சரி சரி, எல்லா நட்சத்திரத்திற்குமாய் உனக்குப் பிடித்த அணி எது?”

“எல்லாக் காலம், எல்லா நட்சத்திரமல்ல!”

“சரி சரி, நான் என்ன சொல்லவருகிறேன் என்று உனக்குப் புரிகிறதல்லவா, பேபி!”

“ஆம், எனக்கு மேய்ஸ், ரூத், பிறகு டீ மஜ் ஆகியவை பிடிக்கும்!”

“நீங்கள் இருவரும் சரியான முட்டாள்கள். ஹான்க் ஆரோன் எப்படி, பேபி? ஹான்க் எப்படி?”

ஒரு சமயம் எல்லா உதிரி வேலைகளுக்கும் ஏலம் விடப்பட்டது. ஏலம் பெரும்பாலும் மூப்பு நிலையைப் பொறுத்தே நிரப்பப்படும். அந்த உதிரிக்கூட்டம் சென்று வரிசைமுறை புத்தகங்களைக் கிழித்தெறிந்தனர். அவர்களால் ஒன்றும் செய்யமுடியவில்லை. ஒருத்தர் கூட புகார் அளிக்கவில்லை. இந்த இடத்தை அடையுமுன், நீண்ட இருட்டான நடைபாதை ஒன்று இருக்கிறது.

10

எனக்கு அடிக்கடி தலைசுற்றல் வரத்துவங்கியது. அடுக்குகள் மங்கலாகத் தெரிந்தன. தலைசுற்றல் ஒரு நிமிட அளவிற்கு இருக்கும். என்னால் காரணத்தைப் புரிந்துகொள்ள முடியவில்லை. ஒவ்வொரு கடிதமும் பெரிய பாரமாக மாறத்துவங்கியது. எழுத்தர்கள் சவக்களை பொருந்தியவர்களாக மாறத்துவங்கினர். முக்காலி என்னை வழுக்கி விழச்செய்வது போலத் தோன்றியது. என் கால்கள் வலுவிழந்தது போலத் தோன்றின. என் வேலை என்னைச் சாகடித்துக் கொண்டிருந்தது.

நான் மருத்துவரிடம் சென்று இதுபற்றிக் கூறினேன். இரத்த அழுத்தம் சோதித்துப் பார்த்தார்.

“உங்கள் இரத்த அழுத்தம் எல்லாம் சரியாகத்தான் இருக்கிறது.”

இதயத்துடிப்புமானியை வைத்துப் பார்த்தார். எடை பார்த்தார். “ஒரு பிரச்சனையுமில்லையே.”

பிறகு சிறப்பு இரத்தப் பரிசோதனை ஒன்றினை மேற்கொண்டார். ஒவ்வொரு இடைவெளியாக நீட்டிக்கொண்டு, மூன்று முறை எனது கையில் இருந்து இரத்தம் எடுத்தார்.

“சிறிது நேரம் அந்த அறையில் அமர்ந்திருக்கிறீர்களா?”

“இல்லை, இல்லை. நான் வெளியே சென்று சிறிது உலாவி விட்டு, சரியான நேரத்திற்குத் திரும்பி வருகிறேன்.”

"சரி, சரியான நேரத்திற்குத் திரும்பிவிடுங்கள்."

இரண்டாம் முறை இரத்தம் எடுப்பதற்கு சரியான நேரத்திற்கு வந்துவிட்டேன். மூன்றாம் முறைக்கு இன்னும் அதிக நேரம் காத்திருக்க வேண்டியிருந்தது. 20 அல்லது 25 நிமிடங்கள். எனவே வீதி வழியே நடந்தேன். ஒன்றும் பிரமாதமாயில்லை. ஒரு மருந்துக்கடைக்குச் சென்று, சஞ்சிகை வாசித்தேன். அதை கீழே வைத்து விட்டேன், கடிகாரத்தைப் பார்த்துவிட்டு வெளியே வந்தேன். அங்கே ஒரு பெண் பேருந்து நிலையத்தில் அமர்ந்திருப்பதைப் பார்த்தேன். அபூர்வமான பெண்ணாகத் தோன்றினாள். பெரும்பான்மையான கால்பகுதி தெரிந்தபடி இருந்தது. என் கண்களை அவளை விட்டு விலக்கமுடியவில்லை. நான் சாலையைக் கடந்து சென்று, 20 கஜம் தூரத்தில் நின்று கொண்டேன்.

பின் அவள் எழுந்தாள். நான் அவளைத் தொடர்ந்து செல்ல வேண்டியிருந்தது. அந்த பெரிய புட்டம் எனக்கு சைகை காட்டியபடி சென்றது. நான் வசியம் செய்யப்பட்டேன். அவள் அஞ்சல் நிலையத்திற்குள் நுழைந்தாள், நானும் அவள் பின்னாலேயே சென்றேன். நீண்ட வரிசையில் நின்றாள், நானும் அவள் பின்னால் நின்றேன். அவள் இரண்டு அஞ்சல் அட்டைகள் வாங்கினாள், நான் 12 வானஞ்சல் அட்டைகளும், 2 டாலர் மதிப்புள்ள அஞ்சல்தலையும் வாங்கினேன்.

நான் திரும்பி வந்தபோது, அவள் பேருந்தில் ஏறிக்கொண்டிருந்தாள். அந்த அற்புதமான பாதங்கள் மற்றும் புட்டத்தின் கடைசி தரிசனம் கிடைத்தது. அந்தப் பேருந்து அவளைக் கொண்டுசென்றது.

மருத்துவர் காத்துக்கொண்டிருந்தார்.

"என்னவாயிற்று, நீங்கள் 5 நிமிடங்கள் தாமதம்."

"எனக்குத் தெரியவில்லை. கடிகாரம் தவறாகக் காட்டியிருக்கும்."

"இல்லை, இது துல்லியமான நேரங்காட்டி."

"சரி, இப்பொழுது இரத்தத்தை எடுங்கள்."

அவர் ஊசியை என் கையில் செருகினார்.

இரண்டு நாட்கள் கழித்து வந்த பரிசோதனை முடிவுகள், எனக்கு ஒரு பிரச்சனையும் இல்லை என்றன. அந்த ஐந்து நிமிட தாமதம் தான் காரணமா என்ன என்று எனக்குத் தெரியவில்லை. ஆனால் தலைசுற்றல் அதிகமாகிக்கொண்டு தான் இருந்தது. நான்கு மணி நேர வேலைக்குப் பின் எந்த விடுப்புப்படிவமும் நிரப்பிக்கொடுக்காமல் நான் வேலையில் இருந்து வெளியேறினேன்.

நான் பதினோரு மணி சுமாருக்கு வீட்டுக்குச் சென்றால், கர்ப்பமுற்றிருந்த ஃபே பாவம் போல அமர்ந்திருப்பாள்.

“என்னவாயிற்று?” என்றாள்.

“என்னால் இனியும் தாங்கிக்கொள்ள முடியவில்லை. மிக உணர்ச்சிகரமாய் ஆகிவிட்டது...”

11

டோர்ஸே நிலையத்திலிருந்த பணியாளர்களுக்கு என் பிரச்சனை புரியவில்லை. நான் ஒவ்வொரு இரவும் பின்வழியாக நுழைந்து, எனது மேலங்கியை ஏதேனுமொரு தட்டினுள் ஒளித்து வைத்துவிட்டு, எனது நேரக்குறிப்பு அட்டையை எடுத்துக் கொண்டு உள்ளே நுழைவேன்.

“சகோதர சகோதரிகளே!” என்று தான் விளிப்பேன்.

“ஹான்க் அண்ணா!”

“ஹல்லோ ஹான்க் அண்ணா!”

நாங்கள் தினமும் ஒரு விளையாட்டு விளையாடிக் கொண்டிருந்தோம். கருப்பு-வெள்ளை விளையாட்டு. அவர்கள் அதை விரும்பினார்கள். போயெர் என்னருகே வந்து என் கையைத் தொட்டுவிட்டுச் சொல்வான், “உனது வண்ணப்பூச்சு வேலை என்னிடமிருந்திருந்தால், நான் கோடீஸ்வரனாகி இருப்பேன்.”

“நிச்சயமா போயெர். அது தான் வெள்ளைத் தோலின் மகிமை.”

பின் குள்ள உருவமான ஹாட்லி வருவான்.

“ஒரு கப்பலில் கருப்பு நிற சமையல்காரன் ஒருவன் இருந்தான். அங்கே இருந்தவர்களில் அவன் ஒருவன் தான் கறுப்பினத்தவன். அவன் வாரத்திற்கு 2 அல்லது 3 முறை மரவள்ளிக்கிழங்கு கூழ் செய்து அங்குள்ளவர்களுக்குப் பரிமாறுவான். அங்கிருந்த வெள்ளை இனத்துப் பையன்களுக்கு அதன் சுவை மிகவும் பிடிக்கும், ஹிஹிஹி! அவர்கள் அதை எப்படி செய்யவேண்டுமென்று அவனைக் கேட்பார்கள். அதற்கு அவன் அதன் பிரத்யேக தயாரிப்பு முறை ரகசியமானது, ஹிஹிஹி! என்று சொல்வான்.”

நாங்கள் அனைவரும் சிரித்தோம். இந்த மரவள்ளிக்கிழங்கு கூழ் கதையை எத்தனை முறை கேட்டிருக்கேனோ தெரியாது...

“ஹே, பாவப்பட்ட வெள்ளை குப்பை பையா! ஹே பையா!”

“இங்கே பாருங்கள், நான் உங்களை “பையா” என்றால் மட்டும் கோபம் கொள்கிறீர்கள் அல்லவா, எனவே என்னையும் “பையா” என்று அழைக்காதீர்கள்.”

“சரி, வெள்ளை மனிதா, இந்த சனி இரவு நாம் ஒன்றாகச் சேர்ந்து வெளியே போகலாம், என்ன சொல்கிறாய்? பொன்னிற கேசமுடைய அழகிய வெள்ளை நிறப்பெண்ணொருத்தி எனக்குக் கிடைத்திருக்கிறாள்.”

“ஆம், எனக்கு நல்ல அழகான கறுப்பினத்தவள் கிடைத்திருக்கிறாள். அவளது கேசம் என்ன நிறமென்று தெரியுமா?”

“நீங்கள் நூற்றாண்டுகளாக எங்கள் பெண்களை நாசம் செய்து கொண்டுதானே இருக்கிறீர்கள். அதை சமன் செய்ய நாங்கள் முயற்சிக்கிறோம். எனது பெரிய கறுத்த குறியை உங்கள் வெள்ளைப்பெண்ணின் யோனியில் செருகினால், உங்களுக்கொன்றும் பிரச்சனை இல்லை தானே!”

“அவள் விரும்பினால், நீ செய்து கொள்ளலாம்.”

“நீங்கள் செவ்விந்தியர்களிடமிருந்து நிலத்தைத் திருடினீர்கள்.”

“ஆம், உண்மை தான்.”

“நீங்கள் என்னை உங்கள் வீட்டுக்கு அழைப்பதில்லை. அப்படியே அழைத்தாலும், ஒருவரும் என் தோல் நிறத்தைப் பார்த்து விடக்கூடாதென்று கொல்லைப்புற வழியாக வரச் சொல்கிறீர்கள்.”

“ஆனால், நான் சிறிய தீக்காயம் ஏற்படுத்துவேன்.”

எனக்கு சலிப்பாய் இருந்தது, ஆனாலும் வேறு வழியில்லை.

12

ஃபே கர்ப்ப காலத்தில் நலமாக இருந்தாள். அவளது வயதுக்கு அவள் நலமாக இருந்தாள். நாங்கள் எங்கள் இடத்தில் காத்துக் கொண்டிருந்தோம். இறுதியாக அந்த நாளும் வந்தது.

“இன்னும் அதிக நேரமெடுக்காது” அவள் சொன்னாள், “அங்கே சீக்கிரம் செல்லவும் எனக்கு விருப்பமில்லை.”

நான் வெளியே சென்று காரை சோதித்துவிட்டு வந்தேன்.

“*ஊஊஊ*, ஓஓ!”

“இல்லை, பொறு!”

ஒருவேளை அவளால் உலகைக் காப்பாற்ற முடியலாம். அவளது பொறுமை என்னை பெருமை கொள்ளச்செய்தது. கழுவாத பாத்திரங்கள், நியூயார்க்கர், அவளது எழுத்தாளர்களுக்கான பயிற்சிப்பட்டறை எல்லாவற்றையும் மன்னித்தேன். இந்த உலகில் எதையும் தாங்கக்கூடிய ஒரே தனித்த ஜீவராசி, பெண் மட்டும் தான்.

“நாம் இப்போது செல்வது நல்லது என்று தோன்றுகிறது” என்றேன்.

"இல்லை, அங்கே சென்று உங்களை அதிக நேரம் காத்திருக்க வைக்க எனக்கு விருப்பமில்லை. உங்களுக்கு உடல்நிலை சரியில்லை என எனக்குத் தெரியும்."

"அது கிடக்கட்டும், வா கிளம்பலாம்."

"இல்லை, ஹான்க், பொறுங்கள்."

அவள் அப்படியே மெதுவாக அமர்ந்தாள்.

"நான் உனக்கு என்ன செய்யட்டும்?" என்றேன்.

"ஒன்றுமில்லை"

அவள் பத்து நிமிடங்கள் அமர்ந்திருந்தாள். நான் ஒரு கிளாஸ் தண்ணீர் குடிக்க சமையலறைக்குச் சென்றேன். திரும்பி வந்ததும், "நீங்கள் கார் ஓட்டத் தயாரா?" என்றாள்.

"நிச்சயமாக."

"மருத்துவமனை எங்கே இருக்கிறது என்று தெரியுமில்லையா?"

"ஆம்."

காரில் ஏறி அமர நான் உதவினேன். நான் கடந்த வாரத்தில் இரண்டு முறை பயிற்சி எடுத்திருந்தேன். ஆனால் நாங்கள் சென்ற பொழுது எங்கே நிறுத்த வேண்டுமென்று எனக்குத் தெரியவில்லை.

ஃபே ஓடுபாதையை சுட்டிக்காட்டினாள்.

"அங்கே செல்லுங்கள், அங்கே நிறுத்திக்கொள்ளலாம். அங்கிருந்து உள்ளே செல்லலாம்."

"சரி மேடம்" என்றேன்.

வீதியைப் பார்த்தமாதிரியான பின்பக்க அறையின் படுக்கையில் படுத்திருந்தாள். அவள் முகம் கோணலாகச் சுருங்கியிருந்தது.

"என் கையை பிடித்துக்கொள்ளுங்கள்" என்றாள்.

நான் பிடித்தேன்.

"உண்மையில் அது நிகழப்போகிறதா?" என்றேன்.

"ஆம்" என்றாள்.

"நீ ஏதோ எளிதான காரியம் போல் எண்ணச்செய்கிறாய்" என்றேன்.

"நீங்கள் மிக நல்லவிதமாய் உதவியாய் இருக்கிறீர்கள்."

"நான் நல்லவனாகத் தான் இருக்கிறேன். இந்த கருமம் பிடித்த அஞ்சல் அலுவலகம் தான்..."

"எனக்குத் தெரியும், எனக்குத் தெரியும்."

நாங்கள் பின் ஜன்னல் வழியாகப் பார்த்துக்கொண்டிருந்தோம்.

நான் சொன்னேன், "கீழே செல்லும் மனிதர்களைப் பார். இங்கே என்ன நடக்கிறது என்று அவர்களுக்கு எந்த யோசனையும் இல்லை. அவர்கள் நடைபாதையில் வெறுமனே நடக்கிறார்கள். வேடிக்கையாக இருக்கிறது ... அங்கே செல்லும் ஒருவரும், ஒவ்வொருவரும் இப்படித்தானே பிறந்திருப்பார்கள்."

"ஆம், வேடிக்கையாகத் தான் இருக்கிறது."

அவளது மொத்த உடலின் அசைவையும் அவளது கைகளின் மூலமாக உணர்ந்தேன்.

"இறுகப் பிடித்துக்கொள்ளுங்கள்" என்றாள்.

"சரி."

"நீங்கள் செல்லும் போது எனக்கு வெறுப்பாயிருக்கும்."

"டாக்டர் எங்கே, மற்றவர்கள் எங்கே, எல்லோரும் எங்கே தொலைந்தார்கள்?"

"அவர்கள் வருவார்கள்."

உடனே, ஒரு செவிலி உள்ளே வந்தாள். அது கத்தோலிக்க மருத்துவமனை. அவள் நல்ல செவிலி. கருமையாய் அழகாய் இருந்தாள், ஸ்பானிஷோ இல்லை போர்ச்சுகீஷோ!

"நீங்கள்... இப்போது... சென்றாக வேண்டும்..." என்றாள்.

நான் அவளுக்கு குறுக்கிட்ட விரல்களைக் காண்பித்து, குழப்பமாகச் சிரித்தேன். அவள் அதைப் பார்த்தாளா தெரியவில்லை. நான் மின்தூக்கியில் கீழிறங்கினேன்.

13

என் ஜெர்மானிய மருத்துவர் நடந்து வந்தார். எனக்கு இரத்தப் பரிசோதனை செய்த அதே மருத்துவர்.

"வாழ்த்துகள்!" அவர் என் கைகளைக் குலுக்கியபடி, "பெண் குழந்தை. 9 பவுண்டுகள், 3 அவுன்ஸ்கள்."

"தாய்?"

"அவர் சரியாகி விடுவார். அவருக்கு ஒன்றும் பிரச்சனையில்லை."

"அவர்களை நான் எப்பொழுது பார்க்கலாம்."

"உங்களுக்குச் சொல்வார்கள். இங்கே அமர்ந்திருங்கள். அவர்கள் வந்து உங்களை அழைப்பார்கள்."

அவர் சென்று விட்டார்.

நான் கண்ணாடி வழியே பார்த்தேன். செவிலி குனிந்து என் குழந்தையைச் சுட்டிக்காட்டினாள். குழந்தையின் முகம் செக்கச்சிவப்பாக இருந்தது. மற்ற எல்லாக் குழந்தைகளையும் விட சப்தமாக அழுது கொண்டிருந்தது. அந்த அறை முழுக்க பிறந்த குழந்தைகளின் அழுகுரல்கள் தான். ஏகப்பட்ட பிறப்புகள்! செவிலி என் குழந்தையைப் பார்த்துப் பெருமை கொள்வது போலத்தோன்றியது. அது என்னுடையது என்ற கர்வம் எனக்கு. நான் நன்றாக பார்க்கவேண்டும் என்பதற்காக அவள் குழந்தையைத் தூக்கிக்காட்டினாள். நான் கண்ணாடி வழியாகச் சிரித்தேன். எனக்கு என்ன செய்யவேண்டுமென்று தெரியவில்லை. குழந்தை என்னைப்பார்த்து அலறியது. பாவம், சின்னஞ்சிறிய ஜீவன் என்று நினைத்துக்கொண்டேன்.

அவள் ஒருநாள் அழகான பெண்ணாக இருப்பாள் என்று நினைக்கவே வியப்பாக இருந்தது. அவள் என்னைப்போலவே தோற்றம் கொண்டிருப்பாள். ஹா ஹா ஹா. நான் குழந்தையை கீழே வைக்குமாறு செவிலிக்கு சைகை காட்டினேன். பின் இருவருக்கும் பிரியாவிடை கொடுத்தேன். நல்ல செவிலி. நல்ல கால்கள், நல்ல இடுப்பு, அழகான முலைகள்.

ஃபேவின் இடது கடைவாயில் இரத்தத்துளி இருந்தது. ஒரு ஈரத்துணியை எடுத்து துடைத்துவிட்டேன். பெண்கள் கஷ்டப்படவே பிறந்திருக்கிறார்கள். எனவே அவர்கள் அன்பின் பிரகடனத்தை எதிர்பார்ப்பதில் தவறே இல்லை.

"அவர்கள் என் குழந்தையை என்னிடம் கொடுத்தால் நன்றாக இருக்குமென்று தோன்றுகிறது. எங்களை இப்படி பிரித்து வைத்திருப்பது நியாயமில்லை" என்றாள் ஃபே.

"எனக்குப் புரிகிறது. ஆனால் ஏதோ மருத்துவக் காரணங்கள் இருக்குமென யூகிக்கிறேன்."

"ஆனாலும், ஏதோ சரியாகப்படவில்லை."

"இல்லை, அப்படியில்லை. குழந்தை நன்றாகத் தான் இருந்தாள். குழந்தையை எவ்வளவு சீக்கிரம் பார்க்கமுடியுமோ அதற்கு நான் என்ன செய்ய வேண்டுமோ செய்கிறேன். அங்கே சுமார் 40 குழந்தைகள் இருக்கின்றன. அவர்கள் எல்லாத் தாய்மார்களையும் காக்க வைக்கின்றனர். அவர்கள் தங்கள் சக்தியை மீட்டு எடுப்பதற்கான நேர அவகாசமோ என்னவோ. நமது குழந்தை நல்ல சத்தாக இருக்கிறாள். நான் உனக்கு உறுதியளிக்கிறேன். கவலை கொள்ளாதே!"

"எனது குழந்தையைப் பார்த்தால் நான் இன்னும் மகிழ்வேன்."

"புரிகிறது, புரிகிறது. அதற்கு இன்னும் அதிக நேரமெடுக்காது."

"சார்" ஒரு குண்டு மெக்ஸிகன் செவிலி வந்தாள், "நீங்கள் இப்பொழுது கிளம்ப வேண்டும்."

"ஆனால் நான் குழந்தையின் தந்தை."

"ஆம் சார், உங்கள் மனைவி ஓய்வெடுக்கவேண்டும்."

நான் ஃபேவுடைய கையை அழுத்தி, அவளது நெற்றியில் முத்தமிட்டேன். அவள் கண்களை மூடித் தூங்க எத்தனித்தாள். அவள் இளம்பெண்ணல்ல. அவள் உலகத்தைக் காக்காமல் இருந்திருக்கலாம். ஆனால் நிச்சயம் பெரிய மாற்றத்தைக் கொண்டு வந்திருந்தாள். ஃபேவை சுற்றி ஒளிவட்டம் படர்ந்தது.

14

மரினா லூய்ஸே, ஃபே குழந்தைக்குப் பெயரிட்டாள். அவளது பெயர் மரினா லூய்ஸே சின்னஸ்கி. ஜன்னலுக்கு அருகே தொட்டில் கட்டினோம். அசைந்தாடும் மரத்தின் இலைகளையும், விட்டத்தில் இருந்த ஒளிவீசும் சுருள் அலங்காரம் இவற்றைப்பார்த்தபடி படுத்திருந்தாள். பின் ஃபே அழுதாள். குழந்தையுடன் நடந்தாள், அவளுடன் பேசினாள். குழந்தைக்கு அம்மாவின் முலை வேண்டும். ஆனால் அம்மா இன்னும் தயாராகவில்லை. எனக்கும் அம்மாவின் முலைகள் கிடைக்கவில்லை. வேலை இன்னும் கையில் இருந்தது. நாட்டில் கலவரம். நகரத்தில் பத்தில் ஒருபகுதி தீக்கிரையாக்கப்பட்டது.

15

மின்தூக்கியில் மேலே செல்கையில் நான் மட்டுமே அங்கே வெள்ளை இனத்தவன். கொஞ்சம் அந்நியமாகத் தெரிந்தது. அவர்கள் கலவரங்களைப் பற்றி பேசிக்கொண்டிருந்தார்கள். என்னைக் கவனிக்கவில்லை.

"இயேசுவே!" என்றான், கரி நிறத்திலிருந்த கருப்பினத்தவன். "ஏதோ நடக்கிறது. கைகளில் விஸ்கி போத்தல்களை வைத்துக் கொண்டு, இவர்கள் வீதியில் சாதாரணமாக நடந்து திரிகின்றனர். காவலர்கள் அங்கே வருகிறார்கள் ஆனால் அவர்கள் கார்களில் இருந்து இறங்குவதில்லை. குடித்துவிட்டுச் செல்வது பற்றி அவர்களுக்குக் கவலையில்லை. ஒரு தீர்வு வரவேண்டும். மக்கள் தொலைக்காட்சிப் பெட்டியுடனும், தூசி உறிஞ்சி இயந்தரங்களும் வீதிகளில் நடந்து செல்வதை சாதாரண நிகழ்வாக எடுக்க முடியாது."

“ஆம்.”

“கறுப்பு மனிதர்கள் நிர்வகித்த இடங்களில் எல்லாம் “இரத்த சகோதரன்” என்ற அறிவிப்புப்பலகைகள் இருந்தன. சில இடங்களில் வெள்ளை மனிதர்களும் அந்த அறிவிப்பை வைத்திருந்தார்கள். ஆனாலும் மக்களை ஏமாற்ற முடியாது. எந்த இடம் வெள்ளையர்களுக்குச் சொந்தமானது என்று அவர்களுக்குத் தெரியும்...”

“ஆம், சகோதரா.”

மின்தூக்கி நான்காவது தளத்தில் நின்றது. நாங்கள் அனைவரும் இறங்கினோம். அந்த நேரத்தில் எந்தவொரு கருத்தையும் தெரிவிக்காமல் இருப்பதே உத்தமம் என்று உணர்ந்தேன்.

வெகுகாலம் சென்றிருக்கவில்லை. நகரத்தின் அஞ்சல் அதிகாரி உள்செய்தித்தொடர்பு பேசியில் பேசினார்.

“கவனம்! நகரத்தின் தென்கிழக்குப்பகுதி தடைசெய்யப்பட்ட பகுதியாக அறிவிக்கப்படுகின்றது. தகுந்த ஆதாரங்கள் உள்ளவர்கள் மட்டுமே அனுமதிக்கப்படுவார்கள். மாலை ஏழு மணிக்கு ஊரடங்கு உத்தரவு பிறப்பிக்கப்படுகின்றது. மாலை ஏழு மணிக்கு மேல் ஒருவரும் அந்த பகுதிக்குள் அனுமதிக்கப் படமாட்டார்கள். தடை இண்டியானா வீதி முதல் ஹூவர் வீதி வரை, வாஷிங்டன் பௌலெவெவார்டு முதல் 135வது இடம் வரை. அந்தப்பகுதியில் வசிப்பவர்கள் பணிக்கு வருவதிலிருந்து விலக்கு அளிக்கப்படுகிறார்கள்.”

நான் எழுந்து சென்று, எனது நேரக்குறிப்பு அட்டையை செலுத்தினேன்.

“ஹே, நீ எங்கே செல்கிறாய்?” மேற்பார்வையாளர் என்னைக் கேட்டார்.

“அறிவிப்பைக் கேட்டீர்கள் தானே?”

“ஆம், ஆனால் நீ இல்லை...”

எனது இடதுகையை பாக்கெட்டுக்குள் விட்டேன்.

"என்ன நான் இல்லை? என்ன நான் இல்லை?"

அவன் என்னைப் பார்த்தான்.

"உனக்கு என்ன தெரியும், வெள்ளையனே?" என்றேன்.

எனது நேரக்குறிப்பு அட்டையை எடுத்தேன், வெளியேறு குறிப்பைச் செலுத்திவிட்டு நடந்தேன்.

16

கலவரங்கள் அடங்கின. குழந்தை அமைதியாகத் தூங்கியது. ஜான்கோவை சமாளிக்க எனக்கு வழிகள் கிடைத்தன. ஆனால் தலைசுற்றல் தொடர்ந்து கொண்டேதான் இருந்தது. மருத்துவர் எனக்கு தலைசுற்றல் வரும்போதெல்லாம் பச்சை-வெள்ளை லிப்ரியம் மாத்திரைகள் எடுத்துக்கொள்ள பரிந்துரைத்திருந்தார். அது பெரும் உதவியாக இருந்தது.

பணியில் ஓர் இரவு, தண்ணீர் குடிப்பதற்காக எழுந்து சென்றேன். பின் திரும்பி வந்து, 30 நிமிடங்கள் வேலை செய்துவிட்டு, எனது பத்து நிமிட இடைவேளையை எடுத்தேன்.

மீண்டும் வந்து அமரும்போது, பளீர் மஞ்சளில் இருந்த மேற்பார்வையாளர் சேம்பர்ஸ் வந்து,

"சின்னஸ்கி! இறுதியாக உன்னை நீயே தூக்கிலிட்டுக் கொண்டாய்! நாப்பது நிமிடங்களாக நீ பணியில் இல்லை."

சேம்பர்ஸ் பணியின்போது ஒருமுறை கோணல் மாணலாக தரையில் விழுந்து கிடந்தான். நோயர் படுக்கைகொண்டு தான் தூக்கிச்சென்றார்கள். எதுவுமே நடக்காதது போல, மறுநாள் இரவு புதிய சட்டை, கழுத்துப்பட்டை அணிந்துகொண்டு வந்து விட்டான். இப்பொழுது பழைய நீரூற்று விளையாட்டை என்னிடம் காட்ட முயன்றான்.

"இதோ பாருங்கள், சேம்பர்ஸ். புத்தியுடன் நடந்து கொள்ள முயற்சி செய். நான் தண்ணீர் குடிக்கத்தான் சென்றேன். மீண்டும்

வந்து 30 நிமிடங்கள் வேலை செய்து விட்டு, அதன் பிறகு தான் பத்துநிமிட இடைவேளைக்குச் சென்றேன்."

"நீயாக மாட்டிக்கொண்டாய், சின்னஸ்கி! நீ 40 நிமிடங்கள் பணியை விட்டுச் சென்றிருக்கிறாய். அதற்கு 7 சாட்சிகள் இருக்கிறார்கள்!"

"7 சாட்சிகள்?"

"ஆம், 7."

"நான் சொல்கிறேன். பத்து நிமிடங்கள் தான்."

"இல்லை, இந்தமுறை வகையாய் மாட்டிக்கொண்டாய் சின்னஸ்கி!"

எனக்கு சோர்வாய் இருந்தது. அவனை அதற்கு மேல் காணச் சகிக்கவில்லை.

"சரி, நான் 40 நிமிடங்கள் வெளியே சென்றேன். என்ன செய்ய வேண்டுமோ செய்துகொள்ளுங்கள், தேவையானதை எழுதுங்கள்."

சேம்பர்ஸ் வேகமாக ஓடினான்.

நான் மேலும் சில கடிதங்களை அடுக்கினேன். பின் பொதுப்பிரிவு தலைமைப் பணியாளர் வந்தார். ஒல்லியான வெள்ளை மனிதர். அவரது ஒவ்வொரு காது மடலில் இருந்தும் சிறு சுருளாய் வெள்ளை முடி தொங்கிக் கொண்டிருந்தது. நான் அவரைப்பார்த்து விட்டு, மீண்டும் கடிதங்களை அடுக்கத் துவங்கினேன்.

"திரு. சின்னஸ்கி. நீங்கள் அஞ்சல் அலுவலகத்தின் சட்ட திட்டங்கள் மற்றும் ஒழுங்கு விதிமுறைகளை அறிந்திருக்கிறீர்கள் என்று நம்புகிறேன். ஒவ்வொரு எழுத்தருக்கும் உணவு இடைவேளைக்கு முன்பும், பின்பும் தலா ஒரு பத்து நிமிட இடைவேளை வழங்கப்படுகின்றது. இந்த இடைவெளி சிறப்புரிமையானது. நிர்வாகத்தால் வழக்கப்படுகின்றது. பத்து நிமிடங்கள். பத்து நிமிடம் என்பது -

“அடக்கடவுளே!” கையில் வைத்திருந்த கடிதங்களை தூக்கிக் கீழே எறிந்தேன். “உங்களைத் திருப்திப்படுத்துவதற்காக, நான் தான் 40 நிமிடம் வெளியே சென்றேன் என்று ஒத்துக்கொள்கிறேனே, நீங்கள் இங்கிருந்து போய்த் தொலைவீர்கள் என்று தானே அப்படிச் சொன்னேன். நீங்கள் மீண்டும் மீண்டும் வருவதால், நான் சொன்ன வார்த்தைகளை திரும்பப் பெற்றுக்கொள்கிறேன். நான் பத்து நிமிடங்கள் தான் வெளியே சென்றேன். அந்த 7 சாட்சிகளை நான் பார்த்தாக வேண்டும். அவர்களை விரைந்து வரச்சொல்லுங்கள்!”

இரண்டு நாட்கள் கழித்து, நான் பந்தயத்தடத்தில் இருந்தேன். பல் எல்லாம் தெரிய பெரிய இளிப்புடன், கண்கள் ஒளிர ஏதோவொன்று என்னைப் பார்த்துக் கொண்டிருந்தது. என்ன அது? இவ்வளவு பற்களுடன்? நான் கூர்ந்து கவனித்தேன்.

அது சேம்பர்ஸ். காபி வரிசையில் நின்றபடி என்னைப் பார்த்துச் சிரித்துக்கொண்டிருந்தான். நான் எனது கைகளில் பீர் வைத்திருந்தேன். நான் அவனைப் பார்த்தவாறே குப்பைத்தொட்டி அருகே சென்றேன். அவனைப் பார்த்தவாறே காறி உமிழ்ந்தேன். அதன் பிறகு எப்போதும் சேம்பர்ஸ் என் அருகில் கூட வந்ததில்லை.

17

குழந்தை தவழத்துவங்கி புதிய உலகத்தைக் கண்டுபிடித்துக் கொண்டிருந்தது. மரினா இரவில் எங்களுடன் படுக்கையில் தான் தூங்கினாள். மரினா, ஃபே, ஒரு பூனை மற்றும் நான். பூனையும் படுக்கையிலேயே தான் உறங்கியது. இப்பொழுது பாருங்கள், என்னை நம்பி மூன்று ஜீவன்கள் இருக்கின்றன. விநோதமாக இருந்தது. நான் அமர்ந்தபடி அவர்கள் உறங்குவதைப் பார்த்துக்கொண்டிருந்தேன்.

பிறகு இரண்டு நாள் இரவு வேலையின் காரணமாக, காலையில் அதாவது அதிகாலையில் தான் வீடு வர முடிந்தது. வீட்டிற்கு வரும் போது ஃபே, வாடகைக்குக் கிடைக்கும் இடங்கள் பற்றி வாசித்துக்கொண்டிருந்தாள்.

"இங்கு அறைகள் எல்லாம், அநியாயத்திற்கு விலை அதிகமாக இருக்கின்றன" என்றாள்.

"ஆம்" என்றேன்.

மறுநாள் இரவு அவள் செய்தித்தாள் படித்துக்கொண்டிருக்கும் போது கேட்டேன்.

"நீ வெளியே செல்லப்போகிறாயா?"

"ஆம்."

"சரி. வீடு பார்ப்பதற்கு நான் நாளை உனக்கு உதவுகிறேன். நான் கார் ஓட்டிக்கொண்டு வருகிறேன்."

நான் மாதம் ஒரு குறிப்பிட்ட தொகையை அவளுக்குக் கொடுக்க ஒத்துக்கொண்டேன். அவள் "சரி" என்றாள். ஃபேவுக்கு குழந்தை, எனக்குப் பூனை.

8 அல்லது 10 தொகுதிகள் தள்ளி ஒரு வீடு கிடைத்தது. நான் அவர்கள் குடிபெயர்வதற்கு உதவி செய்தேன். சென்று வருகிறேன் என்று மகளிடம் கையசைத்துவிட்டு, வீடு திரும்பினேன்.

நான் மரினாவைப் பார்க்க, வாரத்திற்கு 2 அல்லது 3 அல்லது 4 தடவைகள் சென்றேன். எப்போது வரை நான் குழந்தையைப் பார்த்துக்கொண்டிருக்கிறேனோ அப்போது வரை நான் நன்றாக இருப்பேன் என்று நினைத்துக் கொண்டேன்.

போருக்கு எதிர்ப்பு தெரிவிப்பதற்காக ஃபே இன்னும் கறுப்பு தான் அணிந்திருந்தாள். அவள் உள்ளூரில் நடந்த அமைதி விளக்கக்கூட்டங்கள், மனிதத்தன்மையற்ற கொள்கைகளுக்கெதிரான அன்பின் கூட்டங்கள், கவிதை வாசிப்பு நிகழ்வுகள், பயிற்சிப்பட்டறைகள், பொதுவுடைமை கட்சிக்கூட்டங்கள் ஆகியவற்றில் கலந்து கொண்டாள். நாடோடி காபிக்கடைகளில் அமர்ந்திருந்தாள். அவள் குழந்தையையும் தன்னுடனே தூக்கிச் சென்றாள். அவள் எங்கும் வெளியே செல்லவில்லையென்றால், நாற்காலியில் அமர்ந்தபடி, தொடர்ச்சியாக சிகரெட் புகைத்தபடி வாசித்துக்

கொண்டிருப்பாள். அவள் தனது கறுப்பு மேல் சட்டையில் மறுப்புரை பொத்தான்கள் அணிந்திருப்பாள். ஆனால் நான் பார்க்கப்போகும் போதெல்லாம், குழந்தையைத் தூக்கிக்கொண்டு, எங்கேனும் வெளியே சென்று விடுவாள்.

ஒரு நாள் நான் செல்லும் போது அவர்கள் வீட்டில் இருந்தனர். ஃபே சூரியகாந்தி விதைகளுடன் தயிரைக் கலந்து சாப்பிட்டுக் கொண்டிருந்தாள். அவள் தனக்கான ரொட்டியைத் தானே தயார் செய்திருந்தாள். அது அவ்வளவு நன்றாக இல்லை.

“நான் அந்த பாரவண்டி ஓட்டுனன் ஆண்டியை சந்தித்தேன்” என்றாள். “அவன் சுவரில் வண்ணப்பூச்சுகள் நிறைந்த ஓவியம் வரைகிறான். இது அவன் வரைந்தது தான்” ஃபே சுவரை சுட்டிக்காட்டி கூறினாள்.

நான் குழந்தையுடன் விளையாடிக்கொண்டிருந்தேன். ஓவியத்தைப் பார்த்தேன். ஒன்றும் சொல்லவில்லை.

“அவனுக்குப் பெரிய குறி இருக்கிறது” என்றாள். “அவன் அன்று இரவு வீட்டுக்கு வந்திருந்தான். அவன் என்னிடம் கேட்டான், ‘நீ பெரிய குறியால் புணரப்பட விரும்புகிறாயா?’ அதற்கு நான் சொன்னேன், “அதை விட நான் காதலால் புணரப்பட விரும்புகிறேன்!”

“அவன் இந்த உலகின் மனிதன் போலத் தோன்றுகிறான்” என்றேன்.

நான் குழந்தையுடன் இன்னும் சிறிது நேரம் விளையாடிவிட்டு அங்கிருந்து கிளம்பினேன். எனக்கு திட்டத்தேர்வு நெருங்கிக் கொண்டிருந்தது.

வெகுவிரைவில், ஃபேவிடம் இருந்து எனக்குக் கடிதம் வந்தது. அவளும் குழந்தையும் நியூ மெக்ஸிகோவில் உள்ள நாடோடி சமுதாயத்தோடு வாழ்வதாக எழுதியிருந்தாள். அந்த இடம் நன்றாக இருப்பதாகவும் குறிப்பிட்டிருந்தாள். மரினாவால் அங்கே உயிர்ப்புடன் இயங்கமுடியும். என் மகள் எனக்காக வரைந்திருந்த ஒரு சிறு சித்திரத்தை இணைத்து அனுப்பியிருந்தாள்.

V

1

அஞ்சல் அலுவலகத்துறை
பொருள்: எச்சரிக்கைக் கடிதம்
பெறுநர்: திரு. ஹென்றி சின்னஸ்கி

குடிபோதை குற்றத்திற்காக நீங்கள் லாஸ் ஏஞ்சல்ஸ் காவல் துறையால் மார்ச் 12, 1969 அன்று கைதுசெய்யப்பட்டதாக இந்த அலுவலகத்துக்குத் தகவல் கிடைத்துள்ளது.

இது தொடர்பாக, அஞ்சலகக் கையேடு பிரிவு 744.12ல் குறிப்பிட்டபடி, கீழ்க்காணும் விஷயங்களில் உங்களது கவனம் கோரப்படுகின்றது:

"அஞ்சல் அலுவலர்கள் பொதுமக்களின் சேவகர்கள். அவர்களது நடத்தை பல்வேறு நிகழ்வுகளில், சில குறிப்பிட்ட தனியாரமைப்பு வேலையைக் காட்டிலும் கட்டுப்பாடுகள் நிறைந்ததாகவும், உயர்ந்த படிநிலை வாய்ந்ததாகவும் இருக்க வேண்டும். ஊழியர்கள் நடத்தை, அலுவலக நேரத்திலும், அலுவலக நேரம் தாண்டியும் அஞ்சல்துறைக்கு சாதகமான நன்மதிப்பை பிரதிபலிப்பதாக அமைதல் வேண்டும். ஊழியர்களின் தனிப்பட்ட வாழ்வில் குறிக்கிடுவது அஞ்சல் அலுவலகத் துறையின் கொள்கையாக இல்லாவிட்டாலும், அஞ்சல் துறையில் பணிபுரிபவர் நேர்மையாகவும், நம்பகமாகவும், மெய்யனாகவும், நல்ல குணநலன்கள் மற்றும் நன்மதிப்பு பெற்றும் இருக்க வேண்டும் என்பது கட்டாயமாகிறது.

ஒப்பீட்டளவில் உங்களது கைது சம்பவம் சிறியதாக இருந்தாலும், உங்களது நடத்தை அஞ்சல்துறைக்கு சாதகமான நன்மதிப்பை பிரதிபலிப்பதில் உங்களது தோல்வியின்

சான்றாகவே அமைகிறது. இத்தகைய குற்றம் மீண்டும் நடந்தாலோ அல்லது காவல்துறை அதிகாரிகளுடன் வேறு ஏதேனும் குற்றங்கள் பதிவானாலோ, இந்த அலுவலகத்திற்கு உங்கள் மீது ஒழுங்கு நடவடிக்கை எடுப்பதைத் தவிர வேறு வழியில்லை என்று இதன் மூலம் நீங்கள் எச்சரிக்கவும், முன்னறிவிக்கவும் படுகிறீர்கள்.

இந்த விஷயம் தொடர்பாக நீங்கள் விருப்பப்பட்டால், உங்களது எழுத்துப்பூர்வமான விளக்கத்தை சமர்ப்பிக்குமாறு கேட்டுக்கொள்ளப்படுகிறீர்கள்."

2

அஞ்சல் அலுவலகத்துறை
பொருள்: எதிர் நடவடிக்கை முன்னறிவிப்பு
பெறுநர்: திரு.ஹென்றி சின்னஸ்கி

உங்களை மூன்று நாட்கள் சம்பளமின்றி இடைநீக்கம் செய்யவோ அல்லது தகுந்தவை என்று நிர்ணயிக்கப்படுகின்ற இதர ஒழுங்கு நடவடிக்கை எடுக்கவோ முடிவு செய்ததற்கான முன்னறிவிப்பு. இந்த ஒழுங்கு நடவடிக்கை உங்களது அஞ்சல் சேவையின் செயல்திறனை மேம்படுத்த உதவும் என்று நம்பப்படுகின்றது. இந்த கடிதத்தை பெற்றுக்கொண்ட 35 நாட்களுக்குப் பின் அமலுக்கு வரும் என்றும் அறிவிக்கப்படுகின்றது.

உங்கள் மீதான குற்றங்களும் அதற்குண்டான காரணங்களும்:

குற்றம் எண் 1

மே 13, 1969, மே 14, 1969 மற்றும் மே 15, 1969 ஆகிய தேதிகளில் முன்னறிவிப்பின்றி, விடுப்பு சொல்லாமல் பணிக்கு வராமல் இருந்ததாக உங்கள் மீது குற்றம் சாட்டப்பட்டுள்ளது.

மேலே குறிப்பிட்டது போக, உங்களது தற்பொழுதைய குற்றம் நீட்டிக்கப்பட்டால், உங்களது கடந்தகால குறிப்புகளின்

படியுள்ள கீழ்க்காணும் ஆதாரம் உங்கள் மீதான ஒழுங்கு நடவடிக்கையின் தீவிரத்தை நிர்ணயம் செய்யும்.

நீங்கள் விடுப்பு சொல்லாமல் பணிக்கு வராததற்காக ஏப்ரல் 1, 1969 அன்று உங்களுக்கு எச்சரிக்கைக் கடிதம் வழங்கப்பட்டிருக்கிறது.

நேரிலோ அல்லது எழுத்திலோ அல்லது இரண்டின் மூலமோ இந்த குற்றங்களுக்கு பதிலளிக்க உங்களுக்கு உரிமை இருக்கிறது. அப்போது உங்களுக்காக ஒரு பிரதிநிதியையும் நீங்கள் உடனழைத்து வரலாம். இந்த கடிதம் கிடைத்த பத்து (10) நாட்குறிப்பு நாட்களுக்குள் உங்கள் பதில் வந்து சேர வேண்டும். உங்கள் பதிலுக்குத் துணையான ஆவணங்கள் இருந்தால் அவற்றையும் சமர்ப்பிக்கலாம். எழுத்து வழி பதில்கள், அஞ்சல் அதிகாரி, லாஸ் ஏஞ்சல்ஸ், கலிஃபோர்னியா - 90052 என்ற முகவரிக்கு அனுப்பப்படவேண்டும். உங்கள் பதிலைத் தெரிவிக்க கூடுதக் காலம் வேண்டுமென்றால், காரணங்களைக் குறிப்பிட்டு எழுத்துப்பூர்வமான மனுவாக சமர்ப்பிக்க வேண்டும். காரணங்கள் பரிசீலனை செய்யப்பட்டு முடிவுகள் எடுக்கப்படும்.

நீங்கள் நேரில் பதிலளிக்க விரும்பினால், எல்லென் நார்மெல், முதன்மை வேலைவாய்ப்பு மற்றும் சேவைகள் பிரிவு, அல்லது கே.டி.ஷாமுஸ், தொழிலாளர் சேவைகள் அதிகாரி ஆகியோர்களிடம் 289-2222 என்ற எண்ணுக்கு தொலைபேசி வழி முன்பதிவு செய்து கொண்டு சந்திக்கலாம்.

பதில் அளிப்பதற்கான பத்துநாள் கெடு முடிந்தபின், தீர்ப்பு வழங்கப்படுவதற்கு பின் நீங்கள் கொடுக்கும் பதில் உட்பட உங்கள் வழக்கின் அனைத்து நிகழ்பாடுகளும் தீவிரமாக ஆராயப்படும். தீர்ப்பு எழுத்துப்பூர்வமாக உங்களுக்கு வழங்கப்படும். தீர்ப்பு எதிர் நடவடிக்கையாக இருக்குமாயின், தீர்ப்புக்கடிதத்தில், அத்தகைய தீர்ப்பு மேற்கொள்ளப்பட்டதற்கான காரணமோ, காரணங்களோ விளக்கப்பட்டிருக்கும்.

3

அஞ்சல் அலுவலகத்துறை

பொருள்: தீர்ப்பு அறிவிப்பு

பெறுநர்: திரு. ஹென்றி சின்னஸ்கி

ஆகஸ்ட் 17, 1969 அன்று உங்களுக்கு அனுப்பப்பட்ட கடிதத்தை குறிப்பீடாகக் கொண்டு இது எழுதப்படுகின்றது. அக்கடிதத்தில் குறிப்பிட்டபடி, குற்றம் எண் 1 அடிப்படையில் மூன்று நாட்கள் ஊதியமற்ற இடைநீக்கமோ அல்லது இதர ஒழுங்கு நடவடிக்கைகளோ முன்னறிவிக்கப்பட்டிருந்தது. இன்றைய தேதி வரை உங்களிடமிருந்து எந்த பதிலும் வரவில்லை. அந்தக்குற்றத்தை கவனமாக ஆராய்ந்ததில், குற்றம் எண் 1க்கு போதுமான ஆதாரங்கள் இருப்பதால், உங்களுக்கான தண்டனை உறுதி செய்யப்பட்டு, இடைநீக்கம் தக்கவைக்கப்படுகின்றது. அதனடிப்படையில், நீங்கள் ஊதியமின்றி மூன்று நாட்கள் பணியிலிருந்து இடைநீக்கம் செய்யப்படுகிறீர்கள்.

உங்கள் இடைநீக்கத்தின் முதல் நாள் நவம்பர் 17, 1969. உங்கள் இடைநீக்கத்தின் கடைசி நாள் நவம்பர் 19, 1969.

விதிக்கப்பட்ட தண்டனையை முடிவு செய்ய, எதிர் நடவடிக்கைக்கான முன்னறிவிப்புக் கடிதத்தில் குறிப்பிடப்பட்டிருந்த உங்கள் முந்தைய குறிப்புகளின் ஆதாரமும் பரிசீலிக்கப்பட்டது.

இந்தத் தீர்ப்பை எதிர்த்து முறையிட உங்களுக்கு உரிமை இருக்கிறது. அஞ்சல் அலுவலகத் துறையிடமோ அல்லது ஐக்கிய மாகாண குடியுரிமைப்பணி ஆணையத்திடமோ அல்லது முதலில் அஞ்சல் அலுவலகத்துறை, பிறகு குடியுரிமைப்பணி துறை அதன் பிறகு குடியுரிமைப்பணி ஆணையம் ஆகியவற்றில் கீழ்க் கண்டவாறு முறையிடலாம்.

நீங்கள் முதலில் குடியுரிமைப்பணி ஆணையத்திடம் முறையிட்டால், அஞ்சல் அலுவலகத்துறையிடம் முறையிடும் உரிமையை இழப்பீர்கள். குடியுரிமைப்பணி ஆணையத்திடமான முறையீடு, பிராந்திய இயக்குநர்,

சான் ஃப்ரான்ஸிஸ்கோ பிராந்தியம், ஐக்கிய மாகாண குடியுரிமைப்பணி ஆணையம், 450, கோல்டன் கேட் சாலை, பெட்டி 36010, சான் ஃப்ரான்ஸிஸ்கோ, கலிஃபோர்னியா 94102 அவர்களுக்கு சமர்ப்பிக்கப்படவேண்டும்.

உங்கள் முறையீடானது (அ) எழுத்துப்பூர்வமாக இருக்க வேண்டும். (ஆ) இடைநீக்கத்தை எதிர்த்து மனு செய்வதற்கான காரணங்கள் மற்றும் உங்களால் சமர்ப்பிக்க முடிந்த ஆதாரங்களும் அதற்கான ஆதாரங்களும் (இ) உங்கள் இடைநீக்க நாளிலிருந்து 15 நாட்களுக்கு மிகாமல் சமர்ப்பிக்க வேண்டும். முறையான முறையீட்டுக்குப்பின், ஆணையமானது, சரியான வழிமுறைகள் கடைப்பிடிக்கப் பட்டிருக்கின்றனவா என்று மறுபரிசீலனை செய்யும். அரசியல் காரணங்களுக்காகவோ, அல்லது குடும்பப்பின்னணி அல்லது உடல் ஊனம் காரணமாகவோ நடவடிக்கை எடுக்கப்பட்டது என்று நீங்கள் குற்றம் சாட்டினால் அதற்குரிய முறையில் மறுபரிசீலனை செய்யும். நீங்கள் அஞ்சல் அலுவலகத்துறையிடம் முறையீடு செய்தால், உங்கள் முறையீட்டுக்கான முதல் கட்டத் தீர்ப்பு வரும் வரை, ஆணையத்திடம் முறையீடு செய்ய இயலாது. அந்த கட்டத்தில், உங்களுக்கு இரண்டு வாய்ப்புகள் இருக்கும். ஒன்று உங்களது முறையீட்டை அஞ்சல் அலுவலகத்துறையின் அடுத்தகட்ட விசாரனைக்கு அனுப்பலாம். இரண்டு ஆணையத்திடம் முறையிடலாம். இருப்பினும், நீங்கள் அஞ்சல் அலுவலகத்துறைக்கு முறையீடு செய்த 60 நாட்களுக்குள் உங்கள் முறையீட்டின் மீது முதல் கட்ட தீர்ப்பு வரவில்லையென்றால், அந்த முறையீட்டை ரத்து செய்துவிட்டு, ஆணையத்திடம் முறையிடலாம்.

இந்த கடிதம் கிடைத்த பத்து (10) நாட்குறிப்பு நாட்களுக்குள், நீங்கள் அஞ்சல் அலுவலகத் துறைக்கு முறையீடு செய்தால், பிராந்திய இயக்குநர், அஞ்சல் அலுவலகத்துறை அவர்களிடமிருந்து தீர்ப்பு வரும் வரை உங்களது இடைநீக்கமானது நிறுத்தி வைக்கப்படும். மேலும், நீங்கள் அஞ்சல் துறைக்கு முறையீடு செய்வதாக முடிவெடுத்தால், உங்கள் உடன் வர, உங்கள் சார்பாக வாதாட, உங்களுக்கு ஆலோசனை சொல்ல உங்களுக்கான பிரதிநிதியை நீங்களே

தேர்ந்தெடுத்துக் கொள்ளலாம். நீங்களும் உங்கள் பிரதிநிதியும் எந்தவிதமான கட்டுப்பாட்டுக்கோ, குறிக்கீட்டிற்கோ, பலவந்தத்திற்கோ, பாகுபாட்டிற்கோ அல்லது பழிவாங்கும் நடவடிக்கைக்கோ ஆளாக மாட்டீர்கள். உங்கள் தரப்பு நியாயங்களை விளக்க உங்களுக்கும், உங்கள் பிரதிநிதிக்கும் நியாயமான அலுவலக நேரம் வழங்கப்படும்.

இந்த கடிதம் கிடைக்கப்பெற்ற பின், எந்நேரத்திலும், ஆனால் இடைநீக்கம் செய்யப்பட்ட 15 நாட்களுக்கு மிகாமல் நீங்கள் முறையீடு செய்யலாம். உங்கள் கடிதத்தில் விசாரணை தேவை என்பதற்கான வேண்டுதல் கடிதமோ அல்லது விசாரணை தேவையில்லை என்ற அறிக்கையோ இணைக்கப்பட வேண்டும். உங்கள் முறையீடு கீழ்க்காணும் முகவரிக்கு அனுப்பப்பட வேண்டும்.

பிராந்திய இயக்குநர்
அஞ்சல் அலுவலகத்துறை
631, ஹொவர்ட் தெரு
சான் ஃப்ரான்ஸிஸ்கோ, கலிஃபோர்னியா - 94106

நீங்கள் பிராந்திய இயக்குநர் அல்லது குடியுரிமைப்பணி ஆணையம் அவர்களிடம் முறையீட்டை பதிவு செய்தால், உங்கள் மனுவின் கையெழுத்திட்ட பிரதி ஒன்றை அதே சமயம் எங்களுக்கும் அனுப்பி வைக்கவும்.

முறையீட்டு நடைமுறைகள் குறித்து உங்களுக்கு சந்தேகங்கள் ஏதுமிருப்பின், நீங்கள் ரிச்சர்ட் என். மார்த், தொழிலாளர் சேவைகள் மற்றும் பலன்கள் உதவியாளர், வேலைவாய்ப்பு மற்றும் சேவைகள் பிரிவு, தொழிலாளர் அலுவலகம், அறை 2205, மத்திய கட்டிடம், 300 வடக்கு லாஸ் ஏஞ்சல்ஸ் தெரு. அவர்களை காலை 8.30 மணி முதல் மாலை மாலை 4 மணி வரை திங்கள் முதல் வெள்ளி வரை தொடர்பு கொள்ளலாம்.

4

அஞ்சல் அலுவலகத்துறை
பொருள்: எதிர்நடவடிக்கை முன்னறிவிப்பு
பெறுநர்: திரு. ஹென்றி சின்னஸ்கி

உங்களை அஞ்சல் அலுவகப் பணியிலிருந்து நீக்க அல்லது தகுந்தவை என்று நிர்ணயிக்கப்படுகின்ற இதர ஒழுங்கு நடவடிக்கை எடுக்கவோ முடிவு செய்ததற்கான முன்னறிவிப்பு. இந்த ஒழுங்கு நடவடிக்கை உங்களது அஞ்சல் சேவையின் செயல்திறனை மேம்படுத்த உதவும் என்று நம்பப்படுகின்றது. நடவடிக்கை இந்த கடிதத்தை பெற்றுக்கொண்ட 35 நாட்களுக்குப் பின் அமலுக்கு வரும் என்றும் அறிவிக்கப்படுகின்றது.

உங்கள் மீதான குற்றங்களும் அதற்குண்டான காரணங்களும்:

குற்றம் எண் 1

நீங்கள் கீழ்க்காணும் தேதிகளில் முன்னறிவிப்பின்றி, விடுப்பு சொல்லாமல் பணிக்கு வராமல் இருந்ததாக உங்கள் மீது குற்றம் சாட்டப்பட்டுள்ளது.

செப்டம்பர் 25, 1969 4 மணி நேரம்
செப்டம்பர் 28, 1969 8 மணி நேரம்
செப்டம்பர் 29, 1969 8 மணி நேரம்
அக்டோபர் 5, 1969 8 மணி நேரம்
அக்டோபர் 6, 1969 4 மணி நேரம்
அக்டோபர் 7, 1969 4 மணி நேரம்
அக்டோபர் 13, 1969 5 மணி நேரம்
அக்டோபர் 16, 1969 8 மணி நேரம்
அக்டோபர் 19, 1969 8 மணி நேரம்
அக்டோபர் 23, 1969 4 மணி நேரம்
அக்டோபர் 29, 1969 4 மணி நேரம்
நவம்பர் 4, 1969 8 மணி நேரம்

நவம்பர் 6, 1969 4 மணி நேரம்
நவம்பர் 12, 1969 4 மணி நேரம்
நவம்பர் 13, 1969 8 மணி நேரம்

மேலே குறிப்பிட்டது போக, உங்களது தற்பொழுதைய குற்றம் நீட்டிக்கப்பட்டால், உங்களது கடந்தகால குறிப்புகளின் படியுள்ள கீழ்க்காணும் ஆதாரம் உங்கள் மீதான ஒழுங்கு நடவடிக்கையின் தீவிரத்தை நிர்ணயம் செய்யும்.

நீங்கள் விடுப்பு சொல்லாமல் பணிக்கு வராததற்காக ஏப்ரல் 1, 1969 அன்று உங்களுக்கு எச்சரிக்கைக் கடிதம் வழங்கப்பட்டிருக்கிறது.

ஆகஸ்ட் 17, 1969 அன்று உங்கள் மீதான எதிர் நடவடிக்கைக்கான எச்சரிக்கை அறிவிப்பு வாங்கப்பட்டிருக்கிறது. அந்தக் குற்றச்சாட்டின் தீர்ப்பாக, நீங்கள் நவம்பர் 17, 1969 முதல் நவம்பர் 19, 1969 வரை மூன்று நாட்கள் சம்பளமின்றி பணியிலிருந்து இடைநீக்கம் செய்யப்பட்டிருக்கிறீர்கள்.

நேரிலோ அல்லது எழுத்திலோ அல்லது இரண்டின் மூலமோ இந்த குற்றங்களுக்கு பதிலளிக்க உங்களுக்கு உரிமை இருக்கிறது. அப்போது உங்களுக்காக ஒரு பிரதிநிதியையும் நீங்கள் உடனழைத்து வரலாம். இந்த கடிதம் கிடைத்த பத்து (10) நாட்குறிப்பு நாட்களுக்குள் உங்கள் பதில் வந்து சேர வேண்டும். உங்கள் பதிலுக்குத் துணையான ஆவணங்கள் இருந்தால் அவற்றையும் சமர்ப்பிக்கலாம். எழுத்து வழி பதில்கள், அஞ்சல் அதிகாரி, லாஸ் ஏஞ்சல்ஸ், கலிஃபோர்னியா 90052 என்ற முகவரிக்கு அனுப்பப்படவேண்டும். உங்கள் பதிலைத் தெரிவிக்க கூடுதல் காலம் வேண்டுமென்றால், காரணங்களைக் குறிப்பிட்டு எழுத்துப்பூர்வமான மனுவாக சமர்ப்பிக்க வேண்டும். காரணங்கள் பரிசீலனை செய்யப்பட்டு முடிவுகள் எடுக்கப்படும்.

நீங்கள் நேரில் பதிலளிக்க விரும்பினால், எல்லென் நார்மெல், முதன்மை வேலைவாய்ப்பு மற்றும் சேவைகள் பிரிவு, அல்லது கே.டி.ஷாமுஸ், தொழிலாளர் சேவைகள் அதிகாரி

ஆகியோர்களிடம் 289-2222 என்ற எண்ணுக்கு தொலைபேசி வழி முன்பதிவு செய்து கொண்டு சந்திக்கலாம்.

பதில் அளிப்பதற்கான பத்துநாள் கெடு முடிந்தபின், தீர்ப்பு வழங்கப்படுவதற்கு பின் நீங்கள் கொடுக்கும் பதில் உட்பட உங்கள் வழக்கின் அனைத்து நிகழ்பாடுகளும் தீவிரமாக ஆராயப்படும். தீர்ப்பு எழுத்துப்பூர்வமாக உங்களுக்கு வழங்கப்படும். தீர்ப்பு எதிர் நடவடிக்கையாக இருக்குமாயின், தீர்ப்புக்கடிதத்தில், அத்தகைய தீர்ப்பு மேற்கொள்ளப்பட்டதற்கான காரணமோ, காரணங்களோ விளக்கப்பட்டிருக்கும்.

VI

1

தனது திட்டத்தை சரியாகப் புரிந்துகொள்ளாத ஒரு இளம் பெண்ணின் அருகே அமர்ந்திருந்தேன்.

"2900 ரோட்ஃபோர்டு எங்கே செல்ல வேண்டும்?" அவள் என்னிடம் கேட்டாள்.

"33ம் எண்ணில் அடுக்கு" நான் அவளுக்குப் பதிலளித்தேன்.

மேற்பார்வையாளர் அவளிடம் பேசிக்கொண்டிருந்தான்.

"நீ கேன்சஸ் நகரத்தில் இருந்து வந்ததாக கூறினாய் அல்லவா? எனது பெற்றோர்கள் இருவரும் அந்த நகரத்தைச் சேர்ந்தவர்கள்."

"ஓ, அப்படியா?" என்றாள்.

பின், அவள் என்னிடம் கேட்டாள்.

"8400 மேயேர்ஸ் எங்கே செல்லவேண்டும்?"

"அடுக்கு எண் 18."

அவள் கொஞ்சம் கொழுக் மொழுக் என்றிருந்தாள், ஆனாலும் தயாராகியிருந்தாள். நான் நிறுத்தினேன். இன்னும் பெண்களுடனான எனது நட்பு தொடர்ந்து கொண்டுதான் இருந்தது.

"நீ பணியிடத்திலிருந்து தொலைவில் வசிக்கிறாயா?" மேற்பார்வையாளர் தொடர்ந்தான்.

"இல்லை."

"உனக்கு இந்தப் பணி பிடித்திருக்கிறதா?"

"ஓ, ஆம்."

அவள் என்னிடம் திரும்பினாள். "6200 அல்பேனி எங்கே?"

"16"

எனது தட்டு அஞ்சல்களை முடித்தவுடன், மேற்பார்வையாளர் என்னிடம் கூறினான்.

"சின்னஸ்கி, நான் உனது நேரத்தைக் கணக்கிட்டு வைத்துள்ளேன். மொத்தத்தில் 28 நிமிடங்கள் ஆகி இருக்கின்றது"

நான் பதில் பேசவில்லை.

"அந்த தட்டை முடிப்பதற்கான படிநிலை என்னவென்று தெரியுமா?"

"இல்லை, எனக்குத் தெரியாது."

"எத்தனை வருடமாய் இங்கே வேலை பார்க்கிறாய்?"

"பதினோரு ஆண்டுகள்."

"பதினோரு ஆண்டுகளாக வேலை பார்க்கிறாய், ஆனால் படிநிலை என்னவென்று தெரியாது?"

"ஆம், மிகச்சரி."

"நீ எந்தவித பொறுப்புமின்றி வேலை செய்கிறாய்."

அந்தப் பெண்ணின் முன்னால் தட்டு நிறைய அஞ்சல்கள் மீதமிருந்தன. நாங்கள் இருவரும் ஒன்றாகத்தான் துவங்கியிருந்தோம்.

"ஆனால், உனக்கு அருகில் இருந்த பெண்ணிடம் மட்டும் பேசிக்கொண்டே இருக்கிறாய்."

நான் சிகரெட்டைப் பற்றவைத்தேன்.

"சின்னஸ்கி, ஒரு நிமிடம் இங்கே வா!"

அவன் தகர அஞ்சல் பெட்டிகளுக்கு முன் நின்று, அவற்றைக் குறித்துக் கூறினான். எல்லா எழுத்தர்களும் இப்பொழுது மிக வேகமாக அடுக்கிக்கொண்டிருந்தனர். உணர்ச்சி வேகத்தில் அவர்கள் தங்கள் வலது கைகளைச் சுழற்றி வேலை செய்வதைப் பார்த்தேன். அந்த கொழுக் மொழுக் பெண் கூட வேகமாக செயல்பட்டுக்கொண்டிருந்தாள்.

"அந்தப் பெட்டியின் ஓரத்தில் எழுதப்பட்டிருக்கும் எண்களைப் பார்?"

"ஆம்."

"அந்த எண்கள் ஒரு நிமிடத்தில் அடுக்கப்படவேண்டிய எண்ணிக்கையைக் குறிக்கின்றன. ஒரு இரண்டு அடி தட்டு 23 நிமிடங்களில் அடுக்கப்படவேண்டும்."

அவன் 23 என்ற எண்ணைக் குறிப்பிட்டுக் காண்பித்தான். "23 நிமிடங்கள் என்பது தான் படிநிலை."

"அந்த 23க்கு ஒரு பொருளுமில்லை" என்றேன்.

"என்ன சொல்கிறாய்?"

"நான் என்ன சொல்கிறேன் என்றால், ஒரு மனிதன் வந்து அந்த இடத்தில் 23 என்று எழுதிவைத்துவிட்டுச் சென்றிருக்கிறான், அவ்வளவு தான்."

"இல்லை, இல்லை அவை காலம் காலமாக சோதிக்கப்பட்டு, அவ்வப்போது மீண்டும் சரிபார்க்கப்பட்ட அளவீடுகள்."

அதனால் என்ன பயன்? நான் பதிலளிக்கவில்லை.

"நான் உனக்கு எச்சரிக்கைக்கடிதம் தரப்போகிறேன், சின்னஸ்கி. இதற்காக நீ மேல் விசாரணைக்கு அழைக்கப்படுவாய்."

நான் திரும்பிச்சென்று அமர்ந்து கொண்டேன். 11 ஆண்டுகள்! முதன்முதலில் பணிக்குச் சேர்ந்ததை விட இப்பொழுது ஒரு சல்லிப்பைசா கூட என்னிடம் அதிகமில்லை. 11 ஆண்டுகள். ஒவ்வொரு இரவும் மிக நீண்டதாக இருந்தாலும், காலம் எவ்வளவு வேகமாக சென்றிருக்கிறது. இரவு வேலை தான்.

இருந்தும் ஒரே வேலையை திரும்பத் திரும்பத் திரும்ப செய்து வந்திருக்கிறேன். ஸ்டோனிடம் வேலை செய்யும் பொழுதாவது, அந்த நாள் என்ன வேலை இருக்கும் என்ற எதிர்பார்ப்பாவது இருந்தது. இங்கே எந்தவித ஆச்சர்யங்களும் இல்லவே இல்லை.

11 ஆண்டுகள்... தலையில் சுட்டதுபோல இருந்தது. வேலை மனிதர்களைத் தின்பதைக் கண்கூடாகப் பார்த்திருக்கிறேன். அவர்கள் உருகிப்போய் இருக்கிறார்கள். டோர்ஸே நிலையத்தில் வேலை பார்க்கும் போது ஜிம்மி பாட்ஸ் என்று ஒருவர் இருந்தார். நான் முதலில் பணியில் சேர்ந்த போது, ஜிம்மி நல்ல உடற்கட்டுடன் வெள்ளை நிற கொசுவுச்சட்டையில் கம்பீரமாகத் தோற்றமளிப்பார். இப்பொழுது அவர் உருக்குலைந்து போய்விட்டார். அவர் தனது இருக்கையை தரைக்கு எவ்வளவு அருகே வைக்க முடியுமோ அவ்வளவு அருகே வைத்து, தலை குப்புற கீழே விழாதபடி பிடித்தவாறே அமர்ந்து வேலை செய்கிறார். அவர் முடிவெட்டுவதற்குக் கூட சோர்ந்து போய் இருக்கிறார். மூன்று வருடங்களாக ஒரே கால்சட்டையைத் தான் அணிந்து வருகிறார். சட்டையை வாரத்திற்கு இருமுறை மட்டுமே மாற்றுகிறார். நடப்பதற்கே திராணியற்று இருக்கிறார். இந்த அலுவலகம் அவரைப் படுகொலை செய்துவிட்டது. அவருக்கு 55 வயது. பணி ஓய்வுக்கு அவருக்கு இன்னும் 7 ஆண்டுகள் இருக்கின்றன.

"அது வரை நிச்சயம் தாங்க மாட்டேன்" என்று அவர் என்னிடம் கூறியிருக்கிறார்.

பணியாளர்கள் ஒன்று மெலிந்து போகின்றனர் அல்லது பெருத்து விடுகின்றனர், குறிப்பாக புட்டத்திலும், தொப்பையிலும். முக்காலியிலேயே முழு நேர வேலை. ஒரே விதமான பேச்சு, ஒரே விதமான இயக்கம். அவ்வளவு தான், கைகள், கழுத்து, நெஞ்சு என்று எல்லா இடங்களிலும் வீக்கங்களும், வலியும். வேலை நேரத்தின் அசதியைப் போக்க நான் பகல் முழுவதும் தூங்க வேண்டியிருந்தது. அதை மறக்க வாரயிறுதிகள் முழுவதும் குடிக்கவேண்டி இருந்தது. வேலைக்குச் சேரும் போது 185 பவுண்டுகள், இப்பொழுது 223 பவுண்டுகள். அலுவலகத்தில் உங்கள் மொத்த இயக்கமே வலது கை மட்டும் தான்.

2

ஆலோசகர் அலுவலகத்திற்குச் சென்றேன். மேஜைக்குப் பின்னே அமர்ந்திருந்தவர் எட்டி பீவர். எழுத்தர்கள் அவரை "ஒல்லிப்பிச்சான் பீவர்" என்று அழைப்பார்கள். அவருக்கு கூர்மையான தலை, கூர்மையான மூக்கு, கூர்மையான நாசி. எல்லா கூர்மைகளும் நிரம்பியவர். அதற்கும் அதிகமாகவே கூட.

"உட்கார், சின்னஸ்கி."

பீவர் கையில் சில காகிதங்கள் இருந்தன. அவற்றை அவர் வாசித்தார்.

"சின்னஸ்கி, நீ 23 நிமிட தட்டை முடிக்க 28 நிமிடம் எடுத்திருக்கிறாய்."

"ஓ, அந்த கருமத்தை தூக்கி எறியுங்கள், நான் சோர்ந்து போயிருக்கிறேன்."

"என்ன?"

"அந்த கருமத்தை தூக்கி எறியுங்கள் என்று சொன்னேன்! அந்தக் காகிதத்தில் கையெழுத்திட்டுவிட்டு என்னைப் போக விடுங்கள். இதையெல்லாம் கேட்க எனக்கு எந்த விருப்பமுமில்லை."

"நான் இங்கே உங்களுக்கு ஆலோசனை சொல்வதற்காக இருக்கிறேன், சின்னஸ்கி."

எனக்கு எரிச்சலாய் இருந்தது. "சரி, தொடருங்கள். என்ன சொல்கிறீர்கள் என்று கேட்போம்."

"நமக்கு நிறைவேற்ற வேண்டிய திட்ட ஆக்கங்கள் இருக்கின்றன, சின்னஸ்கி."

"ஆம்."

"நீங்கள் குறித்த நேரத்தில் உங்களுக்கான ஆக்கத்தை முடிக்கவில்லை என்றால், உங்கள் வேலையை வேறு ஒருவர் கூடுதலாக செய்யவேண்டி இருக்கும். அதாவது மிகைநேரப்பணி."

"அதாவது, தினமும் நடக்கக்கூடிய மூன்றரை மணி நேர மிகை நேரப்பணிக்கு நான் தான் காரணம் என்று கூறுகிறீர்களா?"

"இதோ பார், நீ 23 நிமிட பணியை முடிக்க 28 நிமிடங்கள் எடுத்திருக்கிறாய். அதைப்பற்றி மட்டும் பேசுவோம்."

"உங்களுக்கு நன்றாகத் தெரியும். ஒவ்வொரு தட்டும் 2 அடி நீளம் கொண்டது. ஒரு சில தட்டுகளில் மற்ற தட்டுகளில் உள்ளதை விட 3, அல்லது 4 மடங்கு அதிகமான கடிதங்கள் இருக்கும். மற்ற எழுத்தர்கள் குறைவாக இருக்கும் தட்டுகளை பறித்துக் கொள்கிறார்கள். நான் அது பற்றி கவலைப்படுவதில்லை. யாராவது சிலர் கடுமையான பணியையும் செய்துதானே ஆக வேண்டும். உங்களுக்குத் தெரிந்ததெல்லாம் 2 அடி நீள தட்டு 23 நிமிடங்களில் அடுக்கப்படவேண்டும். ஆனால் நாங்கள் தட்டுகளை அடுக்குவதில்லை. அதிலுள்ள வெவ்வேறு எண்ணிக்கையில் உள்ள கடிதங்களை."

"இல்லை, இல்லை... காலங்காலமாக பரிசோதிக்கப்பட்டவை."

"இருக்கலாம், ஆனாலும் எனக்கு இந்த சந்தேகமிருக்கிறது. நீங்கள் ஒரு மனிதனை வேலையை அளவிடப்போகிறீர்கள் என்றால், ஒரு தட்டை வைத்து முடிவு செய்யாதீர்கள். சிறு குழந்தை கூட அவ்வப்பொழுது சீக்கிரம் முடித்து விடும். ஒரு மனிதனை குறைந்தது பத்து தட்டுகள் கொண்டு முடிவு செய்யுங்கள், அல்லது ஓர் இரவு முழுவதையும் வைத்து முடிவு செய்யுங்கள். உங்கள் வழியில் குறுக்கிடும் எவரையும் தண்டிக்க இதை ஒரு சாக்காக வைத்திருக்கிறீர்கள், அவ்வளவு தான்."

"சரி, நீ கூற வேண்டியதைக் கூறிவிட்டாய், சின்னஸ்கி. நான் உனக்கு ஒன்று சொல்கிறேன். நீ ஒரு தட்டை முடிக்க 28 நிமிடங்கள் எடுத்துக் கொண்டாய். நாங்கள் அதைத் தான் பதிவு செய்வோம். இன்னொரு முறை தாமதமாக வேலை செய்வதாகப் புகார் வந்தால், உன்னை மேல்மட்ட ஆலோசனைக்கு அனுப்ப வேண்டியிருக்கும்."

"எல்லாம் சரி, நான் உங்களிடம் ஒரேயொரு கேள்வி மட்டும் கேட்கட்டுமா?"

“கேள்.”

“ஒருவேளை எனக்கு சுலபமான தட்டு கிடைக்கிறது என்று வைத்துக்கொள்ளுங்கள். எப்பொழுதாவது அப்படியும் அமையும். சில நேரங்களில், ஒரு தட்டினை 5 அல்லது 8 நிமிடங்களில் முடித்திருக்கிறேன். ஒரு தட்டை 8 நிமிடத்தில் முடிக்கிறேன் என்றே வைத்துக் கொள்ளுங்கள், காலங்காலமாக பரிசோதிக்கப்பட்ட உங்களது படிநிலையின் படி, நான் அஞ்சல் அலுவலகத்தின் 15 நிமிடங்களை சேமித்திருக்கிறேன். இப்பொழுது எனக்கிருக்கும் அந்த 15 நிமிடத்தில் சிற்றுண்டி சாலைக்குச் சென்று ஒரு ஐஸ்க்ரீமுடன் கூடிய கேக் சாப்பிட்டு விட்டு அல்லது தொலைக்காட்சி பார்த்துவிட்டு வரலாமா?”

“இல்லை! நீ அடுத்த தட்டை வேகமாக எடுத்து, மீண்டும் ஒட்டத்துவங்க வேண்டும்.”

நான் ஆலோசனை பெற்றுக் கொண்டேன் என்று ஒரு காகிதத்தில் கையெழுத்திட்டேன். பின் அந்த ஒல்லிப்பிச்சான் பீவர் எனது பயணப்படிவத்தில் கையெழுத்திட்டு, அதில் நேரத்தைக் குறிப்பிட்டார். பின் மேலும் பல அஞ்சல்களை ஒட்டுவதற்காக எனது இருக்கைக்கு அனுப்பப்பட்டேன்.

3

ஆனாலும், இன்னும் சில சுவாரஸ்யமான சம்பவங்கள் நடந்து கொண்டுதான் இருந்தன. நான் மாட்டிய அதே படிக்கட்டுகளில் இன்னொருவன் மாட்டினான், அவன் ஒரு பெண்ணின் பாவாடைக்குள் தலையை நுழைத்ததற்காக பிடிபட்டான். பிறகு சிற்றுண்டிசாலையில் வேலை பார்த்த பெண்களில் ஒருத்தி, பொதுப்பிரிவு தலைமைப் பணியாளர் மீதும், மூன்று அஞ்சலெடுப்பவர்கள் மீதும், வாய்வழிப்புணர்விற்கு ஒத்துக்கொண்டபடி, பணம் தரவில்லை என்று புகார் அளித்தாள். அந்தப் பெண்ணையும் அஞ்சலெடுப்பவர்கள் மூன்று பேரையும் வேலையை விட்டு அனுப்பி விட்டனர். தலைமைப் பணியாளரை மேற்பார்வையாளராக பதிவியிறக்கம் செய்து தூக்கியடித்தனர்.

பின், நான் அஞ்சல் அலுவலகத்திற்குத் தீ வைத்தேன்.

நான்காம் நிலை அஞ்சல்கள் இருக்குமிடத்திற்கு அனுப்பப்பட்டிருந்தேன். சிகரெட் புகைத்தபடி, கை பாரவண்டியில் இருந்து அஞ்சல்களை இறக்கிக் கொண்டிருந்தேன். அப்போது அங்கிருந்த ஒருவன் வேகமாக ஓடி வந்து, "ஏய், உன் அஞ்சல் தீப்பிடித்துக் கொண்டு இருக்கிறது!" என்று கத்தினான்.

குனிந்து பார்த்தேன். சிறு தீக்கொழுந்து நடனமாடும் பாம்பை போல ஆடிக்கொண்டிருந்தது. புகைந்து கொண்டிருந்த சிறு கங்கு அஞ்சல்களின் மேல் பட்டிருக்க வேண்டும்.

"ஓ, கருமமே!"

தீக்கொழுந்து வேகமாக பரவத்துவங்கியது. நான் ஒரு விபர நிரல் அட்டையை எடுத்து தீயை அணைக்க முயன்றேன். தீப்பொறி பறந்தது. வெப்பமாக இருந்தது. ஒரு பகுதியை அணைப்பதற்குள் அடுத்த பகுதி தீப்பற்றத் துவங்கியது.

தூரத்தில் குரல் கேட்டது.

"ஏய்! தீ வாசமடிக்கிறது."

"தீ வாசமடிக்காது, புகைதான் வாசமடிக்கும்" என்று நான் கத்தினேன்.

"நான் இங்கிருந்து வெளியே செல்லப்போகிறேன்."

"அடக்கடவுளே, போய்த்தொலையுங்கள்!" என்று அலறினேன்.

தீக்கொழுந்துகள் என் கையைப் பதம்பார்த்தன. நான் ஐக்கிய மாகாணங்களின் நான்காம் நிலை குப்பை அஞ்சல்களைக் காப்பாற்றியாக வேண்டும்.

ஒரு வழியாக தீயை கட்டுக்குள் கொண்டு வந்தேன். மொத்த காகிதக் கட்டுகளையும் பாதங்களுக்கு அடியில் போட்டு மிதித்தேன். கடைசி கங்கும் அணைந்தது.

மேற்பார்வையாளர் ஏதோ சொல்வதற்காக என்னருகில் வந்தான். எரிந்துபோன விபரநிரல் அட்டையை கைகளில் பிடித்தபடி, அவர் ஏதேனும் சொல்வதற்காக காத்துக்கொண்டு நின்றிருந்தேன்.

பிறகு அந்த நான்காம் நிலை குப்பை அஞ்சல்களில் தீப்படாதவற்றை எடுத்து அடுக்கினேன். தீப்பட்டவற்றை தனியே வைத்தேன்.

என் சிகரெட் அணைந்து போயிருந்தது. அதை நான் மீண்டும் பற்றவைக்கவில்லை.

என் கைகள் எரியத்துவங்கின. அருகிலிருந்த நீரூற்றுக்குச் சென்று கைகளைத் தண்ணீரில் வைத்தேன். வேலைக்காகவில்லை.

மேற்பார்வையாளரைப் பார்த்து, செவிலி அலுவலகம் செல்வதற்கான பயணச்சீட்டினைக் கேட்டேன்.

என் வீட்டுக்குச் சோதனைக்கு வழக்கமாய் வரும் அதே செவிலி தான் இருந்தாள்.

"இப்போது என்னவாயிற்று, திரு.சின்னஸ்கி?"

நான் உள்ளே சென்ற பொழுது, அவள் அதே வழக்கமான வார்த்தைகளையே மீண்டும் கேட்டாள்.

"என்னை நினைவில் வைத்திருக்கிறீர்களா, ஆ?" என்றேன்.

"ஆம், நீங்கள் சில நாள் இரவுகளில் உடல்நலக்குறைவாக இருந்தீர்களே!"

"ஆம்" என்றேன்.

"உங்கள் அடுக்ககத்தில் இன்னும் பெண்கள் எல்லாம் இருக்கிறார்களா?" என்றாள்.

"ஆம், உங்கள் இடத்தில் ஆண்கள் இருக்கிறார்களா?"

"சரி. திரு.சின்னஸ்கி, இப்போது பிரச்சனை என்ன?"

"என் கைகளில் தீ பட்டுவிட்டது."

"இங்கே வாருங்கள், எப்படி இது நடந்தது?"

"காரணம் சொல்ல வேண்டுமா என்ன, தீ பட்டுவிட்டது, அவ்வளவு தான்."

அவள் என் கைகளில் எதையோ பூசினாள். அவளது முலைகளுள் ஒன்று என்னை உரசியது.

"இது எவ்வாறு நடந்தது, ஹென்றி?"

"சிகரெட். நான் நான்காம் நிலை பாரவண்டிக்கு அருகில் நின்று கொண்டிருந்தேன். கங்கு பட்டிருக்க வேண்டுமென்று நினைக்கிறேன். தீக்கொழுந்துகள் வரத்துவங்கிவிட்டன."

மீண்டும் முலை உரசியது.

"தயவுசெய்து கைகளை ஆட்டாமல் வைத்துக் கொள்ளுங்கள்."

அவள் சில களிம்புகளை என் கைகளில் பூசும் போது, அவள் இடுப்புப்பகுதி முழுவதும் என் மீது பட்டது. நான் முக்காலியில் அமர்ந்திருந்தேன்.

"என்னவாயிற்று, ஹென்றி? படபடப்பாக இருக்கிறீர்கள்."

"ஆம்... நான் எப்படி உணர்கிறேன் என்று உங்களுக்குத் தெரிகிறதா, மார்த்தா?"

"எனது பெயர் மார்த்தா இல்லை, ஹெலன்."

"நாம் திருமணம் செய்து கொள்ளலாம், ஹெலன்."

"என்ன?"

"அதாவது, நான் மீண்டும் எப்போது என் கைகளை உபயோகப்படுத்தத் துவங்கலாம்?"

"உங்களுக்குத் தோன்றினால், இப்பொழுதே கூட உபயோகித்துக் கொள்ளலாம்."

"என்ன?"

"அதாவது, வேலை செய்வதற்கு."

அவள் சல்லடைத்துணியை கைகளில் சுற்றினாள்.

"இப்பொழுது பரவாயில்லை" என்று அவளிடம் கூறினேன்.

"நீங்கள் அஞ்சல்களை எரிய விட்டிருக்கக்கூடாது."

"அவை குப்பை."

"எல்லா அஞ்சல்களும் முக்கியமானவை தான்."

"சரி, ஹெலன்."

அவள் தனது மேஜைக்குச் சென்றாள், நான் தொடர்ந்து சென்றேன். பயணப் படிவத்தை பூர்த்தி செய்து கொடுத்தாள். அவளது சிறிய வெள்ளைத் தொப்பியில் மிக அழகாகத் தெரிந்தாள். மீண்டும் அவளை சந்திக்க வருவதற்கு ஏதேனும் வழியைக் கண்டுபிடிக்க வேண்டும்.

நான் அவளது மேனியை பார்த்துக் கொண்டிருப்பதை அவள் கவனித்தாள்.

"சரி. திரு.சின்னஸ்கி. இப்பொழுது நீங்கள் கிளம்பலாம் என்று நினைக்கிறேன்."

"ஓ ஆம்... எல்லாவற்றிற்கும் நன்றி."

"இது என் வேலையின் ஒரு பகுதி தான்."

"நல்லது."

ஒரு வாரத்திற்குப் பிறகு, எல்லா இடங்களிலும் "இங்கு புகைப்பிடிக்காதீர்கள்" என்ற அறிவிப்பு மாட்டப்பட்டிருந்தது. சாம்பல்தட்டு வைத்திருந்தால் ஒழிய எழுத்தர்கள் புகைப்பிடிக்க அனுமதிக்கப்படவில்லை. இந்த சாம்பல்தட்டை எல்லாம் தயாரிக்க சிலர் குத்தகைக்கு எடுத்திருந்தார்கள். அவை அழகாக இருந்தன. அவற்றில் "ஐக்கிய மாகாண அரசாங்கத்தின் சொத்து" என்று எழுதப்பட்டிருந்தது. அவற்றில் பெரும்பாலானவற்றை எழுத்தர்கள் திருடிச்சென்றனர்.

"புகைப்பிடிக்காதீர்கள்."

ஹென்றி சின்னஸ்கியாகிய நான் தனிமனிதனாக, அஞ்சல் அலுவலகத்துறையை சீர்திருத்தம் செய்திருந்தேன்.

4

சிலர் வந்து, பணியாளர்கள் குடிப்பதற்காக இருந்த நீரூற்றுக் குழாய் ஒவ்வொன்றாய் கழற்றிக்கொண்டிருந்தனர்.

"ஏய், இங்கே பாருங்கள். அவர்கள் என்ன எழவை செய்து கொண்டிருக்கிறார்கள்" என்றேன்.

ஒருவரும் ஆர்வம் காட்டியது போலத்தெரியவில்லை.

நான் மூன்றாம்நிலை அஞ்சல் பிரிவில் நின்று கொண்டிருந்தேன்.

அங்கிருந்த இன்னொரு எழுத்தரிடம் சென்றேன்.

"இங்கே பாருங்கள், அவர்கள் நாம் குடிக்கும் நீரை நிறுத்துகிறார்கள்."

அவன் நீரூற்றை எட்டிப்பார்த்துவிட்டு, மீண்டும் அஞ்சல்களை அடுக்கத் துவங்கினான்.

மற்ற எழுத்தர்களிடமும் சொல்லிப்பார்த்தேன். ஒருவர் கூட ஆர்வம் காட்டவில்லை. என்னால் புரிந்து கொள்ள முடியவில்லை.

எனது சங்கப்பிரதிநிதியை அங்கு வருமாறு அழைத்திருந்தேன்.

நீண்ட நேர தாமதத்திற்குப் பிறகு ஒருவழியாக அவன் வந்தான். பார்க்கர் ஆண்டர்ஸன். பார்க்கர் அவனது பழைய காரிலேயே படுத்துக் கொள்வான். ஓய்வறைகளை மூடாமல் வைத்திருக்கும் ஏதேனுமொரு வாய்நிரப்பு நிலையத்தில், காலைக்கடன்களை முடித்துத் தயாராகிக் கொள்வான். அவன் தெருப்பொறுக்கியாக வேண்டியவன். எப்படியோ மத்திய அஞ்சல் அலுவகத்தில் சேர்ந்து, சங்கத்தில் தன்னை இணைத்துக் கொண்டான். பல சங்கக் கூட்டங்களுக்குச் சென்று, தன்னை அடிதடிப் பேர்வழியாக நிலைநிறுத்திக் கொண்டான். விரைவில், சங்கப்பிரதிநிதியாகவும் பின் துணைத் தலைவராகவும் ஆகி விட்டான்.

"என்ன விஷயம் தோழரே? அந்த மேற்பார்வையாளர்களை சமாளிக்கவெல்லாம் உங்களுக்கு என் உதவி தேவைப்படாதே!"

"நக்கலடிக்காதீர்கள் தோழா! நான் சுமார் 12 வருடங்களாக ஒழுங்காக சந்தா கட்டிவருகிறேன். இதுவரை உங்களிடம் வந்து எதுவும் கேட்டதில்லை."

"சரி, இப்போது என்ன பிரச்சனை?"

"நீரூற்றுகள்."

"நீரூற்றுகளில் என்ன பிரச்சனை?"

"ஓ இல்லை, நீரூற்றுகள் நன்றாகத் தான் இருக்கின்றன. அவை அப்படியே இருக்கவேண்டும் என்பது தான் எனது விருப்பமும், அங்கே பாருங்கள்."

"எங்கே பார்க்க?"

"அங்கே தான் ஒன்றும் இல்லையே!"

"அது தான் பிரச்சனை. அங்கே நீரூற்றுகள் இருந்தன."

"அதனை நீக்கிவிட்டார்களா, என்ன கொடுமை!"

"இதோ பாருங்கள் பார்க்கர், எனக்கு ஒன்றும் பிரச்சனை இல்லை. ஆனால் அவர்கள் ஒவ்வொரு நீரூற்றாக நீக்கிக் கொண்டே வருகிறார்கள். இப்பொழுது இதை நாம் தடுத்து நிறுத்தாவிட்டால், அடுத்து ஒவ்வொரு கழிவறையாக நீக்குவார்கள்... அதன் பின் அடுத்தடுத்து என்ன செய்வார்கள் என்றே தெரியாது."

"சரி, நான் என்ன செய்யவேண்டுமென்று கூறுங்கள்."

"நீங்கள் ஏதாவது செய்யுங்கள். ஆனால் இந்த நீரூற்றுகள் ஏன் நீக்கப்பட்டன என்ற காரணம் தெரிந்தாக வேண்டும்."

"சரி, உங்களை நாளை சந்திக்கிறேன்."

"நீங்கள் இதைச் செய்வீர்கள் என நம்புகிறேன். 12 ஆண்டுகள் சந்தாவின் மதிப்பு 312 டாலர்கள்."

மறுநாள் நான் பார்க்கரைத் தேடிப்போய் விசாரித்தேன். அவனிடம் பதிலில்லை. அடுத்த நாளும் அதற்கு அடுத்த நாளும்

கூட... நான் காத்திருந்து களைத்துப்போய் விட்டேன் என்று கூறினேன். அவன் மேலும் ஒரு நாள் அவகாசம் கேட்டான்.

மறுநாள் காபி இடைவேளையின் போது, அவன் என்னைச் சந்தித்தான்.

"சின்னஸ்கி, நான் காரணத்தைக் கண்டுபிடித்துவிட்டேன்."

"சொல்லுங்கள்?"

"1912ல் இந்த கட்டிடம் கட்டப்பட்ட போது..."

"1912? அரை நூற்றாண்டு ஆகிவிட்டது! இந்த இடம் கெய்ஸரின் வேசிவீடு மாதிரி இருப்பதில் வியப்பொன்றுமில்லை."

"அது சரி, சொல்வதைக் கேளுங்கள். 1912ல் இந்தக் கட்டிடம் கட்டப்பட்ட போது, குறிப்பிட்ட எண்ணிக்கையிலான நீரூற்றுக்கு ஒப்பந்தம் விடப்பட்டது. பரிசோதித்துப் பார்த்ததில், கொள்முதல் ஆணையில் ஒப்பந்தத்தில் இருந்ததை விட இரண்டும் மடங்கு நீரூற்றுகள் அமைத்திருப்பதாகத் தெரியவந்துள்ளது."

"அதனாலென்ன, இரண்டு மடங்கு நீரூற்றுகள் இருந்தால் தான் என்ன? எழுத்தர்கள் வசதியாக தண்ணீர் குடித்துக் கொள்ளட்டுமே!"

"சரி தான், ஆனால் நீரூற்றுகள் சிலநேரங்களில் பீச்சியடிக்கத் துவங்கிவிடும். வழியில் வருபவர்களுக்கு ஏதேனும் நேரலாம்."

"அதனால்?"

"ஒரு வேளை, அறிவார்ந்த வழக்கறிஞரையுடைய எழுத்தர் ஒருவர் அதனால் காயமடைகிறார் என்று வைத்துக் கொள்வோம். ஒரு வேளை அவர் நீரூற்றால் கீழே தள்ளிவிடப்பட்டு, அங்கே வரும் அஞ்சல் பொதி நிறைந்த கைபாரவண்டியில் அடிபடுகிறார் என்று வைத்துக் கொள்வோம், என்னவாகும்?"

"இப்பொழுது எனக்குப் புரிகிறது. நீரூற்று அங்கே இருந்திருக்கக் கூடாது என்று அஞ்சல் அலுவலகம் கவனக்குறைவிற்காக தண்டிக்கப்பட்டிருக்கும்."

"சரி தானே!"

"சரி தான். நன்றி பார்க்கர்."

"அது எனது கடமை."

இது அவனது சொந்தக்கதையாக இருந்தாலும் பரவாயில்லை. 312 டாலர் மதிப்புள்ள கதை தான். பிளேபாய் இதழில் இதைவிட மோசமான கதைகளைத்தான் படித்திருக்கிறேன்.

5

எனது பெட்டியில் இருந்த அஞ்சல்கள் குழப்பியடிக்கும் எழுத்துகளிலிருந்து என்னைக் காத்துக்கொள்ள, நான் கண்டுபிடித்த ஒரே வழி, அவ்வப்போது எழுந்து சிறிது தூரம் நடந்து விட்டு வருவது.

ஃபாஸியோ, அப்போது மேற்பார்வையாளராக இருந்தவன், அங்கே அரிதாய் தென்பட்ட நீரூற்றுக்கு அடிக்கடி நடந்து போய் வருவதைப் பார்த்தான்.

"இங்கே பார் சின்னஸ்கி, நான் பார்க்கும் பொழுதெல்லாம் நீ நடந்து கொண்டு தான் இருக்கிறாய்."

"அது ஒன்றுமில்லை. ஆனால் நான் பார்க்கும் பொழுதெல்லாம் நீங்களும் தான் நடந்து கொண்டே இருக்கிறீர்கள்."

"அது என்னுடைய வேலையின் ஒரு பகுதி. நடப்பது தான் என் வேலை. நான் அதை செய்து தான் ஆக வேண்டும்."

"இங்கே பாருங்கள், அது என் வேலையின் ஒரு பகுதியும் தான். நானும் அதை செய்தாக வேண்டும். நான் முக்காலியிலேயே அதிக நேரம் உட்கார்ந்திருந்தேன் என்றால், இந்த தகரப்பெட்டிகளின் மேல் ஏறிக்குதித்து, மலவாயில் விசில் அடிக்க கிறுக்குத்தனமாய் பாடியபடி இங்குமங்கும் ஓடிக்கொண்டிருக்க வேண்டியது தான்."

"சரி, சின்னஸ்கி, அதை மறந்து விடு. போய் வேலையைப் பார்."

6

ஒரு நாள் இரவு, நான் சிற்றுண்டி சாலைக்குச் சென்று புகைத்து விட்டு, திரும்பி வந்து கொண்டிருந்த போது, பழக்கப்பட்ட முகம் ஒன்று தென்பட்டது.

அது டாம் மோட்டோ! ஸ்டோனுடன் வேலை செய்தபோது, நான் அவனுக்கு மாற்றாளாக பணிபுரிந்திருக்கிறேன்."

"மோட்டோ, தாயோலி!" என்று விளித்தேன்.

"ஏ நண்பா!" என்றான்.

கைகுலுக்கிக் கொண்டோம்.

"ஏய், உன்னை தான் நினைத்துக் கொண்டிருந்தேன். ஜோன்ஸ்டோன் இந்த மாதம் பணி ஓய்வில் செல்கிறான். நாங்கள் அவருக்கு ஒரு பிரிவு உபச்சார விழா வைத்திருக்கிறோம். அவனுக்கு மீன்பிடித்தல் விருப்பமான ஒன்றல்லவா, எனவே ஒரு தோணியில் அவனை அழைத்துச் செல்ல இருக்கிறோம். நீயும் வரலாமே. ஒருவேளை அவனை அங்கிருந்து தள்ளிவிட்டு மூழ்கடிக்க வாய்ப்பிருக்கிறது. ஏரியும் நல்ல ஆழமானது தான்"

"இல்லை, நான் அவனை மீண்டும் பார்க்கக்கூட விரும்பவில்லை."

"ஆனால் உன்னையும் அழைத்திருக்கிறார்கள்."

மோட்டோ மலவாயிலிருந்து புருவம் வரை அசட்டுச்சிரிப்பு சிரித்துக் கொண்டிருந்தான். அவன் சட்டையைப் பார்த்தேன். மேற்பார்வையாளருக்கான பட்டயம் குத்தப்பட்டிருந்தது.

"ஓ, நீயுமா டாம்" என்றேன்.

"என்ன செய்ய, நான்கு குழந்தைகளாகிவிட்டது. வயிற்றுப் பாட்டுக்குத் தேவையானதை செய்துதானே ஆக வேண்டியிருக்கிறது."

"சரி, டாம்" என்று சொல்லி விடைபெற்றேன்.

7

மக்களுக்கு என்ன நடக்கிறது என்று எனக்குத் தெரிவதில்லை. எனக்கும் குழந்தைகளுக்கு உதவ வேண்டியிருந்தது. குடிப்பதற்கு, வாடகை கொடுக்க, காலணிகள், சட்டைகள், காலுறை இப்படி எது எதற்கோ செலவு செய்ய வேண்டியிருந்தது. மற்றவர்களைப் போலவே எனக்கு ஒரு பழைய காராவது தேவையாய் இருந்தது. சாப்பிட வேண்டியிருந்தது. அதே போல பெண்களும்.

என்றாவது ஒருநாள் குதிரைப்பந்தயத்திற்கும் செல்ல வேண்டி இருந்தது.

எல்லாம் வரிசை கட்டி நிற்கும் போது, நீங்கள் வேறு எதைப் பற்றியும் சிந்திக்கக்கூட முடியாது.

நான் மத்திய அலுவலகத்திற்கு எதிரிலிருந்த தெருவில் காரை நிறுத்திவிட்டு, சிக்னல் மாறுவதற்காக காத்திருந்தேன். பின் கடந்து சென்று, அலைவுறும் கதவுகளைத் தள்ளி உள்ளே சென்றேன். காந்தத்தால் ஈர்க்கப்பட்ட இரும்புத் துண்டைப்போல நான் மத்திய அலுவலகத்திற்குள் இழுக்கப்பட்டேன். என்னால் என்னைக் கட்டுப்படுத்த முடியவில்லை.

இரண்டாம் தளம். கதவைத்திறந்தேன். மத்திய அலுவலகத்து எழுத்தர்கள் தங்கள் பணியில் மும்முரமாய் இருந்தார்கள். ஒற்றைக் கையுடன் இருந்த ஒரு பெண்ணைப் பார்த்தேன். பாவம். அவள் எப்போதும் அங்கேயே தான் இருப்பாள். என்னைப்போல பழைய ஆளாக இருப்பாள். நீங்கள் எங்கேயாவது வேலை செய்தே ஆகவேண்டும். எனவே தங்கள் வேலையில் ஐக்கியமாகி விடுகின்றனர். அது அடிமைத்தனத்தின் ஞானம்.

கருப்பு நிறத்தில் இளம்பெண்ணொருத்தி வந்தாள். அவள் நேர்த்தியாக ஆடையணிந்திருந்தாள். பார்க்க உற்சாகமாக இருந்தாள். அவளைப் பார்க்க எனக்கு மகிழ்வாய் இருந்தது. அவள் பார்த்த பணியில் நானிருந்திருந்தால் நான் பைத்தியமாகி இருப்பேன்.

“சொல்லுங்கள்?” என்றாள்.

“நான் அஞ்சலக எழுத்தர். ராஜினாமா செய்ய விரும்புகிறேன்.”

அவள் தனது மேஜைக்கடியில் இருந்து கத்தையான காகிதங்களை எடுத்தாள்.

“இவை அனைத்துமா?” என்றேன்.

அவள் சிரித்தபடி, “ஆம், நீங்களாக பூர்த்தி செய்வீர்களா?” என்றாள்.

“கவலை வேண்டாம், நான் எழுதிக்கொள்வேன்” என்றேன்.

8

நீங்கள் வேலைக்குச் சேர்வதை விட, விலகுவதற்கு அதிகமாக காகிதங்களைப் பூர்த்திசெய்ய வேண்டி இருந்தது.

அவர்கள் தந்தவற்றில் முதல் பக்கத்தில் நகர அஞ்சல் அதிகாரியின் பிரத்யேக செய்தியையுடைய கையெழுத்துப்பிரதி இருந்தது.

“நீங்கள் உங்களது அஞ்சல் அலுவலகப்பணியில் இருந்து விலகிச் செல்வது எனக்கு வருத்தமளிக்கிறது... இன்னபிற... இன்னபிற...”

அவர் எதற்கு வருத்தப்பட வேண்டும். அவருக்கு நான் யாரென்றே தெரியாது.

வரிசையாக பல கேள்விகள் இருந்தன.

“நமது மேற்பார்வையாளர்கள் புரிந்து கொள்ளக்கூடியவர்களாய் இருந்தார்களா? உங்களால் அவர்களுடன் ஒத்துப்போக முடிந்ததா?”

“ஆம்” என்று பதிலளித்தேன்.

“மேற்பார்வையாளர்கள், இனம், மதம், பின்புலம் அல்லது வேறு ஏதேனும் காரணிகளால் முன்முடிவுகளுடன் செயல்பட்டதாக நினைக்கிறீர்களா?”

“இல்லை” என்று பதிலளித்தேன்.

இன்னொரு கேள்வி - “நீங்கள் உங்கள் நண்பர்களுக்கு அலுவலக வேலையில் சேர முயற்சிக்கச் சொல்லி ஆலோசனை சொல்வீர்களா?”

“நிச்சயமாக” என்று பதிலளித்தேன்.

“அஞ்சல் அலுவலகம் குறித்து, உங்களுக்கு குறைகள் அல்லது புகார்கள் ஏதேனும் இருப்பின், அதனை இந்தத்தாளின் பின் பக்கத்தில் விரிவாகப் பட்டியலிடவும்”

“குறைகள் ஏதுமில்லை” என்று பதிலளித்தேன்.

பின் என் கருப்பு நிறப்பெண் வந்தாள்.

“அதற்குள் முடித்து விட்டீர்களா?”

“முடித்து விட்டேன்.”

“இவ்வளவு வேகமாக, இந்தப்படிவங்களை நிரப்பியவர்களை நான் இதுவரை கண்டதில்லை.”

“விரைவாக” என்றேன்.

“விரைவாக?. என்ன சொல்கிறீர்கள்” என்றாள்.

“அதாவது, அடுத்து நாம் என்ன செய்ய வேண்டும்?

“தயவுசெய்து உள்ளே வாருங்கள்” என்றாள்.

பின்னால் இருந்த அறைக்கு அவளது புட்டத்தைத் தொடர்ந்து கொண்டே சென்றேன்.

“உட்காருங்கள்” என்றான் அங்குள்ள ஒருவன்.

அவன் காகிதங்களை வாசிக்க சிறிது நேரம் எடுத்துக் கொண்டான். பின் என்னைப் பார்த்தான்.

“நீங்கள் ஏன் பணியை ராஜினாமா செய்கிறீர்கள் என்று நான் தெரிந்து கொள்ளலாமா? உங்கள் மீதான ஒழுங்கு நடவடிக்கைகளின் காரணமாகவா?”

“இல்லை.”

“பின் எதற்காக ராஜினாமா செய்கிறீர்கள்?”

“வேறு வேலை செய்ய.”

“வேறு வேலை செய்ய?”

அவன் என்னைப் பார்த்தான். எனது 50வது பிறந்தநாளுக்கு இன்னும் எட்டு மாதங்கள் இருந்தது. அவன் என்ன நினைக்கிறான் என்று எனக்குப் புரிந்தது.

“என்ன வேலை செய்யப்போகிறீர்கள் என்று தெரிந்து கொள்ளலாமா?”

“அதாவது சார், நான் சொல்கிறேன். பேயோஹ் நதியில் வேட்டையாடும் பருவம் டிசம்பர் முதல் பிப்ரவரி வரை மட்டுமே நீடிக்கிறது. நான் ஏற்கனவே ஒரு மாதத்தை இழந்து விட்டேன்.”

“ஒரு மாதமா? நீங்கள் இங்கே பதினோரு வருடங்களாக பணி செய்கிறீர்கள்.”

“ஆம், சரி தான். நான் பதினோரு வருடங்களை வீணாக்கி விட்டேன். நான் இந்த மூன்று மாதங்களில், பேயோஹ் லஃபோர்ச்சேவில்ம் வேட்டையாடி 10 முதல் 20 கிராண்டுகள் சம்பாதிக்க முடியும்.”

“என்ன செய்யப்போகிறீர்கள்?”

“நீர்வாழ் கொறிவிலங்குகள், மென்மயிர் விலங்குகள், கீரி வகைகள், நீர்நாய்கள்... கரடிவகைகள் இவற்றை வேட்டை யாடப்போகிறேன். எனக்குத் தேவையெல்லாம் ஒரு மெலிசான படகு மட்டுமே. அந்த நிலங்களை உபயோகித்துக் கொள்வதற்காக ஒரு இருபது சதவீதம் அங்குள்ளவர்களுக்குக் கொடுத்து விடுவேன். கொறிவிலங்கின் தோல் ஒன்றிற்கு மட்டுமே ஒன்னேகால் பக்ஸ் கிடைக்கும். ஒரு கீரிக்கு மூன்று பக்ஸ், “போ கீரிக்கு” நான்கு பக்ஸ், மென்மயிர் விலங்குக்கு அரை பக்ஸ், நீர்நாய்க்கு 25 பக்ஸ். கொறிவிலங்கின் சதை மட்டும் ஒரு அடி நீளமிருக்கும். அதனை பூனை உணவுத்

தொழிற்சாலைக்கு ஐந்து சென்ட்களுக்கு விற்பேன். மென்மயிர் விலங்கின் தோலுக்கு 25 செண்ட்கள் கிடைக்கும். பன்றிகள்,. கோழிகள், வாத்துகள் வளர்க்கிறேன். கெளுத்தி மீன் பிடிப்பேன். அதுமட்டுமல்ல, இன்னும் நான் -"

"ஒன்றும் பிரச்சனை இல்லை. இதுவே போதும் திரு. சின்னஸ்கி."

அவன் தட்டச்சு இயந்திரத்தில் சில காகிதங்களை செலுத்தி, ஏதோ தட்டச்சு செய்தான்.

நிமிர்ந்து பார்த்தேன். அங்கே எனது சங்கத்து ஆள், வாயுநிரப்பு நிலையத்தில் சவரம் செய்து, கழிப்பறை உபயோகித்து வாழ்க்கை நடத்தும் எனதருமை பார்க்கர் ஆண்டர்ஸன் நின்று கொண்டிருந்தான். அவன் தேர்ந்த அரசியல்வாதி போல என்னைப் பார்த்து இளித்துக்கொண்டிருந்தான்.

"நீங்கள் இராஜினாமா செய்யப்போகிறீர்களா தோழர். பதினோரு ஆண்டுகளாக மிரட்டிக்கொண்டு தானே இருந்தீர்கள்?"

"ஆம், நான் தெற்கு லூய்சியானாவிற்குச் சென்று என் நண்பர்களுடன் இருக்கப்போகிறேன்."

"அங்கே என்ன குதிரைப்பந்தயக்களம் இருக்கிறதா, என்ன?"

"விளையாடுகிறீர்களா. அங்குள்ள ஃபேர்லேண்ட் மைதானம் நாட்டில் மிகப் பழமையானவற்றுள் ஒன்று."

பார்க்கர் அவனுடன் வெள்ளை நிற இளைஞன் ஒருவனை அழைத்து வந்திருந்தான். அவன் பழங்குடி இனத்தவனைப்போல இருந்தான். அவன் கண்களில் கண்ணீர் ஈர அடுக்குகளாகத் திரையிடப்பட்டிருந்தது. ஒவ்வொரு கண்ணிலும் ஒரு பெரிய கண்ணீர்த்துளி திரண்டிருந்தது. கீழே விழவில்லை. பார்ப்பதற்கு ஈர்ப்புடையதாய் இருந்தது. பெண்கள் என் முன்னே, நான் எவ்வளவு கேவலமானவன் என்று அலறித்தீர்ப்பதற்கு முன் அதே போன்ற கண்களுடன் அமர்ந்திருப்பதை கண்டிருக்கின்றேன். அந்த இளைஞன் ஏதோவொரு வலையில் சிக்கியிருக்கிறான், காப்பாற்றப்படுவதற்காக பார்க்கரிடம்

தஞ்சம் அடைந்திருக்கிறான். பார்க்கரால் அவனது வேலையைக் காப்பாற்றிக் கொடுக்க முடியும்.

அங்கிருந்தவன், என்னிடம் கையெழுத்திடச் சொல்லி மேலும் ஒரு காகிதத்தைத் தந்தான். அவ்வளவு தான் முடிந்தது. நான் அங்கிருந்து கிளம்பினேன்.

நான் செல்கையில் பார்க்கர், "அதிர்ஷ்டக்கார முதிய மனிதர்!" என்றான்.

"நன்றி, பேபி" என்று பதிலளித்தேன்.

எனக்கு எந்த வித்தியாசமும் தெரியவில்லை. ஆனால் வெகு விரைவிலேயே, ஆழமான நீல சமுத்திரத்திலிருந்து கரையேறியவனைப்போல ஏதேதோ திருப்பங்களால் அல்லலுற்றேன். நான் என்னை ஜோய்ஸ்ஸின் நீளவால் கிளிகளைப்போல உணர்ந்தேன். கூண்டிலேயே வாழ்ந்தபின், எனக்குத் திறப்பு கிடைத்ததும், சொர்க்கத்தை நோக்கிப் பறக்கத் துவங்கினேன். சொர்க்கம்?

9

நான் பல திருப்பங்களை சந்தித்தேன். நான் குடிகாரனாக மாறினேன், கழுவாய் நிலையில் தேங்கிய மலத்தைப் போல குடிகாரனாக மாறிப்போனேன். ஒரு நாள் இரவு, சமையலறையில் இருந்த மாமிசம் வெட்டும் கத்தியை தொண்டையில் வைத்து அழுத்தத் துவங்கினேன். பின் நிதானித்து, கவலைப்படாதே கிழவா, உனக்கான சிறுமி உன்னை மிருகக்காட்சி சாலைக்கு அழைத்துச் செல்வாள். ஐஸ்க்ரீம்கள், மனிதக்குரங்குகள், புலிகள், பச்சை மற்றும் சிவப்பு நிறப்பறவைகள், அவள் தலையின் மீது மறையும் சூரியன், உனது கரங்களின் மயிர்க்கால்களில் விளையாடும் சூரியன். நிதானமாய் இரு முதிய மனிதா!

நினைவு தெரிகையில், கம்பளியில் துப்பியபடி, மணிக்கட்டில் சிகரெட்டை சுட்டுக் கொண்டு, சிரித்தபடி எனது அடுக்கக வீட்டின் முன்னறையில் கிடந்தேன். இனப்பெருக்க காலத்து

குழி முயலைப்போல கிறுக்குத்தனமாக இருந்தேன். நான் விழித்தபோது என் எதிரே இந்த முதலாமாண்டு மருத்துவ மாணவன் இருந்தான். எங்கள் இருவருக்கும் நடுவே காபி மேஜையின் மீது நல்ல வசதியான குடுவையில் மனித இதயம் இருந்தது. "ஃபிரான்சிஸ் என்று அதன் முன்னாள் உரிமையாளரின் பெயர்ச்சீட்டு ஒட்டப்பட்ட அந்த மனித இதயத்தைச் சுற்றிலும் இருந்ததெல்லாம், பாதி காலியாயிருந்த விஸ்கி மற்றும் ஸ்காட்ச் போத்தல்கள், சிதறிக்கிடந்த பீர்போத்தல்கள், சாம்பல்தட்டுகள் மற்றும் குப்பைக்கூளங்கள். நான் ஒரு போத்தலை எடுத்து, பீரும் சாம்பலும் கலந்த அந்த கன்றாவியை ஒரு மடக்கு விழுங்கினேன். இரண்டு வாரங்களாக உணவு உண்ணவே இல்லை. முடிவில்லா வரிசைகளில் மக்கள் வந்து கொண்டும், சென்று கொண்டும் இருந்தார்கள். ஏழு அல்லது எட்டு கட்டுப்பாடற்ற விருந்துகள் நடந்தன. நான் அங்கெல்லாம், "இன்னும் அதிகம் குடிக்க வேண்டும்! இன்னும் அதிகம் குடிக்க வேண்டும்! இன்னும் அதிகம் குடிக்க வேண்டும்!" என்று உளறிக்கொண்டிருந்தேன். நான் சொர்க்கத்துக்கு பறந்தபடி இருந்தேன். அவர்கள் பேசிக் கொண்டும், கும்மாளமிட்டுக்கொண்டும் இருந்தனர்.

"ஏய்" நான் அந்த முதலாமாண்டு மருத்துவ மாணவனிடம் கூறினேன், "என்னை என்ன செய்யப்போகிறீர்கள்?"

"நான் உங்களது தனிப்பட்ட மருத்துவராக இருக்கப்போகிறேன்."

"சரி டாக்டர், நீங்கள் முதலில் செய்யவேண்டியது, இந்த மனித இதயத்தை எடுத்து இங்கிருந்து அப்புறப்படுத்துங்கள்."

"ஊ.. ஊ"

"என்ன?"

"இதயம் இங்கேயே தான் இருக்கும்."

"இங்கே பார், எனக்கு உனது பெயர் தெரியவில்லை -"

"வில்பெர்ட்."

“நல்லது, வில்பெர்ட். நீ யாரென்றோ என்னை இங்கு எப்படி கூட்டி வந்தீர்கள் என்றோ தெரியாது. ஆனால் உனது ஃபிரான்சிஸை உன்னோடு எடுத்துச் சென்றுவிடு!”

“இல்லை, அது உங்களோடு தான் இருக்கும்.”

பின் அவன் தனது கைப்பையையும், என் கையோடு இணைக்கப்பட்ட ரப்பரையும் கையில் எடுத்து, அந்த ரப்பர் பந்தை அழுத்தியதும், அது விரிவடைந்தது.

“உங்களது இரத்த அழுத்தம், பத்தொன்பது வயது பையனுக்கு இருக்கும் அளவு இருக்கிறது.”

“புணருங்கள்... இப்படி மனித இதயங்களை கிடத்தி வைத்திருப்பது சட்டத்துக்குப் புறம்பானது இல்லையா?”

“அதைப்பற்றி பிறகு பேசிக்கொள்ளலாம். இப்போது மூச்சை இழுங்கள்.”

“அஞ்சல் அலுவலகம் தான் என்னைப் பைத்தியமாக ஆக்கிக்கொண்டிருந்தது. இப்போது நீயும் வந்திருக்கிறாய்.”

“அமைதி, மூச்சை இழுங்கள்!”

“எனக்கு நல்ல இளம் யோனி வேண்டும், டாக்டர். அது தான் எனது பிரச்சனை.”

“உங்கள் முதுகெலும்பு 14 இடங்களில் விலகியிருக்கிறது, சின்னஸ்கி. அதனால் தான் உங்களுக்கு பதற்றம், மூடத்தனம், அடிக்கடி கிறுக்குத்தனம் எல்லாம் தோன்றுகிறது.”

“அபத்தம்” என்றேன்.

அந்தப் பண்பாளன் எப்போது சென்றான் என்று தெரியவில்லை. நான் படுக்கையில் கண்விழித்துப் பார்க்கையில் நேரம் மதியம் 1.10 மணி. உச்சிவெயில் நேரம். காபி மேஜையின் மீது நடுவில் இருந்த குடுவைக்குள் இறங்க, சூரியன் எனது கிழிந்த மேனியின் வழியாக முயற்சி செய்து கொண்டிருந்தது. வெப்பம் தாங்க முடியவில்லை. இறந்து போன நாளங்கள் சாராயக்குடுவையில் நீச்சலடித்தபடியிருக்க, ஃபிரான்சிஸ்

என்னோடு இரவு முழுவதும் தங்கியிருந்தார். குடுவையில் சுகமாக அமர்ந்தபடி.

அது வறுத்த கோழியைப் போன்று இருந்தது. அதாவது வறுக்கப்படுவதற்கு முன்னால் இருந்த கோழியைப்போல, தத்ரூபமாக.

அதை எடுத்து எனக்கு நெருக்கத்தில் வைத்து, எனது கிழிந்த சட்டையினால் மூடினேன். பிறகு குளியலறைக்குச் சென்று வாந்தியெடுத்தேன். முடித்ததும், கண்ணாடியில் எனது முகத்தைப் பார்த்தேன். நீள கருமுடிகள் என் முகத்திலிருந்து துருத்தியபடி இருந்தன. திடீரென அமர்ந்து மலங்கழித்தேன். நல்ல சூடாகப்போனது.

கதவு மணி அடித்தது. நான் சுத்தம் செய்துவிட்டு, பழைய உடைகளை அணிந்து கொண்டு, கதவைத் திறக்கச் சென்றேன்.

"ஹல்லோ?"

ஒரு இளைஞனும், இளம்பெண்ணும் வெளியே நின்றார்கள். அவனது நீள பொன்னிறமான முடி முகத்தைச் சுற்றி தொங்கிக் கொண்டிருந்தது. கருப்பு நிற இளம்பெண் கிறுக்குத்தனமாக அடிக்கடி சிரித்துக்கொண்டிருந்தாள்.

"ஹான்க்?"

"இளைஞர்களா, நீங்கள் இருவரும் யார்?"

"இவள் ஒரு பெண். எங்களை நினைவில்லையா? விருந்தில் சந்தித்தோமே? நாங்கள் மலர் கொண்டு வந்திருக்கிறோம்."

"ஓ முட்டாள்களே, வாருங்கள்."

பச்சை நிறத்தண்டில், சிவப்பு ஆரஞ்சு நிறத்தில் ஏதோவொரு மலரைக்கொண்டு வந்திருந்தார்கள். மற்ற பல விஷயங்களைக் காட்டிலும், அவை உணர்வுப்பூர்வமான சில விஷயங்களை உணர்த்தின. ஆனால் ஒரே குறை அந்த மலர் இறந்து போயிருந்தது. நான் ஒரு கிண்ணத்தை எடுத்து அதில் அந்த மலரை வைத்தேன். பிறகு ஒரு ஜாடி நிறைய ஒயினை எடுத்து வந்து காபிமேஜையின் மீது வைத்தேன்.

“உங்களுக்கு இந்தப் பெண்ணை நினைவில்லையா? நீங்கள் இவளுடன் கலவி புரிய வேண்டுமென்றீர்கள்” என்றான் அந்த இளைஞன்.

அவள் சிரித்தாள்.

“மிக நல்லது. ஆனால் இப்பொழுது வேண்டாம்.”

“சின்னஸ்கி, அஞ்சல் அலுவலகம் இல்லாமல் நீங்கள் என்ன செய்யப்போகிறீர்கள்?”

“எனக்குத் தெரியவில்லை. ஒருவேளை நான் உன்னைப் புணரலாம், அல்லது நீ என்னைப் புணரலாம். எனக்கு எதுவும் தெரியவில்லை.”

“நீங்கள் எங்கள் தளத்தில் எப்பொழுது வேண்டுமானாலும் தூங்கலாம்.”

“நீ புணருவதை நான் பார்க்கலாமா?”

“தாராளமாக.”

நாங்கள் குடித்தோம். நான் அவர்கள் பெயர்களை மறந்து விட்டேன். நான் அவர்களுக்கு அந்த இதயத்தைக் காட்டினேன். அந்த கொடூரமான விஷயத்தை அவர்களுடன் எடுத்துக்கொண்டு போகச்சொன்னேன். அதை எடுத்து வெளியே எறிய எனக்கு தைரியமில்லை. ஒருவேளை அது முதலாமாண்டு மருத்துவ மாணவனின் தேர்விற்கோ, மருத்துவ நூலகக் கடனுக்கான எல்லைக்கடப்புக்கோ தேவையாய் இருக்கலாம்.

நாங்கள் கீழே இறங்கிச் சென்று, நிர்வாண நடன நிகழ்ச்சிக்குச் சென்றோம். அங்கே அவர்கள் குடித்துக்கொண்டும், கூச்சலிட்டுக்கொண்டும், சிரித்துக் கும்மாளமிட்டுக் கொண்டும் இருந்தனர். யார் பணம் என்று தெரியவில்லை ஆனால் அவனது பணமாகத்தான் இருக்குமென நினைக்கிறேன். யார் பணமாய் இருந்தால் எனக்கென்ன! நான் சிரித்துக் கொண்டும், அந்தப் பெண்ணின் புட்டங்களையும், தொடைகளையும் பிசைந்து கொண்டும், அவளை முத்தமிட்டுக்கொண்டும் இருந்தேன்.

ஒருவரும் கண்டுகொள்ளவில்லை. பணம் இருக்கும் வரை நீங்களும் இருப்பீர்கள்.

அவர்கள் என்னை மீண்டும் அழைத்து வந்து விட்டுவிட்டு, அவன் அந்தப் பெண்ணோடு சென்றான். நான் கதவருகே வந்து அவர்களை வழியனுப்பி வைத்தேன். வானொலியை இயக்கினேன். அரை பிண்ட் ஸ்காட்ச் மீதமிருப்பதை பார்த்து, அதையும் குடித்தேன். சிரித்தேன். சுகமாகவும், இளைப்பாறுதலாகவும் உணர்ந்தேன். எனது விரல்களை சிகரெட் முனையால் சுட்டேன். பிறகு படுக்கைக்குச் சென்று அதன் முனையில் விழுந்தேன். அங்கிருந்து சரிந்து கீழே விழுந்து தரைவிரிப்பில் கிடந்தேன். அங்கேயே தூங்கினேன், தூங்கினேன், தூங்கினேன்...

★★★

காலையில் விடிந்தது. நான் இன்னும் உயிரோடு இருந்து கொண்டிருந்தேன்.

எனவே, இது பற்றி ஒரு புதினம் எழுதலாமென நினைத்தேன்.

அதன்படி எழுதி முடித்துவிட்டேன்.

பாலகுமார் விஜயராமன் (1980), மதுரையைச் சேர்ந்த இவர் மின்னணுவியல் மற்றும் தொடர்பியல் துறையில் பொறியியல் பட்டமும், மேலாண்மை துறையில் பட்டமேற்படிப்பும் முடித்துள்ளார். தற்போது மத்திய அரசு நிறுவனமான பி.எஸ்.என்.எல்.லில் தொலைத்தொடர்பு பொறியாளராக பணியாற்றுகிறார். சிறுகதை, கவிதை எழுதுவதில் ஆர்வமுள்ள இவர், மொழிபெயர்ப்புப் பணிகளையும் தொடந்து செய்து வருகிறார். வாடிக்கையாளர் மனப்பான்மை தொடர்பான புத்தாய்வை மேற்கொண்டு வருகிறார்.

வாழ்வின் நிதர்சனத்தை மெல்லிய நகைச்சுவை உணர்வோடு பிரதிபலிக்கும் இவரது படைப்புகளை ‘தென் திசை’ (thendhisai.blogspot.in) வலைத் தளத்தில் வாசிக்கலாம்.

தொடர்புக்கு: 9486102490, balavinmail@gmail.com

ஊழியர்கள் சிரித்து விளையாடிப் பேசிக்கொண்டிருந்தார்கள். எங்களூரில் திருப்பதிசாரம், தேரூர், சுசீந்தரம் போன்ற கிராமத்து நூல் நிலையங்கள் எவ்வளவு அற்புதமாக இருக்கும். இருக்கிற புத்தகங்களைப் போற்றிப் போற்றி வைத்துக்கொண்டிருப்பார்கள். புத்தகங்களைப் பற்றிப் பேசிக்கொண்டிருப்பார்கள்.

சென்னையில் மூன்று நாட்கள் நான் கடுமையாகச் சுற்றினேன். ஒரு வாசகனைக் கூடச் சந்திக்கவில்லை. அங்கு குடியிருந்த என் தூரத்து உறவினர், வை.மு. கோதை நாயகி அம்மாள் வீட்டுக்கு அழைத்துப் போகிறேன் என்று சொன்னார். நான் போகவில்லை. அவரைப் போல் எழுதக் கூடாது என்றும் புதுவிதமாக எழுதவேண்டும் என்றும் சென்னைக்குள் நுழைந்ததும் அதற்கான வழிவகைகள் தெரியும் என்றும் கற்பனை செய்துகொண்டிருந்தேன்.

திடீரென்று கிளம்பி வந்துவிடலாம் என்று தோன்றிற்று. ஒரு பாஸஞ்சரில் ஏறினேன். ஐந்தாறு மணி நேரங்களுக்குப் பின்னால்தான் அது தஞ்சாவூரைப் பார்க்கப் போய்க்கொண்டிருப்பது தெரிந்தது. போனால் போகட்டுமே. அங்கிருந்து எனக்கு ஊருக்குப் போகத் தெரியாதா என்ன – சென்னையையே ஒரு கை பார்த்து முடித்திருந்த எனக்கு.

புதிய பார்வை, ஏப்ரல் 1-15, 2005